ഗ്രീൻ ബുക്സ്

ഐതിഹ്യമാല

കടമറ്റത്തു കത്തനാരും കഥകളും

കൊട്ടാരത്തിൽ ശങ്കുണ്ണി

കൊല്ലവർഷം 1030 മീനം 23(1855 മാർച്ച് 23)ന്
കോട്ടയത്ത് കോടിമതയിൽ കൊട്ടാരത്തിൽ
വാസുദേവനുണ്ണിയുടെ മകനായി ജനനം.
'വാസുദേവൻ' എന്നതാണ് യഥാർത്ഥ നാമധേയം.
പതിനേഴ് വയസ്സിനു ശേഷം മണർകാട് ശങ്കരവാര്യരിൽനിന്നും
സിദ്ധരൂപം പഠിച്ചു. പിന്നീട് രഘുവംശം, മാഘം, നൈഷധം
തുടങ്ങിയ കാവ്യങ്ങളും, സഹസ്രയോഗം, ഗുണപാഠം,
ചികിത്സാക്രമം, അഷ്ടാംഗ ഹൃദയം മുതലായവയും പഠിച്ചു.
കൊടുങ്ങല്ലൂർ കുഞ്ഞിക്കുട്ടൻ തമ്പുരാന്റെ നിർബന്ധപ്രകാരം
സുഭദ്രഹരണ മണിപ്രവാളം മുപ്പത്തിയാറാം വയസ്സിൽ രചിച്ചു.
'കവിതിലകൻ' എന്ന സ്ഥാനവും മെഡലും 1904ൽ
കൊച്ചിരാജാവിൽനിന്ന് കരസ്ഥമാക്കി.
അതിനുശേഷം എം.ഡി സെമിനാരി ഹൈസ്കൂളിൽ
ആദ്യത്തെ മലയാളം മുൻഷിയായിരുന്നു.
1112 കർക്കടകം ഏഴിന് (1937 ജൂലൈ 22) അന്തരിച്ചു.

ഐതിഹ്യമാല

കടമറ്റത്തു കത്തനാരും കഥകളും

കൊട്ടാരത്തിൽ ശങ്കുണ്ണി

ഗ്രീൻ ബുക്സ്

green books private limited
gb building, civil lane road, ayyanthole,
thrissur- 680 003, kerala
ph: +91 487-2381066, 2381039
website: www.greenbooksindia.com
e-mail: info@greenbooksindia.com

(malayalam)
aithihyamala
katamattathu kathanarum kathakalum
(epic)
by
kottarathil sankunni

first green books edition july 2014

illustrations : gopidas
cover design : rajesh chalode

branches:
thrissur 0487-2422515
palakkad 0491-2546162
kannur 0497-2763038
thiruvananthapuram 9846670899

isbn : 978-81-8423-331-5

GBPL/578/2014

5

ഐതിഹ്യമാല

കടമറ്റത്തു കത്തനാരും കഥകളും

ഉള്ളടക്കം

1. കോന്നിയിൽ കൊച്ചയ്യപ്പൻ

കോന്നിയിൽ കൊച്ചയ്യപ്പനെന്നു പ്രസിദ്ധനായിരുന്ന താപ്പാനയെക്കുറിച്ചു കേട്ടിട്ടില്ലാത്തവരായി തിരുവിതാംകൂർ രാജ്യത്തും അടുത്ത പ്രദേശങ്ങളിലും അധികമാളുകൾ ഉണ്ടായിരിക്കുമെന്നു തോന്നുന്നില്ല. ഈ ആന ചരിഞ്ഞു (*മരിച്ചു*)പോയിട്ട് ഇപ്പോൾ പതിനാലു കൊല്ലത്തിലധികം കാലമായിട്ടില്ലാത്തതിനാൽ ഇവനെ (*ഈ ആനയുടെ സ്വഭാവം വിചാരിക്കുമ്പോൾ ഇതിനെ എന്നല്ല, 'ഇവനെ' എന്നുതന്നെ പറയേണ്ടിയിരിക്കുന്നു.*)കണ്ടിട്ടുള്ളവരായിട്ടുതന്നെ ഇപ്പോൾ അനേകംപേർ ജീവിച്ചിരിക്കുന്നുണ്ട് എന്നുള്ളതിനു സംശയമില്ല. ഈ ആന ആദ്യം റാന്നിയിൽ കർത്താവിന്റെ വകയായിരുന്നു. പ്രസിദ്ധ മാന്ത്രികനായിരുന്ന തേവലശ്ശേരി ദാമോദരൻനമ്പി പറഞ്ഞതനുസരിച്ചു കർത്താവ് ഈ ആനയെ 990-മാണ്ട് അച്ചൻകോവിൽ ശാസ്താവിനു വഴിപാടായി നടയ്ക്കിരുത്തി. നടയ്ക്കിരുത്തിയ സമയത്താണ് ഈ ആനയ്ക്ക് കൊച്ചയ്യപ്പൻ എന്നു പേരിട്ടത്. അന്ന് ഈ ആനയ്ക്ക് ഏഴു വയസ്സു മാത്രമേ പ്രായമുണ്ടായിരുന്നുള്ളൂ. നടയിരുത്തിയപ്പോൾ ആന ദേവസ്വംവകയായിത്തീർന്നുവെങ്കിലും അവിടെ നിറുത്തിയിരുന്നതിനാൽ ആനയ്ക്ക് രക്ഷമതിയാവുകയില്ലെന്നു വിചാരിച്ചും ആ ആനയെക്കുറിച്ചുണ്ടായിരുന്ന വാത്സല്യംകൊണ്ടും കർത്താവ് ആ ആനയെ അപ്പോൾത്തന്നെ ദേവസ്വക്കാരോട് ഏറ്റുവാങ്ങി റാന്നിയിൽത്തന്നെ കൊണ്ടുവന്നു നിറുത്തി രക്ഷിച്ചു വളർത്തിവന്നു. അക്കാലത്തു കൊച്ചയ്യപ്പനു ചങ്ങല ഇടുകയോ അവനെ തളയ്ക്കുകയോ ചെയ്തിരുന്നില്ല. അവനു കൊടുക്കുന്നതു തിന്നുകൊണ്ട് കർത്താവിന്റെ വാസസ്ഥലത്തു തന്നെ മുറ്റത്തും പറമ്പിലുമായി കളിച്ചു നടന്നാണ് കൊച്ചയ്യപ്പൻ വളർന്നത്. എന്നാലവൻ മനുഷ്യരെ ഉപദ്രവിക്കുകയോ പറമ്പിലുള്ള തെങ്ങിൻതൈ, വാഴ മുതലായവ നശിപ്പിക്കുകയോ യാതൊന്നും ചെയ്തിരുന്നില്ല. കേവലം മനുഷ്യബാലനെപ്പോലെയാണ് കൊച്ചയ്യപ്പൻ അവിടെ താമസിച്ചിരുന്നത്. കൊച്ചയ്യപ്പനു കർത്താവിന്റെ ഗൃഹത്തിലുള്ള സ്ത്രീപുരുഷന്മാരോടു വളരെ സ്നേഹവും കുട്ടികളെക്കുറിച്ച് പ്രത്യേക വാത്സല്യവുമുണ്ടായിരുന്നു. അവിടെയുള്ളവർക്കു കൊച്ചയ്യപ്പനെക്കുറിച്ചുള്ള സ്നേഹവും

അളവറ്റതായിരുന്നു. ആ കുടുംബാംഗങ്ങളിൽ ആരെങ്കിലും 'കൊച്ചയ്യപ്പാ!' എന്നു വിളിച്ചാൽ അവൻ അപ്പോൾ അവിടെയെത്തും. കർത്താവിന്റെ ഗൃഹത്തിലുള്ള കുട്ടികളെ കളിപ്പിക്കുന്നതിനു കൊച്ചയ്യപ്പനും കൊച്ചയ്യപ്പന്റെ അടുക്കൽച്ചെന്നു കളിക്കുന്നതിന് അവിടുത്തെ കുട്ടികൾക്കും വളരെ സന്തോഷവും ഉത്സാഹവുമുണ്ടായിരുന്നു. കുട്ടികളെ കൊച്ചയ്യപ്പന്റെ അടുക്കലാക്കിയാൽ വേണ്ടതുപോലെ സൂക്ഷിച്ചുകൊള്ളുമെന്നുള്ള വിശ്വാസം അവിടെയുള്ള അമ്മമാർക്കും മറ്റുമുണ്ടായിരുന്നതിനാൽ അവർ അതിനനുവദിക്കുകയും നടക്കാറായ കുട്ടികളെല്ലാം കൊച്ചയ്യപ്പന്റെ അടുക്കൽ ചെന്നു കളിക്കുകയും ചെയ്തിരുന്നു.

കൊച്ചയ്യപ്പനെ ഇടവും വലവും പഠിപ്പിച്ച് ഇണക്കി, കൂട്ടിൽനിന്നിറക്കി കർത്താവിന്റെ വാസസ്ഥലത്തു കൊണ്ടുവന്ന ദിവസം മുതൽ കാരണവരു കർത്താവ് നെയ്യും പരിപ്പും കൂട്ടിക്കുഴച്ച് ഒരുരുളച്ചോറു കൊച്ചയ്യപ്പനു കൊടുക്കാതെ ഊണു കഴിക്കാറില്ല. അതു കണ്ട് അവിടെയുള്ളവരെല്ലാവരും കൊച്ചയ്യപ്പന് ഒരുരുളച്ചോറുവീതം പതിവായി കൊടുത്തുതുടങ്ങി. എന്നാൽ കാരണവരുകർത്താവ് ഉരുള കൊടുക്കുന്നതിനുമുമ്പ് ആരെങ്കിലും ഉരുളകൊണ്ടുചെന്നാൽ കൊച്ചയ്യപ്പൻ വാങ്ങുകയില്ലെന്നുള്ളതു തീർച്ചയാണ്. കാരണവരു കർത്താവിന്റെ ഉരുള വാങ്ങിത്തിന്നു കഴിഞ്ഞാൽ പിന്നെ ആരു കൊണ്ടുചെന്നു കൊടുത്താലും അവൻ വാങ്ങിക്കൊള്ളും. പിന്നെ നിർബ്ബന്ധമൊന്നുമില്ല.

കൊച്ചയ്യപ്പൻ കർത്താവിന്റെ വാസസ്ഥലത്തു താമസിച്ചിരുന്നപ്പോൾ അവന് ആനക്കാരന്മാരുണ്ടായിരുന്നില്ല. അവനു തീറ്റി, തെങ്ങോല മുതലായവ ആരെക്കൊണ്ടെങ്കിലും കർത്താവു വെട്ടിച്ചുകൊടുക്കും. അവൻ തീറ്റി കഴിഞ്ഞാൽ മുറ്റത്തോ പറമ്പിലോ എവിടെയെങ്കിലും യഥേഷ്ടം പോയിക്കിടന്നുകൊള്ളും; അങ്ങനെയാണ് പതിവ്.

അക്കാലത്ത് കർത്താവിന്റെ ഗൃഹത്തിൽ ദാസ്യപ്രവൃത്തികൾക്കായി ചക്കിയെന്നും വിക്കിയെന്നും പേരായിട്ടുള്ള രണ്ടു സ്ത്രീകൾ താമസിച്ചിരുന്നു. കൊച്ചയ്യപ്പന്റെ ശുശ്രൂഷയ്ക്കായി ആ സ്ത്രീകളെയാണ് കർത്താവു നിയമിച്ചിരുന്നത്. അവർ പതിവായി കൊച്ചയ്യപ്പനെ പുഴയിൽക്കൊണ്ടുപോയി കുളിപ്പിച്ചുകൊണ്ടുവരണം. അതല്ലാതെ വിശേഷിച്ചൊന്നും ആനയെസ്സംബന്ധിച്ച് അവർ ചെയ്യേണ്ടതായിട്ടുണ്ടായിരുന്നില്ല. അങ്ങനെ കുറച്ചുകാലം കഴിഞ്ഞപ്പോൾ ചക്കിയും വിക്കിയും പെട്ടെന്നു മരിച്ചുപോയി. അപ്പോൾ കൊച്ചയ്യപ്പനുണ്ടായ സങ്കടം എത്രമാത്രമാണെന്നു പറയാൻ പ്രയാസം. വിക്കിക്ക് മക്കളും മറ്റുമുണ്ടായിരുന്നില്ല. ചക്കിക്ക് ഒരു മകളുണ്ടായിരുന്നു. ചക്കി മരിച്ചതിന്റെശേഷം കർത്താവു കൊച്ചയ്യപ്പനെ കുളിപ്പിക്കുന്നതിനു ചക്കിയുടെ മകളെ നിയമിച്ചു.

അങ്ങനെ കുറച്ചുകാലംകൂടി കഴിഞ്ഞപ്പോൾ കാരണവരു കർത്താവു മരിച്ചു. അപ്പോൾ കൊച്ചയ്യപ്പനുണ്ടായ സങ്കടം കേവലം ദുസ്സഹം

തന്നെയായിരുന്നു. കർത്താവു മരിച്ചിട്ടു മൂന്നുദിവസത്തേക്ക് കൊച്ചയ്യൻ എന്തെങ്കിലും തിന്നുകയാകട്ടെ, വെള്ളം കുടിക്കുകയാകട്ടെ, ഉറങ്ങുകയാകട്ടെ ചെയ്തില്ല. അഹോരാത്രം കരഞ്ഞു കൊണ്ടുതന്നെ അവൻ കഴിച്ചുകൂട്ടി.

കാരണവരുകർത്താവു മരിച്ചതു സംബന്ധിച്ചുള്ള അടിയന്തിരങ്ങളെല്ലാംകഴിഞ്ഞതിന്റെശേഷം പതിനേഴാം ദിവസം പിന്നത്തെ കാരണവരുകർത്താവു തളത്തിൽച്ചെന്ന് ഉണ്ണാനിരുന്നപ്പോൾ മുൻപതിവു വിചാരിച്ചു കൊച്ചയ്യപ്പൻ തളത്തിന്റെ വാതിൽക്കൽ ഹാജരായി നിന്നു. എന്നാൽ ആ കാരണവരുടെ സ്വഭാവം കഴിഞ്ഞുപോയ കാരണവരുടെ സ്വഭാവംപോലെ അല്ലാതെയിരുന്നതിനാൽ അദ്ദേഹം കൊച്ചയ്യപ്പന് ഉരുള കൊടുത്തില്ല. അപ്പോൾ കൊച്ചയ്യപ്പന് അസാമാന്യമായ കുണ്ഠിതമുണ്ടായി. എങ്കിലും അവിടെ ശേഷമുണ്ടായിരുന്നവരെല്ലാം പതിവുപോലെ ഉരുളകൊടുത്തതിനാൽ കൊച്ചയ്യപ്പൻ ഒരുവിധം സമാധാനപ്പെട്ടു. എന്നാൽ ആ സമാധാനവും അധികദിവസത്തേക്കു നീണ്ടുനിന്നില്ല. അവിടെ ശേഷമുള്ളവരെല്ലാം ആനയ്ക്ക് ഉരുളകൊടുക്കുന്നുണ്ടെന്നു രണ്ടുമൂന്നു ദിവസം കഴിഞ്ഞപ്പോൾ പുതിയ കാരണവരറിയുകയും അതിനെക്കുറിച്ച് അദ്ദേഹം കോപിച്ച് എല്ലാവരെയും ശാസിക്കുകയും ചെയ്തു. ആനയ്ക്ക് തിന്നാൻ തെങ്ങോലയോ മറ്റോ അല്ലാതെ ചോറു കൊടുക്കുന്നത് അനാവശ്യമാണെന്നായിരുന്നു അദ്ദേഹത്തിന്റെ അഭിപ്രായം. എന്നുമാത്രമല്ല, ആനയ്ക്കു കുട്ടിപ്രായം കഴിഞ്ഞിരിക്കുന്നതിനാൽ ഇനി അതിന് ഒരാനക്കാരനെ നിയമിക്കുകയും ചങ്ങലയിട്ടു പണിയിച്ചു തുടങ്ങുകയും ചെയ്യണമെന്നുകൂടി അദ്ദേഹം അഭിപ്രായപ്പെട്ടു. ഇതൊന്നുമറിയാതെ കൊച്ചയ്യപ്പൻ പിറ്റേദിവസം പതിവുപോലെ ഉരുളയ്ക്കായി അടുക്കളവാതിക്കൽ ഹാജരായി. അപ്പോൾ അവിടത്തെ വലിയമ്മ കൊച്ചയ്യപ്പനോട്, "എന്റെ മകനെ, ഈയിടെ കാലമൊക്കെ മാറിപ്പോയി, നിനക്കു ചോറു തരരുതെന്നാണ് ഇപ്പോഴത്തെ കാരണവരുടെ കൽപന. അദ്ദേഹം പറയുന്നതിനെ അനുസരിക്കാതിരിക്കാൻ ഞങ്ങൾക്കു നിവൃത്തിയില്ലല്ലോ. നിനക്കു ചോറു തരരുതെന്നു മാത്രമല്ല; ചങ്ങലയിട്ടു നിന്നെ ഇനി പണിക്കയയ്ക്കണമെന്നുകൂടി അദ്ദേഹം നിശ്ചയിച്ചിരിക്കുന്നു. ഞങ്ങൾക്കൊക്കെ ഇതു വലിയ സങ്കടമായിട്ടുള്ള കാര്യമാണ്. എങ്കിലും എന്തു ചെയ്യും? എല്ലാം സഹിക്കുകയല്ലാതെ നിവൃത്തിയില്ലല്ലോ" എന്നു പറഞ്ഞു. ഇതു കേട്ടു കൊച്ചയ്യപ്പൻ കണ്ണീരൊലിപ്പിച്ചു കരഞ്ഞുകൊണ്ടു സ്വൽപനേരം വിചാരമഗ്നനായി അവിടെ നിന്നു. ആ സമയം അവിടത്തെ ചെറിയ കുഞ്ഞമ്മ കുറെ ചോറെടുത്തു കുഴച്ചുരുട്ടി കൊച്ചയ്യപ്പനു കൊണ്ടുചെന്നു കൊടുത്തു. എങ്കിലും അവൻ അതു വാങ്ങിയില്ല. പിന്നെ അവൻ എല്ലാവരോടും യാത്ര പറയുന്ന ഭാവത്തിൽ തുമ്പിക്കൈകൊണ്ടു ചില ആംഗ്യങ്ങൾ കാണിക്കുകയും ദീനസ്വരങ്ങൾ പുറപ്പെടുവിക്കുകയും ചെയ്തിട്ടു

കണ്ണീരൊലിപ്പിച്ചുകൊണ്ട് അവിടെനിന്ന് ഇറങ്ങിപ്പോയി. കൊച്ചയ്യപ്പന്റെ ആ യാത്ര കണ്ട് അവിടെയുണ്ടായിരുന്ന എല്ലാവരും ആബാലവൃദ്ധം പൊട്ടിക്കരഞ്ഞുപോയി.

കൊച്ചയ്യപ്പൻ നേരെ ചെന്ന് ആറ്റിലിറങ്ങി നാലു നാഴിക പകലാകുന്നതുവരെ വെള്ളത്തിൽത്തന്നെ കിടന്നു. നാലു നാഴിക പകലെ ചക്കിയുടെ മകൾ കുളിക്കാനായി ആറ്റുകടവിൽ ചെന്നു. ആ സമയം കൊച്ചയ്യപ്പൻ അവിടെനിന്ന് എഴുന്നേറ്റുപോയി. ആറ്റുവക്കത്തു നിന്നിരുന്ന ഒരില്ലിക്കൂട്ടം കുത്തിമറിച്ചിട്ടു. അപ്പോൾ അതിന്റെ ചുവട്ടിൽ മണ്ണിനടിയിൽ ഇരുന്നിരുന്ന ഒരു ചെപ്പുകുടം ഉരുണ്ട് ആറ്റിലേക്ക് വീണു. കൊച്ചയ്യപ്പൻ ആ ചെപ്പുകുടമെടുത്തു ചക്കിയുടെ മകൾക്കു കൊടുക്കുകയും യാത്ര പറയുന്നഭാവത്തിൽ തുമ്പിക്കൈകൊണ്ടു ചില ആംഗ്യങ്ങൾ കാണിക്കുകയും ചില ദീനസ്വരങ്ങൾ പുറപ്പെടുവിക്കുകയും പിന്നെ കർത്താവിന്റെ ഗൃഹത്തിലേക്കുനോക്കി കരയുകയും ചെയ്തിട്ട് അവിടെനിന്നു പോവുകയും ചെയ്തു. ആ ചെപ്പുകുടം നിറച്ചു രാശിയായിരുന്നു.

പിറ്റെ ദിവസം രാവിലെ കൊച്ചയ്യപ്പൻ അച്ചൻകോവിൽ ശാസ്താവിന്റെ നടയിലെത്തി. ശാന്തിക്കാരൻ കൊച്ചയ്യപ്പനെ കണ്ടപ്പോൾ അറിയുകയാൽ കുറെ ചോറു കൊണ്ടുചെന്നു കൊടുത്തു. കൊച്ചയ്യപ്പൻ അതു വാങ്ങി തിന്നിട്ടു കാട്ടിൽക്കയറി കണ്ടതൊക്കെ പറിച്ചു തിന്നുതുടങ്ങി. അന്നുമുതൽ കൊച്ചയ്യപ്പൻ കാട്ടിൽനിന്നു തീറ്റി നടത്തുകയും കണ്ടെത്തുന്ന തടാകങ്ങളിലും മറ്റും ഇറങ്ങി വെള്ളം കുടിക്കുകയും രാത്രിയാകുമ്പോൾ അമ്പലത്തിന്റെ തിരുമുറ്റത്തു ചെന്നു കിടന്നുറങ്ങുകയും പതിവാക്കി.

അങ്ങനെ കുറച്ചുദിവസം കഴിഞ്ഞപ്പോൾ ദേവസ്വക്കാർ കൊച്ചയ്യപ്പനെ രക്ഷിക്കുന്നതിന് ഒരാനക്കാരനെ നിയമിക്കുകയും വിവരം മേലാവിലേക്ക് എഴുതിയയ്ക്കുകയും ചെയ്തു. അപ്പോൾ കൊച്ചയ്യപ്പന്റെ കഥകളെല്ലാം മഹാരാജാവു തിരുമനസ്സുകൊണ്ടു കൽപിച്ചറിയുകയും ഈ ആനയെ കോന്നിയിൽ താപ്പാനകളുടെ കൂട്ടത്തിൽ നിറുത്തി വേണ്ടതുപോലെ രക്ഷിച്ചുകൊള്ളണമെന്നു കൽപനയുണ്ടാവുകയും ചെയ്തു. അക്കാലത്ത് നാടുവാണിരുന്നത് കൊല്ലം 1022-ാമാണ്ടു നാടുനീങ്ങിയ രാമവർമ്മമഹാരാജാവു തിരുമനസ്സുകൊണ്ടായിരുന്നു. കൽപനപ്രകാരം കൊച്ചയ്യപ്പൻ കോന്നിയിലെത്തി താമസമായി. കുറച്ചുകാലം കഴിഞ്ഞപ്പോൾ പത്തനാപുരം തിരുമൂലംപിള്ള എന്നൊരു പാണ്ടിപ്പിള്ള അവന്റെ രക്ഷകനായി നിയമിക്കപ്പെട്ടു. തിരുമൂലംപിള്ളയുടെ ശിക്ഷാസാമർത്ഥ്യംകൊണ്ടും കോന്നിയിലുണ്ടായിരുന്ന മറ്റു താപ്പാനകളുടെ സഹവാസംകൊണ്ടും മറ്റും കൊച്ചയ്യപ്പൻ കാലക്രമേണ ഒരു താപ്പാനയായിത്തീർന്നു. എന്നുമാത്രമല്ല, കുഴിയിൽ വീഴുന്ന ആനകളെ കരയ്ക്ക് കയറ്റി കൂട്ടിലാക്കി അടയ്ക്കുന്നതിനു കൊച്ചയ്യപ്പനെപ്പോലെ

ബുദ്ധിയും സാമർത്ഥ്യവുമുള്ള ഒരു താപ്പാന തിരുവിതാംകൂറിൽ വേറെയില്ലെന്നുള്ള പ്രസിദ്ധി അവർ അചിരേണ സമ്പാദിക്കുകയും ചെയ്തു.

ഏറെത്താമസിയാതെ പത്മനാഭൻ എന്നു പ്രസിദ്ധനായ ഒരു താപ്പാന കൂടി കോന്നിയിൽ വന്നുചേർന്നു. കുറച്ചുദിവസത്തെ സഹവാസംകൊണ്ടു കൊച്ചയ്യപ്പനും പത്മനാഭനും പരസ്പരം അത്യന്തം സ്നേഹാകുലന്മാരായിത്തീർന്നു. അവർ രണ്ടുപേരും കൂടെ കൂടിയാൽ എത്ര വലിയ കാട്ടാനയായാലും കുഴിയിൽനിന്നു കരയ്ക്കു കയറ്റി കൂട്ടിൽകൊണ്ടുചെന്ന് അടയ്ക്കുന്നതിന് അവർക്ക് യാതൊരു പ്രയാസവുമുണ്ടായിരുന്നില്ല.

അങ്ങനെയിരിക്കുന്ന കാലത്തു സർക്കാരിൽനിന്ന് ആനകളെ കുഴിയിൽവീഴിച്ചു പിടിക്കുകയെന്നുള്ള ഏർപ്പാടു വേണ്ടെന്നുവയ്ക്കുകയും ആനകളെ പിടിക്കുന്നതിനു കോന്നിയിൽനിന്നു പത്തുപന്ത്രണ്ടുനാഴിക കിഴക്കു 'മുണ്ട വൻപൂഴി' എന്ന സ്ഥലത്ത് ഒരു കൊപ്പമുണ്ടാക്കുകയും ചെയ്തു. കൊപ്പത്തിൽ കാട്ടാനകൾ വന്നു കയറുന്നതു കൂട്ടത്തോടെ ആണല്ലോ. കാട്ടാനകൾ കൊപ്പത്തിൽ കയറിക്കഴിഞ്ഞാൽ താപ്പാനകളെ അതിലേക്കു വിടുകയും താപ്പാനകൾ കാട്ടാനകളെ ഓടിച്ചു പിള്ളക്കൊപ്പ(*വലിയ കൊപ്പത്തിനകത്തുള്ള ചെറിയ കൊപ്പ*)ത്തിലാക്കുകയും അവിടെ വച്ചു വടങ്ങളിൽ പിടിച്ചുവലിച്ചു കാട്ടാനകളെ ഓരോന്നോരോന്നായി കൊണ്ടുപോയി കൂട്ടിലാക്കി അടയ്ക്കുകയുമാണല്ലോ പതിവ്. അങ്ങനെയായപ്പോൾ താപ്പാനകളുടെ ആവശ്യം അധികപ്പെടുകയും കൊച്ചയ്യപ്പൻ, പത്മനാഭൻ മുതലായി മുമ്പവിടെ ഉണ്ടായിരുന്ന താപ്പാനകളെക്കൊണ്ടു മതിയാകാതെ വരുകയും ചെയ്യുകയാൽ 'മഞ്ഞപ്രത്തിരുനീലകണ്ഠൻ' മുതലായ ചില താപ്പാനകളെക്കൂടി അവിടെവരുത്തി. മഞ്ഞപ്രത്തിരുനീലകണ്ഠനും ഓരൊന്നാന്തരം താപ്പാനതന്നെയായിരുന്നു. എങ്കിലും കൊച്ചയ്യപ്പന്റെ സ്വഭാവവും തിരുനീലകണ്ഠന്റെ സ്വഭാവവും തമ്മിൽ വളരെ അന്തരമുണ്ടായിരുന്നു. കൊച്ചയ്യപ്പൻ തന്റെ പിടിയിലമരാത്ത ആനകളെയും അപകടമൊന്നും കൂടാതെ ഏതുവിധവും തന്റെ പിടിയിലമർത്തിക്കൊണ്ടുപോയി കൂട്ടിലാക്കി അടയ്ക്കും. തിരുനീലകണ്ഠൻ തന്റെ പിടിയിലമരാത്ത ആനകളെ ഉടനെ കുത്തിക്കൊല്ലും. ഇതാണ് ഇവർ തമ്മിലുള്ള പ്രധാന വ്യത്യാസം. അങ്ങനെ മഞ്ഞപ്രതിരുനീലകണ്ഠൻ അനേകം നല്ല ആനകളെ കുത്തിക്കൊല്ലുകയും തന്നിമിത്തം സർക്കാരിലേക്കു വളരെ അനേകം നഷ്ടം സംഭവിക്കുകയും സംഭവിക്കുകയും ചെയ്തിട്ടുണ്ട്. ഇതു നിമിത്തവും മറ്റു ചില കാരണങ്ങളാലും സർക്കാരിൽനിന്നു കൊപ്പം വേണ്ടെന്നു വയ്ക്കുകയും പൂർവ്വസ്ഥിതിയിൽ ആനകളെ കുഴിയിൽ വീഴിച്ചുപിടിച്ചാൽ മതിയെന്നു തീർച്ചപ്പെടുത്തുകയും ചെയ്തു.

അക്കാലത്തു നേരം വൈകുമ്പോൾ കൊച്ചയ്യപ്പനെയും പത്മനാഭനെയും ചങ്ങലയെടുത്തു കാട്ടിലേക്കു വിട്ടയയ്ക്കുക പതിവായിരുന്നു.

അവർ രണ്ടുപേരുംകൂടി കാട്ടിൽക്കയറി കണ്ടതൊക്കെ ഒടിച്ചും പറിച്ചും തിന്നു വയറു നിറയ്ക്കുകയും ഉറക്കം വരുമ്പോൾ യഥേഷ്ടം എവിടെയെങ്കിലും കിടന്നുറങ്ങുകയും നേരം വെളുക്കുമ്പോൾ ആനക്കാരുടെ വാസസ്ഥലത്തു ഹാജരാവുകയും ചെയ്തിരുന്നു. ഒരുദിവസം പതിവുപോലെ രണ്ടാനകളും ഒരുമിച്ചു കാട്ടിലേക്കു പോയിട്ടു കൊച്ചയ്യപ്പൻ തിന്നുതിന്നു വടക്കോട്ടും പത്മനാഭൻ തെക്കോട്ടും പോയതിനാൽ അവർ തമ്മിൽ പിരിയാനിടയായി. കുറച്ചുദൂരം പോയതിന്റെശേഷം പത്മനാഭൻ കൊച്ചയ്യപ്പൻ വരുന്നുണ്ടോ എന്നു നാലുപുറത്തേക്കും നോക്കി. അപ്പോൾ മുൻവശത്തു കുറച്ചു ദൂരെയായി ഒരാന നിൽക്കുന്നതുകണ്ട് അതു കൊച്ചയ്യപ്പനാണെന്നു വിചാരിച്ചു പത്മനാഭൻ അങ്ങോട്ടു ചെന്നു. അതു വാസ്തവത്തിൽ ഒരു വലിയ കാട്ടാനയായിരുന്നു. പത്മനാഭൻ ചെന്നടുത്തപ്പോൾ ആ കാട്ടാന ചാടിയൊരു കുത്തു കൊടുത്തു. പത്മനാഭൻ കൊമ്പുകൊണ്ടു തട്ടിക്കളഞ്ഞതിനാൽ കുത്തു കൊണ്ടില്ല. അപ്പോൾ കാട്ടാനയ്ക്കു ദേഷ്യം കലശലായി. ആ ആന പത്മനാഭനെ കുത്താനായി വീണ്ടും ചാടിച്ചെന്നു. അപ്പോൾ പത്മനാഭനും കോപാന്ധനായിത്തീരുകയാൽ ആ കുത്തും കൊള്ളാതെ കൊമ്പു കൊണ്ടു തട്ടിക്കളഞ്ഞിട്ടു കാട്ടാനയെ കുത്താനായി പത്മനാഭൻ ചാടി വീണു. കാട്ടാനയും കുത്തുകൊള്ളാതെ കൊമ്പുകൊണ്ടു തട്ടിക്കളഞ്ഞു. ഇങ്ങനെ ആ രണ്ടാനകളും ബാലിസുഗ്രീവന്മാരെപ്പോലെ അതിഭയങ്കരമായ യുദ്ധം പൊടിപൊടിച്ചുതുടങ്ങി. പിറ്റേദിവസം നേരം വെളുത്തിട്ടും ആ ആനകളുടെ യുദ്ധം അവസാനിച്ചില്ല. നേരം വെളുത്തപ്പോൾ കൊച്ചയ്യപ്പൻ പതിവുപോലെ ആനക്കാരന്മാരുടെ വാസസ്ഥലത്തെത്തി. അപ്പോൾ പത്മനാഭനെ അവിടെ കാണാഞ്ഞിട്ടു കൊച്ചയ്യപ്പനു വലിയ വിചാരമായി. നേരം രാത്രിയായിട്ടും പത്മനാഭൻ വന്നുചേർന്നില്ല. ഒരു വിധത്തിൽ രാത്രി കഴിച്ചുകൂട്ടീട്ടു നേരംവെളുത്തപ്പോൾ കൊച്ചയ്യപ്പൻ പത്മനാഭനെ അന്വേഷിക്കാനായി കാട്ടിലേക്കു യാത്രയായി. അവന്റെ പിന്നാലെ ചില താപ്പാനകളോടുംകൂടി തിരുമൂലംപിള്ള മുതലായ ആനക്കാരന്മാരും പോയി. കുറെ ദൂരം ചെന്നപ്പോൾ ഒരു കാൽ നാഴിക അകലെയായി രണ്ടാനകളുടെ അമർച്ചയും കൊമ്പുകൾ കൂട്ടിയിടിക്കുന്ന ശബ്ദവും കേട്ടുതുടങ്ങി. അപ്പോൾത്തന്നെ കൊച്ചയ്യപ്പനും തിരുമൂലം പിള്ള മുതലായവരും സംഗതി മനസ്സിലാക്കി. ഉടനെ തിരുമൂലംപിള്ള ഒരു താപ്പാനയുടെ ചങ്ങലയഴിച്ചു കൊച്ചയ്യപ്പന്റെ മുമ്പിൽ ഇട്ടു കൊടുത്തു. കൊച്ചയ്യപ്പൻ ആ ചങ്ങല നാലായിട്ടു മടക്കിയെടുത്തു കൊണ്ടു നടന്നുതുടങ്ങി. പിന്നാലെ മറ്റുള്ളവരും ചെന്നു. അങ്ങനെ കുറച്ചുദൂരം ചെന്നപ്പോൾ പത്മനാഭനും ഒരു വലിയ കാട്ടാനയും തമ്മിൽ യുദ്ധം ചെയ്തുകൊണ്ടു നിൽക്കുന്നത് അവർ സ്പഷ്ടമായി കണ്ടു. കാട്ടാന ചാടി പത്മനാഭനെ കുത്തുകയും പത്മനാഭൻ കൊമ്പുകൊണ്ടു തട്ടുകയും ചെയ്ത സമയം കൊച്ചയ്യപ്പൻ ഓടിച്ചെന്നു കൈയിലുണ്ടായിരുന്ന ചങ്ങലകൊണ്ടു കാട്ടാനയുടെ ഒരു മർമ്മസ്ഥാനത്ത് ഊക്കോടു

കൂടി ഒരടി കൊടുത്തു. അടികൊണ്ട ക്ഷണത്തിൽ കാട്ടാന മരണവേദന യോടുകൂടി മൂന്നുവട്ടംചുറ്റിനിലംപതിച്ചു. അതോടുകൂടി ആ കാട്ടാന യുടെ കഥയും കഴിഞ്ഞു. പിന്നെ എല്ലാവരുംകൂടി കാട്ടിൽനിന്നു തിരികെ പ്പോരുകയും ചെയ്തു. അതിൽപ്പിന്നെ കൊച്ചയ്യപ്പനെക്കൂടാതെ പത്മനാ ഭൻ തനിച്ച് ഒരു കാര്യത്തിനും ഒരു സ്ഥലത്തും പോകാറില്ല.

ഒരിക്കൽ കുഴിയിൽവീണ ഒരു കാട്ടാനയെ കുഴിയിൽനിന്നു കയറ്റാ നായി വടങ്ങളിട്ടുകെട്ടിയശേഷം പുറകിലത്തെ വടം ഒരു മരത്തിന്മേൽ കെട്ടീട്ടു കഴുത്തിനു കെട്ടിയിരുന്ന വടങ്ങളിൽ വലതുവശത്തെ വടം കൊച്ചയ്യപ്പനും ഇടത്തുവശത്തെ വടം മറ്റൊരു താപ്പാനയും പിടിച്ചു. പിന്നെ കുഴിയുടെ മുകളിലിട്ടിരുന്ന തടികൾ മഞ്ഞപ്രത്തിരുനീലകണ്ഠനും പത്മനാഭനുംകൂടി തള്ളിനീക്കിക്കൊണ്ടുനിന്നു. ആ സമയം ഒടുവിൽ പത്മനാഭൻ തള്ളിനീക്കിയ ഒരു തടിയുടെ അറ്റം മഞ്ഞപ്ര ത്തിരുനീലകണ്ഠന്റെ തുമ്പിക്കൈയിന്മേൽ കൊള്ളുന്നതിനിടയായി. തന്നിമിത്തം തിരുനീലകണ്ഠനു സ്വൽപം വേദനയുണ്ടാവുകയും അവൻ കോപാന്ധനായിത്തീരുകയും ഊക്കോടുകൂടി ചാടി പത്മനാഭന്റെ പാർശ്വഭാഗത്ത് ഒരു കുത്തുകൊടുക്കുകയും പത്മനാഭൻ തത്ക്ഷണം മറിഞ്ഞുവീണു ചാവുകയും ചെയ്തു. അതു കണ്ടപ്പോൾ കൊച്ചയ്യപ്പന്റെ വിധം ആകെപ്പാടെ ഒന്നുമാറി. അപ്പോൾ തിരുമൂലംപിള്ള “മകനെ! ചതിക്കരുതേ; വടം വിട്ടുകളയല്ലേ” എന്നു കൊച്ചയ്യപ്പനോടു പറയു കയും “തിരുനീലകണ്ഠനെ മാറ്റിക്കൊള്ളണം” എന്ന് ആ ആനയുടെ ആനക്കാരനോട് ആംഗ്യം കാണിക്കുകയും ചെയ്തു. കൊച്ചയ്യപ്പൻ തിരു മൂലംപിള്ളയുടെ വാക്കിനെ അനുസരിക്കാതെയിരിക്കാൻ നിവൃത്തി യില്ലായ്കകൊണ്ട് അത്യന്തം കോപത്തോടുകൂടി ദുസ്സഹമായ ദുഃഖ ത്തോടും വടംപിടിച്ചുകൊണ്ടുപോയി കാട്ടാനയെ കൂട്ടിലാക്കി അടച്ചതിന്റെശേഷം തിരുനീലകണ്ഠൻ നിന്നിരുന്ന സ്ഥലത്തേക്ക് അതി വേഗത്തിൽ ഓടിയെത്തി. അപ്പോൾ തിരുനീലകണ്ഠനെ അവിടെ യെങ്ങും കാണായ്കയാൽ കൊമ്പിന്റെ തരിപ്പു തീർക്കാനായി അവിടെ നിന്നിരുന്ന ഒരു തേക്കു മരത്തിന്മേൽ ഊക്കോടും കോപത്തോടും കൂടി ഒരു കുത്തുകൊടുത്തു. കുത്തുകൊണ്ടു മരം തുളഞ്ഞു കൊ ച്ചയ്യപ്പന്റെകൊമ്പു മറുവശത്തു ചെന്നു. പിന്നെ കൊച്ചയ്യപ്പൻ കൊമ്പ് ഊരിയടുത്തുകൊണ്ടു തിരുമൂലംപിള്ളയുടെ വാസസ്ഥലത്തേക്കു പോയി. കൊച്ചയ്യപ്പൻ കുത്തിത്തുളച്ച തേക്കുമരം ഇപ്പോഴും അവിടെ നിൽക്കുന്നുണ്ടത്രേ. ആ സമയം തിരുനീലകണ്ഠനെ കണ്ടിരുന്നു വെങ്കിൽ കൊച്ചയ്യപ്പൻ അവന്റെ കഥ കഴിക്കുമായിരുന്നു എന്നുള്ളതിനു സംശയമില്ല. ആ സമയത്തെന്നല്ല പിന്നെ ഒരിക്കലും കൊച്ചയ്യപ്പനു മഞ്ഞപ്രതിരുനീലകണ്ഠനെ കാണുന്നതിന് ഇടകൊടുത്തിട്ടില്ല. തിരു നീലകണ്ഠനെ ഉടനെ അരിപ്പാട്ടു ക്ഷേത്രത്തിൽ എഴുന്നള്ളിപ്പിനായി അങ്ങോട്ടയച്ച് അവിടെ നിറുത്തുകയും സാക്ഷാൽ വൈക്കത്തു

തിരുനീലകണ്ഠൻ കഴിഞ്ഞതിന്റെശേഷം അങ്ങോട്ടയയ്ക്കുകയും അവനു പകരം കോന്നിയിലേക്കു താപ്പാനയായി വലിയ ബാലകൃഷ്ണൻ എന്നു പ്രസിദ്ധപ്പെട്ട ആനയെ നിയമിക്കുകയും ചെയ്തു. കൊച്ചയ്യപ്പൻ തിരുമൂലം പിള്ളയുടെ വാസസ്ഥലത്തു ചെന്നിട്ട് ഏഴു ദിവസത്തേക്കു വെള്ളം കുടിക്കുകപോലുംചെയ്യാതെ രാപകൽ ഒരുപോലെ കരഞ്ഞുകൊണ്ട് അവിടെ ഒരു സ്ഥലത്തു കിടന്നു. പിന്നെ തിരുമൂലം പിള്ളയുടെ സാന്ത്വനവാക്കുകൾകൊണ്ട് ഒരുവിധം സമാശ്വസിച്ചു കുറേശ്ശെ തീറ്റി തിന്നുകയും വെള്ളം കുടിക്കാൻ തുടങ്ങുകയും ക്രമേണ പൂർവ്വസ്ഥിതിയെ പ്രാപിക്കുകയും ചെയ്തു. “നല്ല ദുഃഖമെന്നാലും കാലം ചെല്ലുമ്പോൾ കുറഞ്ഞുപോം” എന്നുണ്ടല്ലോ.

വലിയ ബാലകൃഷ്ണൻ എന്ന പ്രസിദ്ധപ്പെട്ട താപ്പാന കോന്നിയിൽ വന്നു ചേർന്നതിന്റെശേഷം കുറച്ചുകാലത്തേക്ക് ആനകളെ കുഴിയിൽനിന്നു കയറ്റി കൂട്ടിലാക്കി അടയ്ക്കുകയെന്നുള്ള കാര്യം ആ ആനയും കൊച്ചയ്യപ്പനുംകൂടിയാണ് നിർവ്വഹിച്ചുപോന്നത്. കൊച്ചയ്യപ്പനു വലിയ ബാലകൃഷ്ണനെക്കുറിച്ച് പത്മനാഭനെക്കുറിച്ചുണ്ടായിരുന്നേടത്തോളം സ്നേഹമുണ്ടായിരുന്നില്ല. എങ്കിലും വിരോധവുമുണ്ടായിരുന്നില്ല.

അങ്ങനെയിരുന്നപ്പോൾ ഒരുവലിയ കാട്ടാന കുഴിയിൽ വീണു. അതിനെ വടങ്ങളിട്ടുകെട്ടി കുഴിയിൽനിന്നു കയറ്റി കഴുത്തിൽ കെട്ടിയിരുന്ന വടങ്ങളിൽ ഇടത്തുവശത്തേതു കൊച്ചയ്യപ്പനും വലത്തുവശത്തേതു ബാലകൃഷ്ണനും കടിച്ചുപിടിച്ചുകൊണ്ടു കൂട്ടിലേക്കു പുറപ്പെട്ടു. അപ്പോൾ ആ കാട്ടാന കാട്ടിലേക്കു പാഞ്ഞു തുടങ്ങി. ഈ രണ്ടാനകൾ പിടിച്ചിട്ടും ആ കാട്ടാന നിന്നില്ല.കുറച്ചു കഴിഞ്ഞപ്പോൾ വലിയ കാടായി. കാട്ടാനയെ തിരിച്ചുകൊണ്ടുവരുവാൻ സാധിക്കയില്ലെന്നു കണ്ടപ്പോൾ ബാലകൃഷ്ണൻ വടംവിട്ടുകളയുകയും പിൻതിരിഞ്ഞ് ഓടിപ്പോവുകയും ചെയ്തു. എങ്കിലും കൊച്ചയ്യപ്പൻ വടം വിട്ടില്ല. ആ കാട്ടാന കാട്ടിൽക്കൂടി കൊച്ചയ്യപ്പനെയും വലിച്ചുകൊണ്ടു നടന്നു. കുറച്ചു കഴിഞ്ഞപ്പോൾ നേരം വൈകിത്തുടങ്ങി. അപ്പോൾ തിരുമൂലംപിള്ള “മകനെ! നേരം വൈകിത്തുടങ്ങി. രാത്രിയിൽ നമ്മൾ കാട്ടിലകപ്പെട്ടാൽ ഈ ആനയുടെ കൂട്ടാനകൾ വന്നു നമ്മുടെ കഥ കഴിക്കും. അതിനാൽ നേരമിരുട്ടുന്നതിനു മുമ്പു നമുക്കു തിരിച്ചുപോകാനുള്ള മാർഗ്ഗംനോക്കണം” എന്നു പറഞ്ഞു. ഉടനെ കൊച്ചയ്യപ്പൻ തലതാഴ്ത്തി വടത്തിന്മേൽ ചവിട്ടിപ്പിടിച്ചുകൊണ്ടു കൊമ്പുകൊണ്ടു വടത്തിന്മേൽ ഒരു തട്ടുകൊടുത്തു. അപ്പോൾ കാട്ടാനയുടെ തല പെട്ടെന്നു താഴുകയും കൊമ്പു നിലത്തു മുട്ടുകയും ചെയ്തു. അത്തരത്തിന് കൊച്ചയ്യപ്പൻ കാട്ടാനയുടെ പാർശ്വഭാഗത്ത് ഊക്കോടുകൂടി ഒരു കുത്തും അതോടുകൂടി ഒരു തള്ളും കൊടുത്തു. മലപോലെയിരുന്ന കാട്ടാന തത്ക്ഷണം മറിഞ്ഞുവീണു ചാകുകയും കൊച്ചയ്യപ്പനും

തിരുമൂലംപിള്ളയും അപ്പോൾത്തന്നെ തിരികെ വാസസ്ഥലത്തേക്കു പോരുകയും ചെയ്തു. അതിൽപ്പിന്നെ കൊച്ചയ്യപ്പൻ വലിയ ബാല കൃഷ്ണനോടുകൂടി യാതൊന്നിനും പോയിരുന്നില്ല.

കോന്നിയിൽ താപ്പാനകളുടെ കൂട്ടത്തിൽ കല്യാണി എന്നു പേരായിട്ട് ഒരു പിടിയാനയും ഉണ്ടായിരുന്നു. അതിന്റെ ആനക്കാരൻ ഗോവിന്ദപ്പിള്ള എന്നൊരാളായിരുന്നു. അയാൾ കൊച്ചയ്യപ്പന്റെ ആനക്കാരനാകണമെന്നാഗ്രഹിച്ച് അതിലേക്കു ചില ശുപാർശകൾ ചെയ്തുകൊണ്ടിരുന്നു. അനേകകാലത്തെ ഉത്സാഹവും ശുപാർശയും കൊണ്ട് ഒടുക്കം അതു സാധിച്ചു. തിരുമൂലംപിള്ളയെ കല്യാണിയുടെ ആനക്കാരനായും ഗോവിന്ദപ്പിള്ളയെ കൊച്ചയ്യപ്പന്റെ ആനക്കാരനായും നിയമിച്ച് മേലാവിൽനിന്ന് ഉത്തരവുവന്നു. തിരുമൂലംപിള്ളയ്ക്കും കൊച്ചയ്യപ്പനും ഇത് ഏറ്റവും സങ്കടകരമായിരുന്നു. എങ്കിലും നിവൃത്തിയില്ലായ്കയാൽ അവരതു സമ്മതിച്ചു. കൊച്ചയ്യപ്പനു ഗോവിന്ദപ്പിള്ളയോട് വിരോധമൊന്നും ഉണ്ടായിരുന്നില്ല. എങ്കിലും അയാൾ പറയുന്നതുപോലെയൊന്നും അവൻ ചെയ്തിരുന്നില്ല. അതിനാൽ കാര്യം നടപ്പില്ലാതെയായിത്തീർന്നു. അതറിഞ്ഞു മേലാവിൽനിന്നു രണ്ടാനക്കാരെയും യഥാപൂർവ്വം ഒരു മാസത്തിനകം മാറ്റി നിയമിക്കുകയും കാര്യങ്ങളെല്ലാം മുറയ്ക്ക് മുമ്പിലത്തെപ്പോലെ നടന്നു തുടങ്ങുകയും ചെയ്തു.

പത്മനാഭൻ മരിച്ചതിന്റെശേഷം തിരുമൂലംപിള്ള പകലത്തെ പണി കഴിഞ്ഞു തന്റെ വാസസ്ഥലത്തേക്കു പോകുമ്പോൾ കൊച്ചയ്യപ്പനെ കൂടെ കൊണ്ടുപോയി തീറ്റ കൊടുത്ത് അവിടെ നിറുത്തുകയാണ് പതിവ്. കൊച്ചയ്യപ്പൻ ചെറുപ്പത്തിൽ റാന്നിയിൽകർത്താവിൻെറ വാസസ്ഥലത്ത് എപ്രകാരമോ, അപ്രകാരംതന്നെയാണ് തിരുമൂലംപിള്ളയുടെ വാസസ്ഥലത്തു താമസിച്ചിരുന്നത്. തിരുമൂലംപിള്ളയുടെ മക്കളും കൊച്ചയ്യപ്പന്റെ അടുക്കൽ ചെന്നു കളിക്കുകയും അവൻ അവരെ കളിപ്പിക്കുകയും ചെയ്തിരുന്നു. കുട്ടികൾ ചെന്നു കൊച്ചയ്യപ്പന്റെ ചെവികളിലും തുമ്പിക്കയ്യിന്മേലും വാലിന്മേലും പിടിച്ചുതൂങ്ങിയാലും അവൻ അവരെ ഉപദ്രവിക്കാറില്ല. ചിലപ്പോൾ കുട്ടികളുടെ ഉപദ്രവംകൊണ്ടു വേദന ഉണ്ടായാൽ കൊച്ചയ്യപ്പൻ അവരുടെ ചെവിക്കും തുടയ്ക്കും തുമ്പിക്കയ്യിന്റെ അഗ്രംകൊണ്ടു പിടിച്ചു തിരുമ്മും. എന്നാൽ കുട്ടികൾക്ക് അതുകൊണ്ടു വലിയ വേദന ഉണ്ടാകാറില്ല.

തിരുമൂലംപിള്ളയ്ക്ക് ഒരിക്കലും കൊച്ചയ്യപ്പനെ അടിക്കേണ്ടതായി വന്നിട്ടില്ല. തിരുമൂലംപിള്ള പറയുന്നവ മാത്രമല്ല, മനസ്സിൽ വിചാരിക്കുന്നതുകൂടി കൊച്ചയ്യപ്പൻ അറിഞ്ഞുവേണ്ടതുപോലെ ചെയ്യും. പിന്നെ അവനെ അടിക്കുന്നതെന്തിനാണ്? ഇന്ന സ്ഥലത്തു കുഴിയിൽ ഒരാന വീണിട്ടുണ്ട്; അതിനെക്കയറ്റാൻ നമുക്ക് അങ്ങോട്ടുപോകണം എന്നോ, അല്ലെങ്കിൽ ഇന്ന സ്ഥലത്ത് ഉത്സവമാണ്; അവിടെ എഴുന്നള്ളിപ്പിനു

പോകണമെന്നോ പറഞ്ഞ് തിരുമൂലംപിള്ള പുറത്തു കയറിക്കിടന്നു റങ്ങിയാൽ കൊച്ചയ്യപ്പൻമുമ്പു പോയിട്ടുള്ള സ്ഥലമാണെങ്കിൽ അവൻ അവിടെ എത്തിക്കൊള്ളും. ഇടയ്ക്കു വഴിക്കു സംശയം തോന്നിയാൽ അവൻ അവിടെനിന്നു പതുക്കെ തിരുമൂലംപിള്ളയെ ഉണർത്തും. അയാൾ വഴി പറഞ്ഞുകൊടുത്താൽ അവൻ പിന്നെയും നടന്നുതുടങ്ങു കയും വേണ്ടുന്ന സ്ഥലത്തു ചെന്നുചേരുകയും ചെയ്യും. അങ്ങനെയാണ് പതിവ്.

ഒരു കൊല്ലം ആറന്മുളക്ഷേത്രത്തിൽ ഉത്സവകാലത്ത് എഴുന്നള്ളി പ്പിനായി കൊച്ചയ്യപ്പനെ കൊണ്ടുപോയിരുന്നു. അവിടെ എണ്ണയ്ക്കാട്ടു കൊട്ടാരംവക ഒരു കൊമ്പനാനയും വന്നിരുന്നു. ആ ആനയ്ക്കു വെടി ക്കെട്ടിനെക്കുറിച്ചു വളരെ ഭയമുണ്ടായിരുന്നു. വെടിയുടെ ശബ്ദം കേട്ടാൽ ആ ആന കൂക്കി വിളിച്ചുകൊണ്ട് ഓടും. അങ്ങനെയാണ് അതിന്റെ പതിവ്. അതിനാൽ ആ ആണ്ടിൽ പള്ളിവേട്ടനാൾ വെടി ക്കെട്ട് ഇറക്കിയെഴുന്നള്ളിച്ചതിന്റെ ശേഷമായിരുന്നു. ഇറക്കിയെഴുന്നള്ളി ച്ചതിന്റെശേഷം കൊച്ചയ്യപ്പനെ മതിൽക്കകത്തു പടിഞ്ഞാറെ ഗോപുരത്തിനു വടക്കുവശത്തും കൊട്ടാരംവക ആനയെ കിഴക്കെ ഗോ പുരത്തിനു തെക്കുവശത്തും കൊണ്ടുചെന്നു നിറുത്തി. കൊച്ചയ്യപ്പനു വെടിക്കെട്ടു കേട്ടാൽ ഒരിളക്കവുമില്ല; അവൻ ജനങ്ങളെ ഉപദ്രവിക്കയു മില്ല. അതിനാൽ തിരുമൂലംപിള്ള അവന്റെയടുക്കൽ നില്ക്കാതെ ദൂരെ മാറി വെടിക്കെട്ടു കാണാൻ തയ്യാറായി നിന്നു. കൊട്ടാരം വക ആനയുടെ അടുക്കൽ തോട്ടി, കുന്തം മുതലായ ആയുധങ്ങളോടുകൂടി രണ്ടാന ക്കാരന്മാർ നിന്നിരുന്നു. ആനയ്ക്ക് കയ്യിനു വിലങ്ങുമിട്ടു. ഉടനെ വെടി ക്കെട്ട് ആരംഭിച്ചു.കമ്പക്കോട്ട പൊട്ടിത്തുടങ്ങിയപ്പോൾ കൊട്ടാരം വക ആന അത്യുച്ചത്തിൽ ഒന്നു കൂകി. അപ്പോൾ മതിൽക്കകത്ത് അസംഖ്യം ജനങ്ങളുണ്ടായിരുന്നതിനാൽ അവിടെയുണ്ടായിരുന്ന ബഹളവും കോലാഹലവും ഇന്ന പ്രകാരമാണെന്നു പറയാൻ പ്രയാസംതന്നെ. കൊട്ടാരംവക ആനയുടെ ശബ്ദം കേട്ട ക്ഷണത്തിൽ കൊച്ചയ്യപ്പൻ കിഴക്കെ നടയിലെത്തി ആ ആനയെ പിടികൂടി അതിന് ഇളകാൻ പാടി ല്ലാത്തവിധത്തിൽ അവിടെ നിറുത്തി. വെടിക്കെട്ടു കഴിഞ്ഞു ജന ങ്ങളെല്ലാം പിരിഞ്ഞതിന്റെശേഷമേ കൊച്ചയ്യപ്പൻ പിടിച്ച പിടിവിട്ടുള്ളൂ.

കൊച്ചയ്യപ്പനു ചോറുവകയ്ക്കു സർക്കാരിൽനിന്നു പ്രതിദിനം രണ്ടു പറ അഞ്ചിടങ്ങഴി അരി പതിവുവച്ചിട്ടുണ്ടായിരുന്നു. ആ അരി തിരു മൂലംപിള്ളയെ ഏല്പിച്ചുകൊടുക്കുകയാണ് പതിവ്. കോന്നിയിൽ കാട്ടു തീറ്റി ധാരാളമായിട്ടുണ്ടായിരുന്നതുകൊണ്ടും തിരുമൂലംപിള്ള തെങ്ങോല മുതലായവ ധാരാളമായി കൊടുത്തിരുന്നതിനാലും കൊച്ചയ്യപ്പൻ ഒരു പറ അരിയുടെ ചോറിലധികം തിന്നാറില്ല. ശേഷമുള്ള അരി തിരുമൂലംപിള്ള എടുക്കുകയാണ് പതിവ്. തിരുമൂലംപിള്ളയുടെ വീട്ടിൽ ഭാര്യയും മക്കളും മറ്റുമായി അനേകം പേരുണ്ടായിരുന്നു.

അയാൾക്കുള്ള ശമ്പളംകൊണ്ട് എല്ലാവർക്കുംകൂടി ചെലവിനു മതിയാവുകയില്ലായിരുന്നു. പിന്നെ അയാൾ ഈ അരികൊണ്ടുകൂടിയാണ് കുടുംബം പുലർത്തിപ്പോന്നിരുന്നത്. ഈ പരമാർത്ഥമറിഞ്ഞു കല്യാണിയുടെ ആനക്കാരനായ ഗോവിന്ദപ്പിള്ള പേരും ഒപ്പും കൂടാതെ കൺസർവേറ്റർ സായ്പിന്റെ പേർക്ക് കള്ളഹർജി എഴുതിയയച്ചു. ആ ഹർജിയിൽ കൊച്ചയ്യപ്പനാന ഒരു പറയരിയുടെ ചോറിലധികം തിന്നുകയില്ലെന്നും ശേഷമുള്ള അരി തിരുമൂലംപിള്ള അന്യായമായി അപഹരിക്കുകയാണെന്നും മറ്റും വിവരിച്ചിരുന്നു. ഹർജി കിട്ടീട്ടു മുന്നറിവുകൊടുക്കാതെ ഉടനെ പുറപ്പെട്ട് സായ്പ് കോന്നിയിലെത്തി. കാലത്ത് ആറു മണിക്കാണ് സായ്പ് അവിടെ എത്തിയത്. ഉടൻ തിരുമൂലംപിള്ളയെ വിളിച്ചു, കൊച്ചയ്യപ്പനു ചോറ് തന്നെക്കാൺകെ അരി അളന്നിട്ടുവച്ചു കൊടുക്കണമെന്നു സായപ് ചട്ടംകെട്ടി.അപ്രകാരം തിരുമൂലംപിള്ള സായ്പിന്റെ മുമ്പിൽവച്ചുതന്നെ ഇരുപത്തഞ്ചിടങ്ങഴി അരി അളന്നിട്ടു വച്ചു കൊച്ചയ്യപ്പനു ചോറുകൊടുത്തു. അതിനിടയ്ക്ക് തിരുമൂലംപിള്ള കൊച്ചയ്യപ്പന്റെ ചെവിയിൽ "മകനെ! ചതിക്കരുതേ; എന്റെ കുഞ്ഞുകുട്ടികൾക്കു പട്ടിണിയാക്കല്ലേ'' എന്നു സായ്പ് കേൾക്കാതെ സ്വകാര്യമായി പറഞ്ഞു. കൊച്ചയ്യപ്പൻ അതുകേട്ടു കാര്യം മനസ്സിലായി എന്നുള്ള ഭാവത്തിൽ തല കുലുക്കുകയും ചെയ്തു. കൊച്ചയ്യപ്പൻ ആ ചോറു മുഴുവനും തിന്നതിന്റെശേഷം വിശപ്പടങ്ങിയില്ല എന്നുള്ള ഭാവത്തിൽ സായ്പിന്റെ മുമ്പിൽ ചെന്നുനിന്ന് ഉറക്കെ നിലവിളിച്ചു. സായ്പ് അഞ്ചെട്ടു പഴക്കുലകൂടി വരുത്തി കൊച്ചയ്യപ്പനു കൊടുത്തു. അവൻ അതുമെല്ലാം വാങ്ങിത്തിന്നു. എന്നിട്ടും നല്ല തൃപ്തിയായ ഭാവമുണ്ടായിരുന്നില്ല. പിന്നെ സായ്പ് തിരുമൂലംപിള്ളയെ വിളിച്ചു കൊച്ചയ്യപ്പനെക്കൊണ്ടുപോയി അവനു വയർ നിറയത്തക്കവണ്ണം തെങ്ങോലയോ മറ്റോ കൊടുക്കാൻ ചട്ടംകെട്ടിയയച്ചു. അന്നുതന്നെ സായ്പ് അദ്ദേഹത്തിനു കിട്ടിയ ഹർജി തിരുമൂലംപിള്ളയുടെ വിരോധികളാരോ അയച്ച കള്ളഹർജിയാണെന്നു തീർച്ചപ്പെടുത്തുകയും കൊച്ചയ്യപ്പനു അഞ്ചിടങ്ങഴി അരി കൂട്ടി പ്രതിദിനം മൂന്നു പറ അരിയുടെ ചോറു വീതം കൊടുക്കുന്നതിനും അതിനുള്ള അരി യഥാപൂർവ്വം തിരുമൂലംപിള്ളയെത്തന്നെ ഏല്പിച്ചുകൊടുക്കുന്നതിനും ഏർപ്പാടുചെയ്യുകയും ചെയ്തു. അതിനാൽ ഗോവിന്ദപ്പിള്ള ചെയ്ത ഉപദ്രവം തിരുമൂലംപിള്ളയ്ക്ക് ഉപകാരമായിത്തീർന്നു.

അങ്ങനെ കുറച്ചുകാലം കഴിഞ്ഞപ്പോൾ വൈക്കത്തു ക്ഷേത്രത്തിൽ എഴുന്നള്ളിപ്പിനു തക്കതായ ആനയൊന്നും ഇല്ലാതെ വരുകയാൽ കൊച്ചയ്യപ്പനെ അവിടെ അയച്ചു നിറുത്തണമെന്ന് ഉത്തരവു വരുകയും അതനുസരിച്ച് അവനെ അങ്ങോട്ടയയ്ക്കുകയും ചെയ്തു. അക്കൊല്ലം കോന്നിയിൽ തക്കതായ താപ്പാന ഇല്ലാതെയിരുന്നതുകൊണ്ട് കുഴിയിൽ വീണ ആനകളിൽ മിക്കവയും കയറിപ്പോയ്ക്കളയുകയും

പിടിച്ചവയെത്തന്നെ കൂട്ടിലാക്കിയടയ്ക്കാൻ വളരെ പ്രയാസം നേരിടുകയും ചെയ്യുകയാൽ ആ വിവരങ്ങളെല്ലാം സായ്പ് എഴുതി അയയ്ക്കുകയും കൊച്ചയ്യപ്പനെ തിരിയെ കോന്നിയിൽത്തന്നെ വരുത്തി നിറുത്തിക്കൊള്ളുന്നതിന് ഉത്തരവുണ്ടാകയും ചെയ്തു. അതനുസരിച്ച് കൊച്ചയ്യപ്പൻ പിന്നെയും കോന്നിയിൽത്തന്നെ വന്നു ചേർന്നു.

കൊച്ചയ്യപ്പൻ കൊപ്പത്തിൽനിന്നു പിടിച്ചു കൂട്ടിലാക്കി അടച്ചിട്ടുള്ള ആനകൾക്കു കണക്കില്ല. അവൻ കുഴികളിൽനിന്നുതന്നെ എഴുനൂറിലധികം ആനകളെ കയറ്റി കൂട്ടിലാക്കി അടച്ചിട്ടുണ്ട്. അവൻ അധികം ആനകളെ കൊന്നിട്ടുമില്ല. കൊച്ചയ്യപ്പൻ ഒരു കാട്ടാനയെ ചങ്ങലകൊണ്ട് അടിച്ചും മറ്റൊന്നിനെ കുത്തിയും ഇങ്ങനെ രണ്ടാനകളെ കൊന്നിട്ടുള്ളതായി മുമ്പു പറഞ്ഞിട്ടുണ്ടല്ലോ. അതു കൂടാതെ അവൻ ഒരാനയെക്കൂടി കൊന്നിട്ടുണ്ട്. ഒരിക്കൽ കോന്നിയിലുള്ള ആനക്കൂടുകളിൽ സ്ഥലം മതിയാകാതെ വരുകയാൽ പത്തനാപുരത്തും ചില ആനക്കൂടുകളുണ്ടാക്കി. കൊച്ചയ്യപ്പനും മറ്റൊരു താപ്പാനയുംകൂടി ഒരു കാട്ടാനയെ കുഴിയിൽനിന്നു കയറ്റിക്കൊണ്ടുവന്ന് പത്തനാപുരത്തുള്ള കൂട്ടിലാക്കി അടയ്ക്കാനായി പുറപ്പെട്ടു. ആ കാട്ടാന വലിയ പിണക്കക്കാരനായിരുന്നു. അതിനെ കൊണ്ടുപോകാനുള്ള പ്രയാസംകൊണ്ടും വല്ലപ്രകാരവും കൂട്ടിലാക്കി അടച്ചാലും പിന്നീടു നാശങ്ങളുണ്ടാക്കിത്തീർത്തേക്കുമെന്നു തോന്നിയതിനാലും പിടിവിട്ടാൽ തന്നെത്തന്നെ അവൻ കുത്തിക്കൊന്നേക്കുമെന്നുള്ള ഭയംനിമിത്തവും കൊച്ചയ്യപ്പൻ ആ കാട്ടാനയെ വഴിക്കുവച്ചു കുത്തിക്കൊന്നുകളഞ്ഞു. അതും തിരുമൂലംപിള്ളയുടെ സമ്മതപ്രകാരമായിരുന്നു. കൊച്ചയ്യപ്പനും കൂട്ടാനയും വിഷമിക്കുന്നു എന്നു കണ്ടപ്പോൾ "എന്നാൽ കാച്ചിക്കള മകനേ!" എന്നു തിരുമൂലംപിള്ള പറഞ്ഞിട്ടാണ് കൊച്ചയ്യപ്പൻ കുത്തിയത്. തിരുമൂലംപിള്ള പറയാതെ കൊച്ചയ്യപ്പൻ സ്വമേധയാ അങ്ങനെയൊന്നും ചെയ്യാറില്ല.

ഇക്കഴിഞ്ഞ 1099-ാമാണ്ടു കർക്കടകമാസത്തിൽ നാടുനീങ്ങിയ ശ്രീമൂലം തിരുനാൾ മഹാരാജാവു തിരുമനസ്സുകൊണ്ട് ഒരിക്കൽ കൊല്ലത്ത് എഴുന്നള്ളിയിരുന്ന സമയം കൊച്ചയ്യപ്പനെ കാണുന്നതിനു കൽപിച്ചാവശ്യപ്പെട്ട പ്രകാരം എഴുതിച്ചെല്ലുകയാൽ തിരുമൂലംപിള്ള അവനെ കൊല്ലത്തു കൊണ്ടുചെന്നു തിരുമുമ്പാകെ ഹാജരാക്കി. തിരുമുമ്പാകെച്ചെന്ന ഉടനെ തുമ്പിക്കയ്യിൽ മടക്കിപ്പിടിച്ചിരുന്ന ഒരു കടലാസ് തിരുമുമ്പാകെ വച്ചിട്ടു മുട്ടുകുത്തി തലകുനിച്ചു നമസ്കരിച്ചു. ഉടനെ എഴുന്നേറ്റു തിരുമുമ്പാകെ നിന്നു. തിരുമനസ്സുകൊണ്ട് ആ കടലാസു തൃക്കയ്യിലെടുത്തു തൃക്കൺപാർത്തു. അത് ഒരു ഹർജിയായിരുന്നു. അതിന്റെ സാരം "അടിയന് ആകാമായിരുന്ന കാലത്തെല്ലാം തിരുമനസ്സിലെ ഗവർമ്മെണ്ടിലേക്ക് നഷ്ടം നേരിടാത്തവിധത്തിലും ആദായമുണ്ടാക്കത്തക്കത്തവണ്ണവും മടിയും വ്യാജവും കൂടാതെ യഥാശക്തി അടിയൻ വേലചെയ്തിട്ടുണ്ട്. ഇപ്പോൾ അടിയനു പ്രായാധിക്യം

നിമിത്തമുള്ള ക്ഷീണംകൊണ്ടു വേലചെയ്‌വാൻ നിവൃത്തിയില്ലാതെ ആയിരിക്കുന്നു. അതിനാൽ വേല വിടുർത്തി പെൻഷൻ തരുന്നതിനു സദയം കൽപനയുണ്ടാകണമെന്നു സവിനയം അപേക്ഷിച്ചു കൊള്ളുന്നു" എന്നായിരുന്നു. കൊച്ചയ്യപ്പന് ഇത് എഴുതിക്കൊടുത്തത് ആരാണെന്നും മറ്റും അന്വേഷിക്കാതെ തന്നെ തിരുമനസ്സുകൊണ്ട് അവനു പെൻഷൻ കൊടുക്കാൻ സസന്തോഷം കൽപിച്ചനുവദിച്ചു. കൊച്ചയ്യപ്പനെക്കൊണ്ടു മേലാൽ യാതൊരു വേലയും ചെയ്യിച്ചുപോകരു തെന്നും അവനു പതിവുള്ള ചോറും മറ്റു തീറ്റികളും ശരിയായി കൊടുത്തുകൊള്ളണമെന്നും അവനെ മേലാൽ ആറന്മുള നിറുത്തി രക്ഷിച്ചുകൊള്ളണമെന്നും രണ്ടുനേരവും ആറ്റിൽകൊണ്ടുപോയി കുളി പ്പിക്കണമെന്നും ചോറു കൊടുക്കുന്നതിനും മറ്റും നേരനീക്കം വരു ത്തരുതെന്നും മറ്റുമായിരുന്നു കൽപന. ഇങ്ങനെ ഒരു കൽപന തിരു വിതാംകൂറിൽ മറ്റൊരാനയെക്കുറിച്ചും ഉണ്ടായിട്ടുള്ളതായി കേട്ടു കേൾവിപോലുമില്ല. ഈ കൽപന ഉണ്ടായ കാലം മുതൽ കൊച്ചയ്യപ്പന്റെ താമസം ആറന്മുളയായിരുന്നു. അവിടെവച്ചുതന്നെ അവൻ വിശേഷിച്ചു യാതൊരുകാരണവും കൂടാതെ അനായാസേന ചരമഗതിയെ പ്രാപി ക്കുകയും ചെയ്തു. അത് കൊല്ലം 1086-ാമാണ്ടു കുംഭമാസത്തിൽ കൊച്ചയ്യപ്പന്റെ 103-ാമത്തെ വയസ്സിലായിരുന്നു. കൊച്ചയ്യപ്പനെക്കുറിച്ച് ഇനിയും പല കഥകൾ പറയാനുണ്ട്. പക്ഷേ, ഇക്കാലത്തുള്ള ചില ചെറുപ്പക്കാർക്ക് അവയെല്ലാം ഒരുവക അതിശയോക്തികളാണെന്നു തോന്നിയേക്കാമെന്നു വിചാരിച്ചാണ് അധികം വിസ്തരിക്കാതെ ചുരുക്കത്തിൽ പറഞ്ഞു തീർത്തത്. കൊച്ചയ്യപ്പൻ കുഴിയിൽ വീണ കാലം മുതൽ കണക്കാക്കുകയാണെങ്കിൽ അവന് അനേകം ആനക്കാരന്മാരു ണ്ടായിട്ടുണ്ടെന്നു പറയാം. എങ്കിലും അവന്റെ അമ്പതാമത്തെ വയസ്സു മുതൽ അവസാനകാലംവരെ അവന്റെ രക്ഷകനായി ഇരുന്നിട്ടുള്ളതു തിരുമൂലംപിള്ള തന്നെയാണ്.

2. ഊരകത്ത് അമ്മതിരുവടി

ഊരകത്ത് അമ്മതിരുവടിക്ഷേത്രത്തിൽ പണ്ടൊരു കാലത്തു വാഴപ്പിള്ളി മേനോന്മാരിൽ ഒരാൾക്ക് ആദ്യം നടകാവലും പിന്നീടു കണക്കെഴുത്തുമുണ്ടായിരുന്നു. കാലക്രമേണ ഊരാളന്മാരായ നമ്പൂരിമാരും മേനവനും തമ്മിൽ വലിയ പിണക്കമായിത്തീർന്നു. അതിനാൽ മേനോൻ ദേവസ്വംവക കണക്കുകളും ഗ്രന്ഥാവരികളും മറ്റും ചുട്ടുനശിപ്പിച്ചുകളഞ്ഞു. തന്നിമിത്തം ഇപ്പോൾ ഇവിടെ ക്ഷേത്രസംബന്ധമായ പഴയ ചരിത്രമറിയുന്നതിനു രേഖാപ്രമാണമൊന്നും ഇല്ലാതെയാണിരിക്കുന്നത്. അതിനാൽ ഇതെഴുതുന്നതു പഴമപരിചയമുള്ള വയോവൃദ്ധന്മാരിൽനിന്നു ലഭിച്ചിട്ടുള്ള കേട്ടുകേൾവിയെമാത്രം അടിസ്ഥാനപ്പെടുത്തിയാണ്.

അമ്മതിരുവടി ക്ഷേത്രത്തിൽ സ്ഥാന(*കാരായ്മ*)ക്കണക്ക് ഇപ്പോഴും വാഴപ്പിള്ളി മേനോന്റെ തറവാട്ടേക്കാണെന്നാണ് വച്ചിരിക്കുന്നത്. ഭഗവതിയെ പുറത്തേക്കെഴുന്നള്ളിക്കുന്ന അവസരങ്ങളിൽ വാഴപ്പിള്ളി മേനോന്റെ തറവാട്ടിൽ അന്നന്നു മൂപ്പായിട്ടുള്ള ആൾ ഒരു ഓലക്കണക്കുകെട്ട് എടുത്തുകൊണ്ട് എഴുന്നള്ളത്തിനു മുൻപിൽ നടക്കുക ഇപ്പോഴും പതിവുണ്ട്. അതിലേക്കു ദേവസ്വത്തിൽനിന്നു ചില അനുഭവങ്ങൾ അവർക്ക് ഇപ്പോഴും കൊടുത്തുവരുന്നുണ്ട്. ആ തറവാട്ടിൽ അന്നന്നു മൂപ്പായിട്ടുള്ള മേനവനെ മുൻകാലങ്ങളിൽ എല്ലാവരും 'കാക്കുന്ന മേനോൻ' എന്നാണ് പറഞ്ഞുവന്നിരുന്നത്. അതു ലോപിച്ച് 'കാക്കര മേനോൻ' എന്നായിരിക്കുന്നു.

അമ്മതിരുവടിയുടെ സാക്ഷാൽ തിരുനാമധേയം 'തിരുവലയന്നൂർ ഭഗവതി' എന്നാണ്. പ്രസിദ്ധനായിരുന്ന 'മഴമംഗലത്തു നമ്പൂരി'യുടെ ഭാഷാനൈഷധ ചമ്പുവിലെ,

> "അൻപത്തൊന്നക്ഷരാളീ കലിതതനുലതേ,
> വേദമാകുന്ന ശാഖി-
> ക്കൊമ്പത്തൻപോടു പൂക്കും കുസുമതതിയിലേ-
> ന്തുന്ന പൂന്തേൻകുഴമ്പേ!

ചെമ്പൊൽത്താർ ബാണഡംഭപ്രശമനസുകൃതോ-
പാത്തസൗഭാഗ്യലക്ഷ്മീ-
സമ്പത്തേ, കുമ്പിടുന്നേൻ കഴലിണ വലയാ-
ധീശ്വരീ, വിശ്വനാഥേ!"

എന്ന ആദ്യശ്ലോകം ഈ ദേവിയെക്കുറിച്ചാണ്. മഴമംഗലത്തു നമ്പൂരിയുടെ ഇല്ലം ഊരകത്തായിരുന്നു എന്നുള്ളതു പ്രസിദ്ധമാണല്ലോ. ഈ ഭഗവതിക്ക് ഈ തിരുനാമധേയം സിദ്ധിച്ചതിന്റെ കാരണം താഴെ പ്പറയുന്ന സംഗതികൾകൊണ്ടു സ്പഷ്ടമാകുന്നതാണ്.

കേരളത്തിലെ അറുപത്തിനാലു ഗ്രാമങ്ങളിലൊന്നായ പെരുമനം ഗ്രാമത്തിലുൾപ്പെട്ട തൃശ്ശിവപേരൂർനിന്ന് ഏകദേശം ഏഴുനാഴിക തെക്കാണ് പ്രസ്തുത ക്ഷേത്രം സ്ഥിതിചെയ്യുന്നത്. ശ്രീപരശുരാമൻ പരദേശത്തുനിന്ന് ആദ്യം കേരളത്തിൽ കൊണ്ടുവന്ന ബ്രാഹ്മണർ തിരിച്ചുപൊയ്ക്കളഞ്ഞതിനാൽ രണ്ടാമതു കൊണ്ടുവന്നവരും അപ്രകാരം പോകാതെയിരിക്കുന്നതിനായി അവരുടെ ശിഖ പിൻഭാഗത്തു നിന്നു മുൻഭാഗത്താക്കുകയും ആചാരങ്ങൾ മിക്കവാറും മാറ്റുകയും അവർക്കു നമ്പൂരിമാരെന്നു സംജ്ഞകൽപിച്ചു കേരളത്തിൽ സ്ഥിരതാമസമാക്കിക്കുകയും ചെയ്തിട്ടുള്ള മദ്ധ്യകേരളമായ തൃശ്ശിവപേരൂർ വച്ച് അന്തർദ്ധാനം ചെയ്തതിന്റെശേഷം നമ്പൂരിമാർ എല്ലാവരുംകൂടി കേരളത്തിന്റെ സർവ്വസമ്പദ്സമൃദ്ധ്യർത്ഥം കാഞ്ചീപുരത്തു പോയി കാമാക്ഷിയമ്മനെ സേവിച്ചു പ്രത്യക്ഷീകരിച്ചു കൊണ്ടുവന്നു കേരളത്തിൽ പ്രതിഷ്ഠിക്കണമെന്നു നിശ്ചയിക്കുകയും അതിനാൽ 'തിരുവലയന്നൂർ' ഭട്ടതിരിയേയും അദ്ദേഹത്തിനു സഹായത്തിനായി 'കീഴോട്ടുകര' നമ്പൂരിപ്പാടിനെയും 'കോമരത്തു' മേനവനെയും തിരഞ്ഞെടുത്ത് അയയ്ക്കുകയും ചെയ്തു. അവർ മൂന്നുപേരും കാഞ്ചീപുരത്തുപോയി ഭക്തിപൂർവ്വം ഭജിക്കുകയാൽ അമ്മൻ പ്രത്യക്ഷമായി,"നിങ്ങളുടെ അഭീഷ്ടമെന്താണ്"എന്നു ചോദിച്ചപ്പോൾ "അമ്മൻ ഞങ്ങളോടുകൂടി കേരളത്തിലേക്കുപോരണം"എന്ന് അവർ സവിനയം അപേക്ഷിക്കുകയും ദേവി അപ്രകാരം സമ്മതിക്കുകയും ചെയ്തു.

അവർ മൂന്നുപേരും സസന്തോഷം സ്വദേശത്തു മടങ്ങിയെത്തി. സ്വഗൃഹത്തിൽ ചെന്ന് അവരുടെ കൈയിലുണ്ടായിരുന്ന ഓലക്കുട ഓരോ സ്ഥലത്തുവച്ചിട്ട് പോയി കുളി മുതലായവ കഴിച്ചു തിരിച്ചു വന്നു കുടയെടുത്തപ്പോൾ അത് എടുക്കാൻ വയ്യായിരുന്നു. അതിന്റെ കാരണമെന്തെന്നു പ്രശ്നംവെപ്പിച്ചു നോക്കിയപ്പോൾ ആ കുടകളിൽ ദേവി ഇളകൊണ്ടിരുന്നതിനാലാണ് അവ ഇളകാത്തതെന്നു കണ്ടു. അതിനാൽ ആ സ്ഥലങ്ങളിൽവച്ചുതന്നെ ദേവിയെ പൂജിച്ചുകൊണ്ടിരുന്നു.

അങ്ങനെ കുറച്ചുകാലം കഴിഞ്ഞതിന്റെശേഷം ഒരു ദിവസം തിരുവലയന്നൂർ ഭട്ടതിരിക്ക് ഒരു സ്വപ്നമുണ്ടായി. അദ്ദേഹത്തിന്റെ ഇല്ലത്തിന്റെ

പടിഞ്ഞാറ്റി ശ്രീകോവിലാക്കി ക്ഷേത്രം പണിയിച്ചു ദേവിയെ അവിടെ കുടിയിരുത്തണമെന്നും ഇല്ലത്തെ വക സകലസ്വത്തുക്കളും ദേവിക്കായി വെച്ചൊഴിയുകയും ദേവസ്വകാര്യങ്ങൾ അന്വേഷിക്കുന്നതിനുള്ള അധികാരം കൊച്ചിരാജാവിനെ ഏൽപിക്കുകയും ചെയ്യണമെന്നും ഇത്രയും ചെയ്തതിന്റെ ശേഷം ഭട്ടതിരി വടക്കോട്ടു പോയ്ക്കൊള്ളാമെന്നും ഒരു ദിവസത്തെ വഴി വടക്കോട്ടു ചെല്ലുമ്പോൾ ഇവിടെ ഇപ്പോൾ ഉള്ളതിലിരട്ടി സ്വത്തുക്കളും മറ്റും അവിടെ കിട്ടുമെന്നും ഇളങ്കുന്നിന്റെ വടക്കേ താഴ്‌വരയിൽ പാതാളാഞ്ജനംകൊണ്ടുള്ള ഒരു ബിംബം കിടക്കുന്നുണ്ടെന്നും ആ ബിംബമെടുത്തു ദേവിയെ അതിന്മേലാവാഹിച്ചു പ്രതിഷ്ഠ നടത്തിക്കൊള്ളണമെന്നും ആരോ അദ്ദേഹത്തിന്റെ അടുക്കൽ ചെന്നു പറഞ്ഞതായിട്ടായിരുന്നു സ്വപ്നം. അദ്ദേഹം ഉണർന്നു കണ്ണുതുറന്നു നോക്കിയപ്പോൾ അവിടെയെങ്ങും ആരെയും കണ്ടില്ല. എങ്കിലും ഇതു ദേവിതന്നെ തന്നോടരുളിച്ചെയ്തതാണെന്ന് അദ്ദേഹം വിശ്വസിച്ചു. അടുത്ത ദിവസം രാവിലെ പുറപ്പെട്ട ഭട്ടതിരി ഇളങ്കുന്നിന്റെ താഴ്‌വാരയിൽ ചെന്നു നോക്കിയപ്പോൾ സ്വപ്നത്തിൽ കണ്ടതുപോലെ പാതാളാഞ്ജനം കൊണ്ടുള്ള ഒരു ദേവീവിഗ്രഹം കണ്ടെത്തി. അപ്പോൾ അദ്ദേഹത്തിന്റെ വിശ്വാസം കുറച്ചുകൂടി ദൃഢീഭവിച്ചു. ഉടനെ അദ്ദേഹം ആ വിഗ്രഹം അവിടെനിന്നെടുപ്പിച്ച് കൊണ്ടുവന്നു ജലാധിവാസം ചെയ്യിക്കുകയും സ്വപ്നത്തിൽ കണ്ടതുപോലെ തന്നെ ക്ഷേത്രം പണിയിക്കുകയും ഒരു സുമുർഹൂർത്തത്തിൽ പ്രതിഷ്ഠയും കലശവും നടത്തിക്കുകയും സകല സ്വത്തുക്കളും ദേവിക്കായി വച്ചൊഴിയുകയും ദേവസ്വകാര്യന്വേഷണം കൊച്ചിരാജാവിനെ ഏൽപിക്കുകയും ചെയ്തതിന്റെശേഷം വടക്കോട്ടു പോയി. ഒരു ദിവസം വൈകുന്നേരം ഒരില്ലത്തെത്തി കുളിയും സന്ധ്യാവന്ദനവും അത്താഴവും കഴിച്ച് അവിടെത്താമസിച്ചു. അക്കാലത്ത് ആ ഇല്ലത്തെ ഗൃഹസ്ഥൻ അനപത്യതകൊണ്ടു വിഷണ്ണനും വാർദ്ധക്യംകൊണ്ടു വിവശനുമായിത്തീരുകയാൽ കൊള്ളാവുന്ന ഒരില്ലത്തുനിന്നു ചിലരെ അവിടെ ദത്തെടുത്ത് അവകാശപ്പെടുത്തണമെന്നു വിചാരിച്ചുകൊണ്ടിരിക്കുകയായിരുന്നു. ഭട്ടതിരിയുമായി കുറച്ചുനേരം സംഭാഷണം ചെയ്തുകഴിഞ്ഞപ്പോൾ അദ്ദേഹത്തെത്തന്നെ ദത്തെടുത്താൽ കൊള്ളാമെന്നു ഗൃഹസ്ഥനു തോന്നുകയും ആ വിവരം ഭട്ടതിരിയോടു പറയുകയും ഭട്ടതിരി തനിക്കുണ്ടായ സ്വപ്നത്തെക്കുറിച്ചുകൂടി ഓർത്തിട്ടു ഗൃഹസ്ഥന്റെ അഭിപ്രായപ്രകാരം ചെയ്യുന്നതിനു പൂർണ്ണമായി സമ്മതിക്കുകയും അചിരേണ ഭട്ടതിരിയെ സകുടുംബം ആ ഇല്ലത്തേക്കു ദത്തെടുക്കുകയും ചെയ്തു. ആ ഇല്ലത്തേക്ക് ഭട്ടതിരിയുടെ ഇല്ലത്തേക്കുണ്ടായിരുന്നതിൽ ഇരട്ടിയിലധികം സ്വത്തുണ്ടായിരുന്നു. ഈ ഇല്ലമാണ് പ്രസിദ്ധമായ സാക്ഷാൽ 'പൂമുള്ളിമന' എന്നുകൂടി പറഞ്ഞാൽ അവിടെ ധനപുഷ്ടിക്ക് ഇപ്പോഴും യാതൊരു കുറവും വന്നിട്ടില്ലെന്ന് എല്ലാവർക്കും അറിയാമല്ലോ.

ഇപ്പോൾ പൂമുള്ളിമനയ്ക്കലുള്ളവരെല്ലാം തിരുവലയന്നൂർ ഭട്ടതിരിയുടെ സന്താനപരമ്പരയിലുൾപ്പെട്ടവരാണെന്ന് ഇനി വിശേഷിച്ചു പറയണമെന്നില്ലല്ലോ. ഇപ്പോഴും അമ്മ തിരുവടി ക്ഷേത്രത്തിൽ പൂമുള്ളി നമ്പൂരിപ്പാട്ടിലേക്കും തന്ത്രിക്കും മേൽശാന്തിക്കുമല്ലാതെ അകത്തു കടന്നു പൂജ കഴിക്കാൻ പാടില്ലെന്നാണ് വച്ചിരിക്കുന്നത്. ദേവിയെ സേവിച്ചുകൊണ്ടുവരുകയും തന്റെ ഇല്ലംതന്നെ ക്ഷേത്രമാക്കി പ്രതിഷ്ഠ നടത്തുകയും ചെയ്തത് തിരുവലയന്നൂർ ഭട്ടതിരി ആയതുകൊണ്ടാണ് ഊരകത്ത് അമ്മ തിരുവടിക്കു 'തിരുവലയന്നൂർ ഭഗവതി' എന്നുള്ള തിരുനാമം സിദ്ധിച്ചതെന്ന് ഇനിപ്രത്യേകം പറയണമെന്നു തോന്നുന്നില്ല. ദേവിക്കു പ്രതിദിനം അഭിഷേകം കഴിഞ്ഞാലുടനെയുള്ള നിവേദ്യം ഇപ്പോഴും പൂമുള്ളിമനയ്ക്കലെ വകയായിട്ടാണ് നടത്തിപ്പോരുന്നത്.

ഊരകത്ത് അമ്മ തിരുവടിക്ഷേത്രത്തിന്റെ മതിൽക്കകത്തു കിഴക്കെ പ്രദക്ഷിണവഴിക്കു പടിഞ്ഞാറുവശത്തായി കരിങ്കൽത്തറയോടുകൂടി ഇപ്പോൾ ഒരു പിലാവുനിൽക്കുന്ന സ്ഥലം പണ്ടു തിരുവലയന്നൂർ ഭട്ടതിരിയുടെ ഇല്ലത്തിന്റെ മുറ്റമായിരുന്നു. ആ സ്ഥലത്തായിരുന്നു ഭട്ടതിരി കാഞ്ചീപുരത്തുനിന്നു മടങ്ങിവന്നപ്പോൾ ഓലക്കുട വച്ചത്. ആ സ്ഥലത്തിന് ഇപ്പോൾ ശ്രീമൂലസ്ഥാനം എന്നാണ് പേർ പറഞ്ഞുവരുന്നത്. ശ്രീമൂലസ്ഥാനത്തും പതിവായി പൂജയും ജനങ്ങൾ വന്ദിക്കുകയും ഇപ്പോഴും നടന്നുവരുന്നുണ്ട്. അവിടെ എന്തെങ്കിലും കാരണവശാൽ അശുദ്ധി ബാധിച്ചാൽ ശ്രീകോവിലിനകത്തു ബിംബത്തിങ്കലും പുണ്യാഹം വേണം.

ദേവി കാഞ്ചീപുരത്തുനിന്ന് കേരളത്തിലേക്കു പോന്നത് ഓലക്കുടയിന്മേൽ അധിവസിച്ചുകൊണ്ടായിരുന്നതിനാൽ അമ്മതിരുവടിക്ക് ഇപ്പോഴും ഓലക്കുട പ്രധാനമാണ്. മൂന്നുനേരവും ശീവേലിക്ക് അവിടെ ഇപ്പോഴും ഓലക്കുടതന്നെയാണ് പിടിക്കുക പതിവ്. പൂരത്തിനും മറ്റും പുറത്തേക്കെഴുന്നള്ളിക്കുന്ന ദിവസങ്ങളിൽ ആനപ്പുറത്തു പിടിക്കുന്നതിനുള്ള പട്ടുകുടയും അവിടെ ഉണ്ടാക്കുന്നത് ഉള്ളിൽ ഓലക്കുടകൂടി ചേർത്താണ്.

അമ്മതിരുവടിക്ഷേത്രം ഒരു മഹാക്ഷേത്രമായിട്ടാണ് ഇപ്പോഴുമിരിക്കുന്നത്. ഇവിടെ പതിവായി അഞ്ചു പൂജ, മൂന്നു ശീവേലി, നവകം, പഞ്ചഗവ്യം മുതലായവയെല്ലാം ഇപ്പോഴും നടന്നുവരുന്നുണ്ട്.

ദേവി കാർത്ത്യായനി(*കന്യക*)യാകയാൽ ഇവിടെ സുഗന്ധമുള്ള പുഷ്പങ്ങൾ പൂജയ്ക്കും മറ്റും ഉപയോഗിക്കാൻ പാടില്ലെന്നു മാത്രമല്ല, പൂരം മുതലായവയ്ക്കു വെടി, വെടിക്കെട്ട് മുതലായ കരിമരുന്നു പ്രയോഗങ്ങളും പതിവില്ല.

അമ്മതിരുവടിയുടെ ക്ഷേത്രസങ്കേതത്തിനകത്തു നായന്മാരിൽ താഴ്ന്ന ജാതിക്കാർ കുടിപാർക്കുകയോ മദ്യം, മാംസം മുതലായവ ക്രയവിക്രയങ്ങൾ ചെയ്യുകയോ പാടില്ല. നായന്മാർ മുതലായ ജാതിക്കാർക്കു

തന്നെയും പുരയ്ക്കു ഓടു മേയിക്കാനോ നാലുകോടി(*മൂല*)കളും ചേർത്തിണക്കി പടിപ്പുര പണിയിക്കാനോ അടിയന്തിരങ്ങൾക്ക് അപ്രകാരം പന്തൽ (കൊട്ടിൽ)കെട്ടിക്കുവാനോ അർഹതയില്ല. പുരയ്ക്ക് ഓടിടുവിക്കുന്നതിനും കല്യാണത്തിന് ആനപ്പുറത്തു മുല്ലകൊണ്ടുവരുവാനും വലിയ പപ്പടം, പഞ്ചസാര മുതലായവയോടുകൂടി സദ്യ കഴിക്കുന്നതിനും ദേവസ്വത്തിലെ അനുവാദത്തോടുകൂടി വലിയ തമ്പുരാൻ തിരുമനസ്സിലെ തീട്ടൂരം വേണം. പുരയ്ക്ക് ഓടിടുവിക്കുന്നതിനു ദേവസ്വത്തിലെ അനുവാദം കിട്ടണമെങ്കിൽ ദേവിയുടെ നടയിൽ ഒരു നൂറ്റൊന്നു പണം കെട്ടിവെയ്ക്കണം (*ഒരു പണത്തിന് നാലണ ഏഴു പൈ*)

കീഴോട്ടുകര നമ്പൂരിപ്പാടും കോമരത്തു മേനവനും കൊണ്ടുവന്ന ഭഗവതിമാരെ അവരും ഓരോ സ്ഥലത്തു പ്രതിഷ്ഠിപ്പിച്ചു. നമ്പൂരിപ്പാടു ഭഗവതിയെ പ്രതിഷ്ഠിപ്പിച്ച സ്ഥലത്തിനു പിഷാരിക്കലെന്നും മേനവൻ പ്രതിഷ്ഠിച്ച സ്ഥലത്തിന് 'പല്ലിശ്ശേരി'യെന്നുമാണ് പേരു പറഞ്ഞുവരുന്നത്. മൂന്നുപേരും (*ഭട്ടതിരിയും നമ്പൂതിരിപ്പാടും മേനവനും*) ഒരു ഭഗവതിയെത്തന്നെയാണ് സേവിച്ചുകൊണ്ടു വന്നത്. എങ്കിലും പ്രതിഷ്ഠാസമയത്തെ ധ്യാനഭേദംകൊണ്ടോ എന്തോ, മേനവന്റെ ഭഗവതി ഭദ്രകാളിയായിത്തീർന്നു. അവിടെ ഇപ്പോഴും പൂജ നടത്തിവരുന്നതു ഭദ്രകാളിയായിട്ടു തന്നെയാണ്. ഭഗവതിയെ പുറത്തേക്കെഴുന്നള്ളിക്കുന്ന സമയങ്ങളിൽ ഒരു വാളുമെടുത്തുകൊണ്ടു കോമരത്തു മേനോൻ അകമ്പടി സേവിക്കുക ഇപ്പോഴും പതിവുണ്ട്.

ആണ്ടുതോറും തുലാമാസത്തിൽ അമാവാസിദിവസം അമ്മതിരുവടിയെ പുറത്തെഴുന്നള്ളിക്കുകയും കിഴക്കുവശത്തുള്ള മമ്പിള്ളിക്കുളത്തിൽ ആറാട്ടും പതിവുണ്ട്. ആ ദിവസംമാത്രമെ പുറത്തേക്കു കിഴക്കെ ഗോപുരത്തിൽക്കൂടി എഴുന്നള്ളിക്കാറുള്ളൂ. പുറത്തേക്കെഴുന്നള്ളിക്കുക പതിവുള്ള മറ്റു ദിവസങ്ങളിൽ പടിഞ്ഞാറെ ഗോപുരത്തിൽക്കൂടിയാണ് പതിവ്. ഇതിനു പറഞ്ഞുവരുന്ന കാരണം താഴെക്കാണുന്ന പ്രകാരമാണ്.

പണ്ടൊരിക്കൽ കൊടുങ്ങല്ലൂർ ഭഗവതി ലോകരക്ഷാർത്ഥം ദേശസഞ്ചാരം ചെയ്ത കൂട്ടത്തിൽ ഒരു ദിവസം ഇവിടെ വന്നുചേരുകയും അമ്മതിരുവടിയെക്കാണുകയും രണ്ടുപേരും തമ്മിൽ സഖ്യം സിദ്ധിക്കുകയും അമ്മതിരുവടി കൊടുങ്ങല്ലൂർ ഭഗവതി തന്റെ അടുക്കൽത്തന്നെ ഇരിക്കണമെന്ന് ആവശ്യപ്പെടുകയും കിഴക്കെഗോപുരത്തിന്റെ മുകളിൽ ഇരുന്നുകൊള്ളുന്നതിന് അനുവദിക്കുകയും അതനുസരിച്ചു കൊടുങ്ങല്ലൂർ ഭഗവതി അന്നുമുതൽ ആ കിഴക്കെ ഗോപുരത്തിന്റെ മുകളിൽ വാസമാവുകയും ചെയ്തു. അതിനാൽ അമ്മതിരുവടിയെ അതിലേ എഴുന്നള്ളിച്ചാൽ കൊടുങ്ങല്ലൂർ ഭഗവതിയുടെ കാൽക്കൂട്ടിൽക്കൂടിയാകുമല്ലോ. അതുകൊണ്ടാണ് അതിലേ എഴുന്നള്ളിപ്പു വേണ്ടെന്നു വച്ചത്. തുലാമാസത്തിൽ അമാവാസി ദിവസം സമുദ്രസ്നാനം

ചെയ്യുന്നതിനായി കൊടുങ്ങല്ലൂർ ഭഗവതി തലേദിവസം രാത്രിയിൽ ത്തന്നെ ഇവിടെനിന്നു പോകും. പിന്നെ അമാവാസി നാൾ സമുദ്രസ്നാനവും മറ്റും കഴിഞ്ഞേ മടങ്ങിവരുകയുള്ളൂ. കൊടുങ്ങല്ലൂർഭഗവതി അവിടെയില്ലാത്ത സമയത്ത് അതിലേ എഴുന്നള്ളിക്കുന്നതിന് വിരോധമില്ലല്ലോ. അതുകൊണ്ടാണ് അന്നുമാത്രം അതിലേ എഴുന്നള്ളിക്കാമെന്നു വച്ചിരിക്കുന്നത്. ഇപ്പോഴും ഇവിടെ ക്ഷേത്രത്തിൽ ദർശനത്തിനായി വരുന്ന ജനങ്ങൾ കൊടുങ്ങല്ലൂർ ഭഗവതിയെ ധ്യാനിച്ചു കിഴക്കേഗോപുരത്തിന്റെ മുകളിലേക്കുംതൊഴുക പതിവുണ്ട്.

ഇനി ഭഗവതി ആറാടുന്നതായ മമ്പിള്ളിക്കുളത്തിന്റെ ഉദ്ഭവത്തെക്കുറിച്ചുകൂടി സ്വല്പം പറയേണ്ടിയിരിക്കുന്നു. മമ്പിള്ളി എന്നത് ഒരു നമ്പൂരിയുടെ ഇല്ലപ്പേരാണ്. വലിയ ചിറപോലെ വലിപ്പമുള്ളതായ ഈ കുളം ഒരു ദിവസംകൊണ്ടു കുത്തിച്ചതാണെന്നാണ് പറയുന്നത്.

പണ്ടൊരുകാലത്തു കൊച്ചി രാജകുടുംബത്തിൽ പുരുഷസന്താനം ചുരുക്കമായിത്തീർന്നു. അതിനാൽ അക്കാലത്തു ഗർഭിണിയായിത്തീർന്ന ഒരു തമ്പുരാട്ടി താൻ പ്രസവിച്ചുണ്ടാകുന്നത് ഒരു പുരുഷസന്താനമായിരിക്കണമെന്നുള്ള പ്രാർത്ഥനയോടുകൂടി ഊരകത്തു അമ്മതിരുവടി ക്ഷേത്രത്തിൽ ഭജനമിരുന്നിരുന്നു. ആ ഭജനകാലത്ത് ഒരു ദിവസം തമ്പുരാട്ടി കാലും മുഖവും കഴുകുന്നതിനായി ക്ഷേത്രക്കുളത്തിൽ ചെന്നിറങ്ങിയ സമയം മമ്പിള്ളിയില്ലത്തെ ബ്രഹ്മചാരിയായ ഒരുണ്ണി ആ കുളക്കടവിൽ നിൽക്കുന്നുണ്ടായിരുന്നു. കുസൃതിക്കാരനായ ആ ഉണ്ണി തമ്പുരാട്ടിയുടെ മേൽമുണ്ടിന്മേൽ ചെളിവെള്ളം തട്ടിത്തെറിപ്പിച്ചു. തമ്പുരാട്ടിക്ക് ആ ഉണ്ണിയുടെ നേരെ സാമാന്യത്തിലധികം ദേഷ്യം തോന്നിയെങ്കിലും ഒന്നും മിണ്ടാതെ കയറിപ്പോവുകയും ആ മുണ്ടിലെ ചെളി കളയാതെ അത് അപ്രകാരം തന്നെ സൂക്ഷിച്ചുവയ്ക്കുകയും ഭജനം കാലംകൂടിയതിന്റെശേഷം തമ്പുരാട്ടി കോവിലകത്തേക്കു തിരിച്ചെഴുന്നള്ളുകയും യഥാകാലം ഒരു പുരുഷപ്രജയെ പ്രസവിക്കുകയും ചെയ്തു. ഭാഗ്യവാനായിരുന്ന ആ രാജകുമാരനു പതിനെട്ടാമത്തെ തിരുവയസ്സിൽത്തന്നെ രാജാധികാരം സിദ്ധിച്ചു. രാജ്യഭാരമേറ്റിട്ട് ആദ്യം വന്ന ആട്ടത്തിരുന്നാൾ ദിവസം അമ്മത്തമ്പുരാട്ടി സൂക്ഷിച്ചുവച്ചിരുന്ന ആ ചെളിപുരണ്ട മേൽമുണ്ട് അപ്രകാരംതന്നെ ഉടുത്തുകൊണ്ടു തമ്പുരാനു ചോറുവിളമ്പിക്കൊടുത്തു! ആ മുണ്ടു കണ്ടിട്ടു തമ്പുരാൻ അതങ്ങനെയാവാനുള്ള കാരണം കൽപിച്ചു ചോദിക്കുകയും തമ്പുരാട്ടി വിവരമെല്ലാം ധരിപ്പിക്കുകയും ചെയ്തു. അമൃതേത്തു കഴിഞ്ഞു പുറത്തെഴുന്നള്ളിയ ഉടനെ തമ്പുരാൻ ദിവാൻജിയെ തിരുമുമ്പാകെ വരുത്തി "നാളെ രാവിലെ എനിക്കു കുളി മമ്പിള്ളി നമ്പൂരിയുടെ ഇല്ലമിരിക്കുന്ന സ്ഥലത്താണ്. അതിനു വേണ്ടതു ചട്ടംകെട്ടിക്കൊള്ളണം" എന്നു കൽപിച്ചു. കൽപനപ്രകാരം ദിവാൻജി അന്നുതന്നെ വേണ്ടുന്ന ആളുകളെ ശേഖരിച്ചു നമ്പൂരിയുടെ ഇല്ലം പൊളിച്ചുമാറ്റിക്കുകയും അതിരുന്ന

സ്ഥലത്തു വലിയ ചിറപോലെ ഒരു കുളം കുഴിപ്പിച്ചു പിറ്റേദിവസം നേരം വെളുക്കുന്നതിനു മുമ്പു പുണ്യാഹം കഴിപ്പിച്ചു ശുദ്ധമാക്കിക്കു കയും രാവിലെ തമ്പുരാനെഴുന്നെള്ളി അവിടെ നീരാട്ടുകുളി കഴിക്കു കയും ചെയ്തു. ഇപ്രകാരമാണ് മമ്പിള്ളിക്കുളത്തിന്റെ ഉദ്ഭവം.

അമ്മതിരുവടി ക്ഷേത്രത്തിൽ ആണ്ടുതോറും വൃശ്ചികമാസം ഒന്നാംതീയതി മുതൽ നാൽപ്പത്തൊന്നുദിവസത്തെ വാരവും കാർ ത്തികനാൾ വിളക്കും പതിവുണ്ട്. കാർത്തികനാളത്തെ സദ്യയുടെയും മറ്റും ചെലവും കൊച്ചിസർക്കാരിൽനിന്നാണ് ചെയ്തുവന്നത്.

പ്രസിദ്ധമായ ആറാട്ടുപുഴപ്പൂരം മീനമാസത്തിലാണ്. അതു സംബ ന്ധിച്ചു രോഹിണിനാൾ ശുദ്ധികലശം മുതലായവ കഴിച്ചു മകയിര ത്തിരുന്നാൾ കൊടിയേറും. എട്ടാംദിവസം ഉത്രത്തുന്നാളാണ് പ്രധാന മായ ആറാട്ട്. അത് ഓരോ ദിവസം ഓരോ ദിക്കിലാണ്. അവയിൽ മകയിരം, തിരുവാതിര ഈ ദിവസങ്ങളിലെ ആറാട്ടു മമ്പിള്ളിക്കുളത്തി ലാണ് പതിവ്.

ആറാട്ടുപുഴപ്പൂരത്തിനു നാൽപ്പത്തൊന്നു ക്ഷേത്രങ്ങളിൽനിന്ന് എഴു ന്നള്ളിച്ചുവരും. ആ ക്ഷേത്രത്തിലെല്ലാം മകയിരുത്തുന്നാൾ കൊടി യേറ്റും ഉത്രത്തുന്നാൾ ആറാട്ടുമാണ് പതിവ്. പൂരത്തുന്നാൾ ആറാട്ടു പുഴെ എഴുന്നള്ളിച്ചുവന്നാൽ ഉത്രത്തുന്നാൾ കാലത്ത് ആറാട്ടു കഴി ഞ്ഞിട്ടാണ് എല്ലാ ദേവന്മാരെയും തിരിച്ചെഴുന്നള്ളിക്കുന്നത്. എല്ലാ ദേവന്മാരുടെയും ആറാട്ട് ആറാട്ടുപുഴ പുഴക്കടവിൽത്തന്നെയാണ്. ഈ സ്ഥലത്തിന് 'ആറാട്ടുപുഴ' എന്നു നാമം സിദ്ധിച്ചതിന്റെ കാരണം ഇതു തന്നെയായിരിക്കണം. ഇവിടെ നാൽപത്തൊന്നു ക്ഷേത്രങ്ങളിൽ നിന്നും എഴുന്നള്ളിച്ചു വരുന്നുണ്ടെങ്കിലും അവയിൽ പ്രാധാന്യം അമ്മതിരുവടിക്കു തന്നെയാണ്. ഇവിടെ എഴുന്നള്ളിച്ചുവരുന്ന സകല ദേവന്മാർക്കും ഉത്രത്തിരുന്നാൾ കാലത്തു പുഴക്കടവിൽ ആറാട്ടു കഴി ഞ്ഞാലുള്ള നിവേദ്യത്തിനും മറ്റും വേണ്ടുന്നതെല്ലാം അമ്മതിരുവടി (*ദേവസ്വത്തിൽനിന്ന്*) ആണ് കൊടുക്കുന്നത്. എന്നാൽ പ്രഭുത്വംകൊണ്ടു തൃപ്രയാറ്റു ദേവനും (*ശ്രീരാമസ്വാമിയും*) മത്സരം നിമിത്തം ചേർപ്പിൽ ഭഗവതിയുംമാത്രം അതൊന്നും സ്വീകരിക്കാറില്ല.അമ്മതിരുവടിയും ചേർപ്പിൽഭഗവതിയും തമ്മിലുള്ള മത്സരത്തിന്റെ കാരണം പിന്നാലെ പ്രസ്താവിക്കാം.

പെരുമനം ഗ്രാമത്തിലുള്ള നമ്പൂതിരിമാർ തമ്മിൽ കിടമത്സരം നിമിത്തംമുൻകാലങ്ങളിൽ മിക്കപ്പോഴും കലഹിച്ചുകൊണ്ടിരിക്കുക പതി വായിരുന്നു. പെരുമനം ക്ഷേത്രത്തിൽ ഉത്സവമില്ലാതെയായിപ്പോയതു തന്നെ ഇവരുടെ മത്സരം നിമിത്തമാണ്. അവിടെ പണ്ട് ഉത്സവമുണ്ടാ യിരുന്നു. അവിടെയും മകയിരത്തുന്നാൾ കൊടിയേറ്റും ഉത്രത്തുന്നാൾ ആറാട്ടുമായിട്ടാണ് ഉത്സവം നടന്നിരുന്നത്. നമ്പൂതിരിമാർ തമ്മിലുള്ള മത്സരവും വഴക്കും ലഹളയും നിമിത്തം അതു നിന്നുപോയി. പിന്നെ

കുറച്ചു കാലത്തേക്ക് അവിടെ ഉത്സവമെന്നല്ല യാതൊരാഘോഷവുമില്ലായിരുന്നു. പതിവായിട്ടുള്ള പൂജ മുതലായവപോലും ശരിയായി നടക്കാതെയായിത്തീർന്നു. അങ്ങനെ കുറച്ചുകാലം കഴിഞ്ഞതിന്റെ ശേഷം യോഗക്കാരിൽ പകുതിയിലധികമാളുകൾ യോജിച്ച് ഉത്സവവും മറ്റുമില്ലെങ്കിലും ആണ്ടിലൊരിക്കൽ ഒരാഘോഷം നടത്തണമെന്നും പൂരം ആറാട്ടുപുഴെ പ്രധാനമാകയാൽ അതു പൂയത്തുന്നാൾ മതിയെന്നും ആ ദിവസം ഗ്രാമത്തിലുള്ള മറ്റു ദേവന്മാരെയെല്ലാമെഴുന്നള്ളിച്ച് ഇവിടെ കൊണ്ടുവരുകയും ആ എഴുന്നള്ളിപ്പു കഴിവുള്ളിടത്തോളം കേമമാക്കുകയും ചെയ്താൽ മതിയെന്നും നിശ്ചയിക്കുകയും അങ്ങനെ നടപ്പാക്കുകയും ചെയ്തു. അതാണ് ഇപ്പോഴത്തെ പെരുമനത്തുപൂരം.

യോഗക്കാരുടെ മത്സരം നിമിത്തം പെരുമനത്തുക്ഷേത്രത്തിൽ പ്രതിദിനമുള്ള ഉച്ചപ്പൂജയും ആണ്ടുതോറുമുള്ള കൂടിയാട്ടവും മറ്റും ചിലപ്പോൾ മുട്ടാനിടവരുകയാൽ അവ മുട്ടാതെ നടത്തുന്നതിലേക്കു യോജിച്ച യോഗക്കാർകൂടി പറവൂർ രാജാവിനെ ചുമതലപ്പെടുത്തുകയും ആ വകയ്ക്ക് ഒട്ടുവളരെ നിലംപുരയിടങ്ങൾ ദേവസ്വത്തിൽനിന്ന് ആ രാജാവിനു വിട്ടുകൊടുക്കുകയും ചെയ്തു. പറവൂർദേശം തിരുവിതാംകൂറിലേക്ക് ഒതുങ്ങിയപ്പോൾ ആ വക വസ്തുക്കളും തിരുവിതാംകൂർ ഗവർമ്മെണ്ടിന്റെ അധീനതയിലായി. അതുകൊണ്ടാണ് കൊച്ചീരാജ്യത്തിരിക്കുന്ന പെരുമനത്തുക്ഷേത്രത്തിൽ ഉച്ചപ്പൂജ, കൂടിയാട്ടം മുതലായവ ഇപ്പോഴും തിരുവിതാംകൂർ ഗവർമ്മെണ്ടിൽനിന്ന് *നടത്തിപ്പോരുന്നത്.

ഇത്രയുമൊക്കെയായിട്ടും യോഗക്കാരുടെ മത്സരവും പിണക്കവും പൂർണ്ണമായിട്ടു ശമിച്ചില്ല. പെരുമനം ഗ്രാമത്തിൽ പ്രധാനന്മാരും പ്രബലന്മാരുമായ അവണാമനയ്ക്കൽ നമ്പൂരിപ്പാടും ചിറ്റൂർ മനയ്ക്കൽ നമ്പൂരിപ്പാടും തമ്മിലാണ് ഒടുക്കം വലിയ പിണക്കമുണ്ടായത്. പെരുമനം ക്ഷേത്രത്തിലെ സംഗതികളെല്ലാം മേൽപറഞ്ഞ പ്രകാരം ഒരു വിധമവസാനിപ്പിച്ചതിന്റെശേഷം ചിറ്റൂർ നമ്പൂരിപ്പാട് അമ്മതിരുവടിയുടെ നേരെ തിരിഞ്ഞു. ഏതുവിധവും ആ ക്ഷേത്രം നാമാവശേഷമാക്കണമെന്നായിരുന്നു അദ്ദേഹത്തിന്റെ ഉദ്ദേശ്യം. അതിനായി അദ്ദേഹം പല വിദ്യകൾ പ്രയോഗിച്ചുനോക്കി. അവണാമനയ്ക്കൽ നമ്പൂരിപ്പാട് അവയെല്ലാം സൂക്ഷ്മാവലോകനത്തോടുകൂടി തടുത്തുകൊണ്ടിരുന്നതിനാൽ അമ്മതിരുവടി ദേവസ്വത്തിലേക്ക് വലിയ തരക്കേടൊന്നും പറ്റിയില്ല. അവണാമനയ്ക്കൽ നമ്പൂരിപ്പാട്ടിലേക്ക് അമ്മതിരുവടിയുടെ ആനുകൂല്യവും സജ്ജനങ്ങളുടെ സഹായവും ധാരാളമായിട്ടുണ്ടായിരുന്നു. ചിറ്റൂർ നമ്പൂരിപ്പാട്ടിലേക്ക് അവരണ്ടും വളരെ കുറവായിരുന്നു. അതിനാലാണ് അദ്ദേഹത്തിന്റെ ഉദ്ദേശ്യം ശരിയായി ഫലിക്കാതിരുന്നത്.

അമ്മതിരുവടിയെ പെരുമനത്തു പൂരത്തിന് എഴുന്നള്ളിച്ചുകൊണ്ടുപോകുന്ന സമയം ചില അപകടങ്ങൾ പറ്റിക്കുന്നതിനായി ചിറ്റൂർ

* ഇക്കാലത്ത് ദേവസ്വംബോർഡിൽനിന്ന്.

നമ്പൂരിപ്പാടു ഗൂഢമായി ചില ആലോചനകളും ചട്ടംകെട്ടുകളും ചെയ്തിരുന്നു. അവണാമന നമ്പൂരിപ്പാട് ആ വിവരം തന്റെ ചാരന്മാർ മുഖാന്തിരമറിഞ്ഞ് അമ്മതിരുവടിയെ പെരുമനത്തേക്ക് എഴുന്നള്ളിക്കുമ്പോൾ സ്വന്തം ചാത്തംകുടത്തു ശാസ്താവിനെക്കൂടെ എഴുന്നള്ളിച്ചുകൊണ്ടു പോകുന്നതിനും ആ എഴുന്നള്ളത്തോടുകൂടി അനേകം അകമ്പടിക്കാരും പോകുന്നതിനും ശട്ടംകെട്ടുകയും ക്ഷേത്രപ്രദക്ഷിണത്തിനായി അമ്മതിരുവടിയെ പെരുമനത്തു മതിൽക്കകത്തേക്ക് എഴുന്നെള്ളിക്കുമ്പോൾ ശാസ്താവു മുമ്പിലായിരിക്കണമെന്ന് ഉപദേശിക്കുകയും ചെയ്തയച്ചു. അതിനാൽ ചിറ്റൂർ നമ്പൂരിപ്പാട്ടിലെ ആ ഉദ്ദേശ്യവും ഫലിച്ചില്ല. ഇപ്പോൾ അകമ്പടിക്കാരില്ലെങ്കിലും പെരുമനത്തുപൂരത്തിന് അമ്മതിരുവടിയെ എഴുന്നള്ളിക്കുമ്പോൾ അവണാമന നമ്പൂതിരിപ്പാട് ഇപ്പോഴും തന്റെ ചാത്തംകുടത്തു ശാസ്താവിനെക്കൂടി എഴുന്നള്ളിച്ചയയ്ക്കാറുണ്ട്. മതിൽക്കകത്തേക്കെഴുന്നള്ളിക്കുമ്പോൾ ശാസ്താവു മുൻപിലും തിരിച്ചെഴുന്നള്ളിക്കുമ്പോൾ ഭഗവതി മുമ്പിലുമായിട്ടാണ് ഇപ്പോഴും പതിവ്.

അമ്മതിരുവടിക്ക് അപകടമൊന്നും പറ്റാതെയിരിക്കുന്നതിന് അവണാമന നമ്പൂതിരിപ്പാടു സദാ വേണ്ടുന്ന മുൻകരുതലുകളെല്ലാം ചെയ്തുകൊണ്ടിരുന്നുവെങ്കിലും സ്വൽപമായ ഒരു നഷ്ടം പറ്റാതെയിരുന്നില്ല. ഒരു തവണ പെരുമനത്തുപൂരത്തിന് തെക്കേഗോപുരത്തിൽക്കൂടി അമ്മതിരുവടിയെ മതിൽക്കകത്തേക്കെഴുന്നള്ളിച്ചപ്പോൾ ചിലർ ഗോപുരത്തിന്റെ മുകളിലിരുന്നു തോട്ടിയിട്ടു കുടയുടെ പൊൻമകുടം വലിച്ചെടുത്തുകൊണ്ടു പൊയ്ക്കളഞ്ഞു. ഇതു ചെയ്തത് ചിറ്റൂർ നമ്പൂതിരിപ്പാട്ടിലെ ആജ്ഞാകാരന്മാരായിരിക്കുമല്ലോ. ഏതെങ്കിലും അക്കാലം മുതൽ അമ്മതിരുവടിയെ പെരുമനത്തു മതിൽക്കകത്തേക്ക് ആ ഗോപുരത്തിൽക്കൂടി എഴുന്നള്ളിക്കാറില്ല.

ഇതൊന്നുകൊണ്ടും ചിറ്റൂർനമ്പൂരിപ്പാട്ടിലേക്കു തൃപ്തിയായില്ല. ഒടുക്കം അദ്ദേഹം അമ്മതിരുവടിക്ഷേത്രത്തിലെ തന്ത്രിയായിരുന്ന പടിഞ്ഞാറേടത്തു ഭട്ടതിരിയെ സ്വാധീനപ്പെടുത്തി, ദേവിയെ പൂവും നീരും കൂട്ടി ആവാഹിച്ചു ശംഖിലാക്കി ചിറ്റൂർ മനയ്ക്കൽ കൊണ്ടുചെന്നു കൊടുക്കുന്നതിനു പറഞ്ഞു ചട്ടംകെട്ടി. തന്ത്രി അപ്രകാരം ദേവിയെ ആവാഹിച്ചുകൊണ്ടു മതിൽക്കു പുറത്തു വടക്കുകിഴക്കെ മൂലവരെ ചെന്നപ്പോൾ ശംഖ് അദ്ദേഹത്തിന്റെ കൈയിൽനിന്നു നിലത്തു വീഴുകയും അതിൽനിന്ന് ദുർന്നിരീക്ഷ്യമായ ഒരു തേജസ്സു പുറപ്പെട്ട് അമ്പലത്തിനകത്തേക്കു പോകുന്നതായി കാണപ്പെടുകയും ചെയ്തു. അന്നുമുതൽ ദർശനത്തിനായി അവിടെ വരുന്നവരെല്ലാം ശംഖ് നിലത്തു വീണതായ ആ സ്ഥാനത്തു മതിലിന്മേൽ തൊട്ടു തലയിൽവെക്കുക പതിവായി. അത് ഇപ്പോഴും നടന്നുവരുന്നുണ്ട്. ചിറ്റൂർ നമ്പൂരിപ്പാട്ടിലെ വാക്കു കേട്ടു കപടതന്ത്രം പ്രയോഗിച്ച തന്ത്രിയെ യോഗക്കാരും മറ്റും കൂടിയാലോചിച്ച് അന്നുതന്നെ മാറ്റുകയും തന്ത്രത്തിന് അവിടെ വേറെ ആളെ നിയമിക്കുകയും ചെയ്തു.

ഇത്രയുമായപ്പോഴേക്കും ചിറ്റൂർ നമ്പൂരിപ്പാട്ടിലേക്ക് ഒട്ടു തൃപ്തിയാവുകയും തന്റെ ഉദ്ദേശ്യം ഇവിടെ ഫലിക്കയില്ലെന്നു പൂർണ്ണബോധം വരുകയും അതിനാലദ്ദേഹം സ്വന്തമായി ഒരു ക്ഷേത്രം പണിയിച്ച് അവിടെയും ഭഗവതിയെ പ്രതിഷ്ഠിപ്പിക്കുകയും പൂരം മുതലായ ആഘോഷങ്ങൾ നടത്തിത്തുടങ്ങുകയും ചെയ്തു. ഇപ്രകാരമുണ്ടായതാണ് ചേർപ്പിൽ ഭഗവതി. ഈ സ്ഥിതിക്ക് ആ ഭഗവതിക്ക് അമ്മതിരുവടിയോട് മത്സരമുണ്ടായത് ഒരദ്ഭുതമല്ലല്ലോ. എന്നാൽ മനുഷ്യർ തമ്മിലല്ലാതെ ദേവിമാർ തമ്മിൽ മത്സരമുണ്ടാവാനിടയില്ലാത്തതിനാൽ ഇതു മനുഷ്യസങ്കൽപം മാത്രമാണെന്നു വരാനേ തരമുള്ളൂ. ആറാട്ടുപുഴപ്പൂരത്തിനു ചേർപ്പിൽ ഭഗവതിയുടെ എഴുന്നള്ളത്ത് അമ്മതിരുവടിയുടെ എഴുന്നള്ളത്തിനേക്കാൾ മോടിപിടിപ്പിച്ചു കേമമാക്കണമെന്നു വിചാരിച്ച് ഇപ്പോഴും മത്സരബുദ്ധിയോടുകൂടി ഉത്സാഹിക്കുന്നത് തത്പക്ഷപാതികളായ മനുഷ്യരാണല്ലോ.

ആറാട്ടുപുഴപ്പൂരത്തിനു നാൽപ്പത്തൊന്നു ക്ഷേത്രങ്ങളിൽനിന്ന് എഴുന്നള്ളിച്ചുവരുമെന്നു പറഞ്ഞിട്ടുണ്ടല്ലോ. അവയിൽ തൃപ്രയാറ്റു ശ്രീരാമസ്വാമിയുടെയും ഊരകത്ത് അമ്മതിരുവടിയുടെയും ചേർപ്പിൽ ഭഗവതിയുടെയും എഴുന്നള്ളത്തുകളാണ് അധികം കേമമായും മോടിയോടുകൂടിയും ഇപ്പോഴും നടന്നുവരുന്നത്. അമ്മതിരുവടിയുടെ എഴുന്നള്ളത്തിന് ഇരുപത്തൊമ്പത് ആനകളാണ് പതിവ്. ചേർപ്പിൽ ഭഗവതിയുടെ എഴുന്നള്ളത്തിന് ഒരിക്കലും അതിൽ കുറയാറില്ല. ചില കൊല്ലങ്ങളിൽ അതിലധികവും ഉണ്ടായിരിക്കാറുണ്ട്. എഴുപതിൽപ്പരം ഒന്നാന്തരം കൊമ്പനാനകളോടും മുൻവശത്തു നാലുവരിയായി അസംഖ്യം ദീപയഷ്ടി(*തീവെട്ടി*)കളോടുംകൂടി നടുവിൽ തൃപ്രയാറ്റുദേവനും ഇടത്തുവശത്ത് ഊരകത്ത് അമ്മതിരുവടിയും വലത്തുവശത്തു ചേർപ്പിൽ ഭഗവതിയുമായി ആറാട്ടുപുഴപ്പാടത്തുള്ള ആ എഴുന്നള്ളത്തു കാഴ്ചക്കാർക്കു നേത്രോത്സവംതന്നെയാണ്. ആ എഴുന്നള്ളത്തിന്റെ ഭംഗി മുഴുവനും അനുഭവഗോചരമാകണമെങ്കിൽ സ്വൽപം ദൂരത്തുനിന്നു നോക്കണം. ആനകളുടെ ആധിക്യവും മേളത്തിന്റെ തകർപ്പുംകൊണ്ടു ഗംഭീരവും വെടിക്കെട്ടു മുതലായവയുടെ രാഹിത്യം കൊണ്ടു പ്രശാന്തരമണീയവുമായ ആ എഴുന്നള്ളത്തു കാണുന്നതിനു ദേവന്മാരും വരുന്നുണ്ടെന്നുള്ള കേൾവി കേവലം അതിശയോക്തിയല്ലെന്ന് ഇതു കാണുന്നവർക്കു തോന്നിപ്പോകുന്നമെന്നുള്ളതിനു സംശയമില്ല. അതിനുള്ള മുഖ്യകാരണവും അമ്മതിരുവടിയുടെ മാഹാത്മ്യം തന്നെയാണ്.

പണ്ടു കീഴോട്ടുകരമനയ്ക്കലെ ഒരു കന്യക പതിവായി അമ്മതിരുവടിയുടെ ക്ഷേത്രത്തിൽ ചെന്നു ദർശനം കഴിച്ചിരുന്നു. അങ്ങനെ കുറച്ചുകാലം കഴിഞ്ഞപ്പോൾ കന്യകയ്ക്കു യൗവനാരംഭമായി. അപ്പോൾ അച്ഛൻനമ്പൂരിപ്പാടു ദൂരസ്ഥനായ ഒരു നമ്പൂരിക്കു പുത്രിയെ വേളികഴിപ്പിച്ചു കൊടുക്കുന്നതിനു തീർച്ചയാക്കി മുഹൂർത്തം നിശ്ചയിക്കുകയും

വേണ്ടതെല്ലാം വട്ടംകൂട്ടുകയും വേണ്ടുന്നവരെയൊക്കെ ക്ഷണിക്കുകയും ചെയ്തു. മുഹൂർത്ത ദിവസത്തിന്റെ തലേദിവസംതന്നെ വരനായി നിശ്ചയിക്കപ്പെട്ട നമ്പൂരിയും ക്രിയാദികൾക്കു വേണ്ടുന്നവരും ഓതിക്കോൻ മുതലായവരും മറ്റും വന്നുചേർന്നു. മുഹൂർത്തം ഒരു ദിവസം രാത്രിയിലായിരുന്നു. അന്നു കാലത്തു കന്യക പതിവുപോലെ കുളിച്ച് അമ്മതിരുവടി ക്ഷേത്രത്തിലെത്തി ദർശനത്തിനായി നടയിൽ ചെന്ന സമയം "എന്റെ ദേവീ, ഞാനിനി ഇവിടെ വന്നു ദർശനം കഴിക്കുന്നത് ഏതു കാലത്തായിരിക്കും? എനിക്കിനി സംഗതിവരുമോ എന്നു തന്നെ സംശയമാണ്. ഒരു ദിവസമെങ്കിലും ഇവിടെ വന്നു ദർശനം കഴിക്കാതെ ജീവിച്ചിരിക്കുന്നതിനെക്കാൾ നല്ലതു മരിക്കുകതന്നെയാണെന്നാണ് എനിക്കു തോന്നുന്നത്. അതിനാൽ ഞാൻ ഇന്നുതന്നെ മരിക്കുന്നതിനു സകരുണം ദേവി എന്നെ അനുഗ്രഹിക്കണം" എന്നു പ്രാർത്ഥിച്ചു കരഞ്ഞുകൊണ്ടു തൊഴുതു. അപ്പോൾ ദേവി, "ഒട്ടും വ്യസനിക്കേണ്ട. ഇങ്ങോട്ടു പോരൂ" എന്ന് അരുളിച്ചെയ്തു തൃക്കൈകൾ തന്റെ നേരെ നീട്ടിയതായി കന്യകയ്ക്കു തോന്നി. ഉടനെ കന്യക ശ്രീകോവിലകത്തേക്ക് ഓടിച്ചെന്നു. ദേവിയുടെ ബിംബത്തിന്മേൽ മുറുകെ കെട്ടിപ്പിടിക്കുകയും അവിടെ ഐക്യം പ്രാപിക്കുകയും ചെയ്തു. അക്കാലം മുതൽ കീഴോട്ടുകര മനയ്ക്കൽനിന്ന് അന്തർജ്ജനങ്ങളും കന്യകമാരും അമ്മതിരുവടിക്ഷേത്രത്തിൽ വന്നു ദർശനം കഴിക്കാതെയായി. അങ്ങനെ കുറച്ചുകാലം കഴിഞ്ഞതിന്റെ ശേഷം അന്തർജ്ജനങ്ങൾക്കു ദർശനത്തിനായി അമ്മതിരുവടിയെ ആണ്ടിലൊരിക്കൽ മനയ്ക്കലെഴുന്നള്ളിക്കണമെന്നു നമ്പൂരിപ്പാടു ദേവസ്വത്തിലപേക്ഷിക്കുകയും പൂരം സംബന്ധിച്ചു കൊടിയേറിയാൽ ആറാട്ടിനു മുൻപായി ഒരു ദിവസം മനയ്ക്കലേക്ക് എഴുന്നള്ളിക്കാമെന്നു ദേവസ്വക്കാർ സമ്മതിക്കുകയും അപ്രകാരം എഴുന്നള്ളിച്ചു തുടങ്ങുകയും ചെയ്തു. ആണ്ടുതോറും കൊടിയേറിയാൽ ആറാട്ടിനു മുൻപായി ഒരു ദിവസം അമ്മതിരുവടിയെ കീഴോട്ടുകര മനയ്ക്കലെഴുന്നള്ളിച്ച് ഇറക്കിപ്പൂജയും മറ്റും ഇപ്പോഴും പതിവുണ്ട്. ഇറക്കിയെഴുന്നള്ളിച്ചു തന്ത്രിയുടെ പൂജ കഴിഞ്ഞാൽ തിടമ്പു കിഴക്കിനിയിൽ എഴുന്നെള്ളിച്ചുവച്ചിട്ടു തന്ത്രി മാറിനിൽക്കും. പിന്നെ അവിടെ അന്തർജ്ജനങ്ങൾ വന്നു പൂജാനിവേദ്യാദികളും ദർശനവും മറ്റും കഴിച്ചതിന്റെശേഷമാണ് തിരിച്ചെഴുന്നെള്ളിക്കുന്നത്. തന്ത്രിയുടെ പൂജാ നിവേദ്യാദികളെക്കാൾ ദേവിക്കു സന്തോഷാവഹങ്ങളായിട്ടുള്ളത് അന്തർജ്ജനങ്ങളുടെ നിവേദ്യാദികളാണെന്നാണ് അവരുടെ വിശ്വാസം.

ശീവേലിക്കെഴുന്നള്ളിക്കുന്നത് ശാന്തിക്കാരൻ ബലിക്കല്ലുകളിന്മേൽ തൂവിക്കൊണ്ടു പോകുന്നതിനു പിന്നിലായിട്ടാണല്ലോ പതിവ്. എന്നാൽ അമ്മതിരുവടി ക്ഷേത്രത്തിൽ അത്താഴശ്ശീവേലിക്കുള്ള പതിവു ദേവിയെ മുൻപേ എഴുന്നള്ളിക്കുകയും ശാന്തിക്കാരൻ അതിന്റെ

പിന്നാലെ നടന്നു തൂവുകയുമാണ്. ഇവിടെ ഇങ്ങനെയായത് ഇടക്കാലത്താണ്. അതിനു കേട്ടിട്ടുള്ള കാരണം താഴെച്ചേർക്കുന്നു.

പണ്ടൊരു ഗന്ധർവ്വൻ തിരുവഞ്ചിക്കുളത്തു ദീപാരാധനയ്ക്കും ഊരകത്ത് അമ്മതിരുവടിക്ഷേത്രത്തിൽ അത്താഴശ്ശീവേലിക്കും തൃശ്ശിവപേരൂർ വടക്കുന്നാഥക്ഷേത്രത്തിൽ തൃപ്പുകയ്ക്കും പതിവായി ദർശനം നടത്തിവന്നിരുന്നു. ഒരു ദിവസം ആ ഗന്ധർവ്വൻ തിരുവഞ്ചിക്കുളത്തുള്ള ദീപാരാധനയ്ക്കു തൊഴുതിട്ട് ഊരകത്തെത്തിയപ്പോഴേക്കും അവിടെ അത്താഴശ്ശീവേലിക്ക് എഴുന്നള്ളിച്ചിരിക്കുന്നതായി കണ്ടു. തനിക്കു പതിവുള്ള പ്രദക്ഷിണവും നമസ്കാരവുമെല്ലാം മുഴുവനാകുന്നതിനു മുമ്പ് ശീവേലി കഴിഞ്ഞു നടയടച്ചുപോയെങ്കിലോ എന്നു വിചാരിച്ച് ആ ഗന്ധർവ്വൻ എഴുന്നള്ളത്തിനു മുൻപു തൂവിക്കൊണ്ടുപോയ മേശ്ശാന്തിക്കാരനെ തടുത്തുനിർത്തി ഭയപ്പെടുത്തി. അതിനാൽ ആ ശാന്തിക്കാരൻ ബോധരഹിതനായി കുറച്ചുനേരം സ്തംഭിച്ചുനിന്നുപോയി. ദേവിയെ എഴുന്നള്ളിച്ച് അടുക്കൽ കൊണ്ടുചെന്നതിന്റെ ശേഷമേ അദ്ദേഹത്തിനു ബോധം വീണുള്ളൂ. ദേവി അടുത്തുണ്ടായാൽ ആരെയും ഭയപ്പെടുത്താൻ ഗന്ധർവ്വനും മറ്റും വിചാരിച്ചാൽ സാധിക്കയില്ലല്ലോ. അതിനാൽ അക്കാലംമുതൽ അവിടെ അത്താഴശ്ശീവേലിക്ക് അമ്മതിരുവടിയെ എഴുന്നള്ളിച്ചു കൊടിമരത്തറയുടെ വടക്കുവശത്തു നിർത്തിയതിനുശേഷം മേശ്ശാന്തിക്കാരൻ വന്നു തൂവിത്തുടങ്ങിയാൽ മതിയെന്നു നിശ്ചയിച്ചു. അതിനാൽ ഇപ്പോഴും അപ്രകാരംതന്നെ നടന്നുവരുന്നു.

ഈ ഐതിഹ്യംകൊണ്ടു ദേവയാനികൾപോലും പതിവായി വന്ന് അമ്മ തിരുവടിയെ വന്ദിക്കുന്നുണ്ടെന്നു സ്പഷ്ടമാകുന്നുണ്ടല്ലോ. അതു നമുക്കിപ്പോൾ പ്രത്യക്ഷമായിരിക്കുന്നുണ്ടെങ്കിലും ഇവിടെ സന്തതിക്കായിട്ടും സമ്പത്തിനായിട്ടും വിദ്യയ്ക്കായിട്ടും മറ്റും അനേകമാളുകൾ വന്ന് ഇപ്പോഴും ദേവിയെ ഭജിക്കുകയും എല്ലാവർക്കും അഭീഷ്ടസിദ്ധിയുണ്ടാവുകയും ചെയ്യുന്നുണ്ടെന്നുള്ളത് എല്ലാവർക്കും അനുഭവസിദ്ധമായിട്ടുള്ളതാണ്.

> "സേവിക്കുന്ന ജനാവലിക്കു സതതം
> ഭാവിപ്പതെല്ലാം കൊടു-
> ത്തീ വിശ്വത്തിനു കല്പവല്ലിസമയായ്
> ഭൂവിൽ പ്രസിദ്ധ്യാ പരം
> ശ്രീ വിളങ്ങും വലയാലയത്തിലമരും
> ദേവിക്കെഴും പാദമുൾ-
> പ്പൂവിൽച്ചേർത്തു നമിക്കിലാർക്കുമുടനി-
> ങ്ങാവിർഭവിക്കും ശുഭം."

3. സ്വാതിതിരുനാൾ മഹാരാജാവു തിരുമനസ്സുകൊണ്ട്

കൊല്ലം 1004-ാമാണ്ടുമുതൽ 22-ാണ്ടുവരെ അനിതരസാധാരണമായ സാമർത്ഥ്യത്തോടും നീതിയോടുംകൂടി തിരുവിതാംകൂർ രാജ്യം യഥാ യോഗ്യം ഭരിച്ചിരുന്ന മഹാനും സംഗീതസാഹിത്യസാഗരപാരഗനും ശൂരനും ധീരനും കുശാഗ്രബുദ്ധിയും ഗർഭശ്രീമാനുമായിരുന്ന സ്വാതി തിരുനാൾ മഹാരാജാവു തിരുമനസ്സിലെക്കുറിച്ചു കേട്ടിട്ടില്ലാത്തവർ കേരളരാജ്യങ്ങളിലെന്നല്ല, പരദേശങ്ങളിൽപ്പോലും അധികമുണ്ടായി രിക്കയില്ല. ഈ തിരുമനസ്സുകൊണ്ട് തിരുവവതാരം ചെയ്തരുളിയത്* 988-ാമാണ്ടു മേടമാസത്തിലാണ്.

988-ാമാണ്ട് ബാലരാമവർമ്മ മഹാരാജാവു തിരുമനസ്സുകൊണ്ടു നാടുനീങ്ങിയതിനോടുകൂടി തിരുവിതാംകൂർ മഹാരാജാവംശത്തിൽ ആൺവഴിത്തമ്പുരാക്കന്മാരാരുമില്ലാതായിത്തീരുകയും തന്നിമിത്തം അന്ന് പെൺവഴിത്തമ്പുരാക്കന്മാരിൽ മൂപ്പനായിരുന്ന ലക്ഷ്മീ മഹാ രാജ്ഞി അക്കാലംമുതൽ രാജ്യം ഭരിച്ചുതുടങ്ങുകയും ആ മഹാരാജ്ഞി 990-മാണ്ടു നാടുനീങ്ങിപ്പോവുകയാൽ അക്കാലംമുതൽ 1004-ാമാണ്ടു വരെ തത്സഹോദരിയായ പാർവ്വതീമഹാരാജ്ഞി നാടുവാഴുകയും ചെയ്തിട്ടുള്ളതു ചരിത്രപ്രസിദ്ധമാണല്ലോ. അതിനാൽ സ്വാതിതിരു നാൾ മഹാരാജാവു തിരുമനസ്സുകൊണ്ടു തിരുവവതാരം ചെയ്തതു തന്നെ രാജ്യാധിപതിയായിട്ടാണ്. അതിനാലാണ് ആ തിരുമേനിയെ എല്ലാവരും 'ഗർഭശ്രീമാൻ' എന്നു പറഞ്ഞുവന്നിരുന്നത്. ഈ തിരുമനസ്സു കൊണ്ടു തിരുവവതാരം ചെയ്തതിന്റെശേഷം മേൽപ്പറഞ്ഞ മഹാരാ ജ്ഞികൾ രാജ്യം ഭരിച്ചിരുന്നത് ഈ തിരുമനസ്സിലെ പ്രാതിനിധ്യത്തോടു കൂടിയായിരുന്നുവെന്നുള്ളതു വിശേഷിച്ചു പറയണമെന്നില്ലല്ലോ.

1004-ാമാണ്ട് തിരുമനസ്സിലേക്കു പതിനാറു തിരുവയസ്സാവുകയും തിരുമാടമ്പു കഴിയുകയും ചെയ്യുകയാൽ അക്കാലം മുതൽ തന്നെ തിരു മനസ്സുകൊണ്ടു രാജ്യഭരണം ആരംഭിച്ചു. പുരുഷപ്രായം തികയുന്നതിനു

* ജനിച്ചത്

പതിനെട്ടു വയസ്സാകണമെന്ന് അക്കാലത്തു നിർബ്ബന്ധമില്ലായിരുന്നു. പതിനാറു വയസ്സാകണമെന്നേ അക്കാലത്തു നിർബ്ബന്ധമുണ്ടായിരുന്നുള്ളൂ. പതിനാറു വയസ്സായാൽ രാജ്യഭരണമാരംഭിക്കാമെന്നായിരുന്നു ഇവിടുത്തെ ചട്ടം. കീഴ്നടപ്പും അങ്ങനെയായിരുന്നു. ബാലരാമവർമ്മ മഹാരാജാവു തിരുമനസ്സുകൊണ്ട് 73-ാമാണ്ട് രാജ്യഭരണമാരംഭിച്ചപ്പോൾ അവിടേക്കു പതിനാറു വയസ്സുമാത്രമേ ആയിരുന്നുള്ളുവല്ലോ. അതിനാൽ ബുദ്ധിസാമർത്ഥ്യവും തന്റേടവും ഭരണശക്തിയുമുള്ള ഈ തിരുമനസ്സുകൊണ്ടു ബുദ്ധിയും നീതിയും കാര്യഗ്രഹണശക്തിയും താൻ നിശ്ചയിക്കുന്ന കാര്യം അപ്രകാരംതന്നെ നടക്കണമെന്നു നിർബ്ബന്ധമുള്ള ആളാണെന്നുള്ളതിലേക്ക് അവിടുത്തെ ബാല്യത്തിൽത്തന്നെ അനേകം ദൃഷ്ടാന്തങ്ങളുണ്ടായിട്ടുണ്ട്.

യാഗം കഴിച്ചു സോമയാജി (*ചോമാതിരി*)ആകുന്നവർക്കു തിരുവിതാംകൂർ മഹാരാജകുടുംബത്തിൽ തിരുബലി മുതലായ അടിയന്തിരങ്ങൾക്കു കൊല്ലംതോറും ഓരോ പണക്കിഴിവീതം കൊടുക്കുക പതിവുണ്ട്. ഈ ദാനത്തിനു 'കർമ്മിത്താനം'എന്നാണ് പേരു പറഞ്ഞുവന്നത്. കിഴിയിൽ ഒരുനൂറ്റൊന്നു പണംവീതമാണ് പതിവ്. അങ്ങനെയുള്ള കിഴി നാലും അഞ്ചും അതിലധികവും പതിവുള്ള ചോമാതിരിമാരും ചിലപ്പോൾ ഉണ്ടായേക്കും. ഒരു ചോമാതിരി മരിച്ചാൽ ആ വിവരം മഹാരാജാവുതിരുമനസ്സിലെ അടുക്കൽ ആദ്യം ചെന്നറിയിക്കുന്ന ചോമാതിരിക്കു മരിച്ച ചോമാതിരിക്കു പതിവുള്ള കിഴികൂടി പേരിൽപ്പതിച്ചുകൊടുക്കും. എന്നാൽ വിവരം തിരുമനസ്സറിയിക്കുന്നതു ചോമാതിരി തന്നെ വേണമെന്നു നിർബന്ധമില്ല. ചോമാതിരിയുടെ ഇല്ലത്തുള്ളവരിൽ ആരെങ്കിലുമായാൽ മതി. തിരുമുമ്പാകെച്ചെന്ന്, 'ഇന്ന ഇല്ലത്തെ ഇന്ന ചോമാതിരി മരിച്ചുപോയി. അദ്ദേഹത്തിന്റെ പേരിലുള്ള താനം എന്റെ ഇല്ലത്തെ ഇന്ന ചോമാതിരിയുടെ പേരിൽ പതിച്ചുതരുന്നതിന് കൽപനയുണ്ടാകണം' എന്നാണ് പറയേണ്ടത്. ഇങ്ങനെപറയുന്നതിന് 'വീഴില്ലം പറയുക'എന്നാണ് പറഞ്ഞുവരുന്നത്. വീഴില്ലം പറയുന്നതിനു തിരുമനസ്സിലെ സന്നിധിയിൽ ചെല്ലുന്നതിനു സമയം നോക്കേണ്ടാ. ഏതു സമയത്തും ചെന്ന് പറയാമെന്നാണ് വെയ്പ്. പള്ളിയറയിൽ പള്ളിക്കുറുപ്പായിക്കിടക്കുന്ന സമയത്തു വാതിൽ മുട്ടിവിളിച്ചുണർത്തിപ്പറയുന്നതിനും വിരോധമില്ല.

ഒരിക്കൽ ഒരു ചോമാതിരി മരിച്ചിട്ടു വീഴില്ലം പറയാനായി വേറെ രണ്ടില്ലത്തുള്ള ചോമാതിരിമാരുടെ ഇല്ലങ്ങളിൽനിന്നു രണ്ടു നമ്പൂതിരിമാർ പുറപ്പെട്ടു. രണ്ടുപേരും ഒരേ സമയത്തുതന്നെ കരൂപ്പടന്നെ വന്നെത്തി. രണ്ടുപേരും ഉടനെ രണ്ടു വള്ളങ്ങളിലായിക്കയറി ഒരുമിച്ചു പുറപ്പെട്ടു. അക്കാലങ്ങളിൽ കരൂപ്പടന്നക്കടവിൽ സദാ വള്ളങ്ങളുമായി വള്ളക്കാരുണ്ടായിരിക്കുക പതിവാണ്. ഈ നമ്പൂതിരിമാർ കയറിയ വള്ളങ്ങളിലെ ഊന്നുകാർ സമർത്ഥന്മാരും പരിചയമുള്ളവരുമായ

നായന്മാരായിരുന്നു. രണ്ടു നമ്പൂതിരിമാരും അവരുടെ വള്ളക്കാരോടു മുൻകൂട്ടി തിരുവനന്തപുരത്തെത്തിച്ചാൽ പതിവുള്ള കൂലി കൂടാതെ വിശേഷാൽ ചില സമ്മാനങ്ങളും മറ്റും കൊടുക്കാമെന്നു പറഞ്ഞ് അവരെ പ്രോത്സാഹിപ്പിച്ചു. അതിനാൽ വളരെ വാശിയോടുകൂടി രണ്ടു വള്ളക്കാരും ഊന്നിത്തുടങ്ങി. കടുകിടയ്ക്കു വ്യത്യാസംകൂടാതെ രണ്ടു വള്ളങ്ങളും ഒരുപോലെ നിന്നു. അങ്ങനെപോയി രണ്ടു വള്ളങ്ങളും ഒരുമിച്ചു തിരുവനന്തപുരത്തു കൽപ്പാലക്കടവിൽച്ചെന്നടുത്തു. ഉടനെ ഒരു നമ്പൂതിരി കരയ്ക്കു ചാടി മറ്റേ വള്ളത്തിന്റെ തലയ്ക്കൽപ്പിടിച്ച് ഒരു തള്ളുകൊടുത്തുംവച്ച് ഓടി. അന്നു നാടുവാണിരുന്നത് ഉത്രട്ടാതി തിരുനാൾ പാർവ്വതീഭായി മഹാറാണി തിരുമനസ്സുകൊണ്ടായിരുന്നു. ഓടിപ്പോയ നമ്പൂതിരി കൊട്ടാരത്തിനകത്തു കടന്നു തിരുമുമ്പാകെ ച്ചെന്നു വിവരം തിരുമനസ്സറിയിച്ചിട്ടു കുളിക്കാൻ പോയി. പിടിച്ചു തള്ളപ്പെട്ട വള്ളത്തിലിരുന്നിരുന്ന നമ്പൂതിരി വീണ്ടും വള്ളമടുപ്പിച്ചു കരയ്ക്കിറങ്ങി ഓടി കൊട്ടാരത്തിലെത്തിയപ്പോഴേക്കും മുമ്പേ ഓടിയ നമ്പൂരി വീഴില്ലം പറയുക കഴിഞ്ഞു എന്നറിയുകയാൽ അദ്ദേഹത്തിനു ഏറ്റവും വിഷാദവും ഇച്ഛാഭംഗവുമുണ്ടായി എന്നുള്ളതു വിശേഷിച്ചു പറയണമെന്നില്ലല്ലോ. അദ്ദേഹം പ്രാതഃസ്നാനവും വളരെ ജപവും നമസ്കാരവും തേവാരവും മറ്റും പതിവുള്ള ഒരു വിശിഷ്ടനായിരുന്നു. അവയെല്ലാം മുടക്കി വളരെ കഷ്ടപ്പെട്ടു തിരുവനന്തപുരം വരെ ചെന്നിട്ടു കാര്യം ഫലിക്കാതെ പോയതിൽ അദ്ദേഹത്തിനു വളരെ വ്യസനമുണ്ടായത് അദ്ഭുതമല്ലല്ലോ. തിരുവനന്തപുരത്ത് എത്തിയപ്പോൾതന്നെ നേരം നാലഞ്ചു നാഴിക പുലർന്നിരുന്നു. കാര്യം തെറ്റിപ്പോയതിനാലുണ്ടായതിലധികം വിഷാദം അദ്ദേഹത്തിന് യഥാകാലം കുളിയും തേവാരവും കഴിക്കാൻ സാധിക്കാഞ്ഞതുകൊണ്ടായിരുന്നു. 'വിചാരിച്ചു വന്ന കാര്യം പൂജ്യമായി, കുളി മുതലായതിനു നേരവും തെറ്റി. ഇനിയെങ്കിലും വേഗത്തിൽ കുളിച്ചു നിത്യകർമ്മമെങ്കിലും കഴിക്കാം. തേവാരത്തിനും വൈശ്യത്തിനും മറ്റും വേണ്ടുന്ന പൂവും പുല്ലും മറ്റും ഇവിടെക്കിട്ടാൻ മാർഗ്ഗമില്ലല്ലോ. അതുകൊണ്ട് അതൊക്കെ ഊർദ്ധ്വം തന്നെ എന്നിങ്ങനെ വിചാരിച്ചു വിഷാദിച്ചുകൊണ്ട് ആ നമ്പൂതിരിയും കുളിക്കാനായി പുറപ്പെട്ടു. ആ സമയം സമപ്രായക്കാരായ അഞ്ചെട്ടു ബാലന്മാരോടുകൂടി കളിച്ചുകൊണ്ട് നമ്മുടെ സ്വാതിതിരുനാൾ തിരുമനസ്സുകൊണ്ട് കൊട്ടാരത്തിന്റെ മുറ്റത്ത് എഴുന്നള്ളി നിന്നിരുന്നു. ഓടിയതിനാൽ ക്ഷീണിച്ചും തളർന്നും വിയർത്തൊലിച്ചും വിഷാദഭാവത്തോടുകൂടിയും പോകുന്ന ആ നമ്പൂതിരിയെക്കണ്ടിട്ടു തിരുമനസ്സുകൊണ്ട് നമ്പൂതിരിയെ വിളിച്ച് അടുക്കൽ വരുത്തീട്ട്, "അങ്ങ് എന്താണ് ഇത്ര ക്ഷീണിച്ചിരിക്കുന്നത്? മുഖം കണ്ടിട്ട് എന്തോ വലുതായ ഒരു വിഷാദം മനസ്സിലുള്ളതുപോലെ തോന്നുന്നുവല്ലോ. അതിന്റെ കാരണം പറയൂ. എന്തായാലും സമാധാനമുണ്ടാക്കാം, ഒട്ടും വിഷാദിക്കേണ്ടാ"

എന്നു കൽപിച്ചു. തിരുമനസ്സിലേക്ക് അന്ന് ഏകദേശം എട്ടു തിരുവയസ്സു മാത്രമേ പ്രായമായിരുന്നുള്ളൂ. തന്നോട് ഇപ്രകാരം സമാധാനം പറയുന്ന ഈ ബാലൻ ആരാണെന്നു നമ്പൂതിരിക്കു നല്ലപോലെ മനസ്സിലായില്ലെങ്കിലും ഏറ്റവും തേജസ്വിയും ആജാനുബാഹുവുമായ ഈ കുമാരൻ കേവലം നിസ്സാരനല്ലെന്നും ഒരുസമയം രാജകുമാരൻ തന്നെ ആയിരിക്കാമെന്നും അദ്ദേഹം ഊഹിക്കാതെയിരുന്നില്ല. 'കേവലം നിസ്സാരനായ ഒരു ചെറിയ കുട്ടിയിൽനിന്ന് ഇപ്രകാരമുള്ള സാന്ത്വന വാക്കുകളുണ്ടാവാനിടയില്ലല്ലോ' എന്നു വിചാരിച്ച് അദ്ദേഹം പരമാർത്ഥമെല്ലാം തിരുമനസ്സറിയിച്ചു. ഉടനെ തിരുമനസ്സുകൊണ്ട്, "ആട്ടെ കുളിയും തേവാരവും മറ്റും കഴിയട്ടെ. കാര്യത്തിന് എന്തെങ്കിലും സമാധാനമുണ്ടാകും" എന്നു കൽപിച്ചു നമ്പൂതിരിയെ അയച്ചു. അദ്ദേഹത്തിന്റെ കുളി കഴിഞ്ഞപ്പോഴേക്കും തേവാരത്തിനു വേണ്ടുന്നതെല്ലാം കൽപനപ്രകാരം ഒരു കുട്ടിപ്പട്ടർ കടവിൽ ഹാജരാക്കിക്കൊടുത്തു. തേവാരം കഴിഞ്ഞപ്പോൾ മറ്റൊരു പട്ടർ ചെന്ന് "ഊണിനെല്ലാം കാലമായിരിക്കുന്നു. കൊട്ടാരത്തിലേക്കു വരാം" എന്നു പറഞ്ഞു. ഉടനെ നമ്പൂതിരി കൊട്ടാരത്തിൽ ചെല്ലുകയും വെടിപ്പായി ഭക്ഷണം കഴിക്കുകയും ചെയ്തു. ഇത്രയും കഴിഞ്ഞപ്പോൾ മുമ്പു തന്നെ സമാധാനപ്പെടുത്തി കുളിക്കാൻ പറഞ്ഞയച്ചത് സ്വാതിതിരുനാൾ മഹാരാജകുമാരൻ തന്നെയാണെന്ന് അദ്ദേഹം തീർച്ചപ്പെടുത്തി. തിരുമേനിയെ നമ്പൂതിരി മുമ്പു കണ്ടിട്ടില്ലായിരുന്നുവെങ്കിലും ധാരാളമായി കേട്ടിട്ടുണ്ടായിരുന്നു.

നമ്പൂതിരിയെ കുളിക്കാൻ കൽപിച്ചയച്ച ഉടനെ തിരുമനസ്സുകൊണ്ട്, "ഇന്ന ഇല്ലത്തെച്ചോമാതിരി മരിച്ചുപോവുകയും ഇന്ന ഇല്ലത്തെ നമ്പൂതിരി വന്നു നമ്മോട് ആദ്യമായി വീഴില്ലം പറയുകയും ചെയ്തിരിക്കകൊണ്ടു മരിച്ചുപോയ ചോമാതിരിയുടെ പേരിലുള്ള താനം വീഴില്ലം പറഞ്ഞ നമ്പൂതിരിയുടെ ഇല്ലത്തുള്ള ചോമാതിരിയുടെ പേരിൽ പതിച്ചു കൊടുത്തുകൊള്ളണം" എന്നു കൽപിച്ചു പകടശാലയിലേക്ക് എഴുതിയയപ്പിച്ചു. അതു പകടശാലയിൽ എത്തിയപ്പോഴേക്കും മഹാരാജ്ഞി തിരുമനസ്സിലെ കൽപനപ്രകാരം താനം പേരുമാറിപ്പതിക്കുക കഴിഞ്ഞിരുന്നു. അതിനാൽ പകടശാലയിലുള്ള ഉദ്യോഗസ്ഥന്മാർ വല്ലാതെ കുഴങ്ങിവശരായി. മഹാരാജാവു തിരുമനസ്സിലെ കൽപനപ്രകാരം ചെയ്യാതെ ഇരിക്കാമോ? മഹാരാജ്ഞി തിരുമനസ്സിലെ കൽപനപ്രകാരം ചെയ്തതിനെ ഭേദപ്പെടുത്താമോ? രണ്ടും വയ്യാതെ അവർ വിഷമിച്ചു. ഒടുക്കം അവർ ഈ വിവരം മഹാരാജ്ഞി തിരുമനസ്സിലെ അടുക്കൽ അറിയിച്ചു. മഹാരാജ്ഞി തിരുമനസ്സുകൊണ്ടു മഹാരാജാവുതിരുമേനിയെ വിളിച്ചുവരുത്തി,"അപ്പൻ(*തിരുവിതാംകൂർ മഹാരാജകുടുംബത്തിൽ പ്രായംകൂടിയവർ പ്രായം കുറഞ്ഞവരെ 'അപ്പൻ' എന്നു പറയുന്നതു സാധാരണമാണ്. ഇവിടെ അപ്പൻ എന്നുള്ളതു കുട്ടൻ എന്നും കുഞ്ഞെന്നും ഓമന എന്നും മറ്റും പറയുന്നതുപോലെ വാത്സല്യ*

സൂചകമായ ഒരോമനപ്പേരായിട്ടാണ് വച്ചിരിക്കുന്നത്) ഇങ്ങനെയൊക്കെത്തുടങ്ങുന്നതെന്താണ്? ആദ്യം വന്നു വീഴില്ലം പറയുന്നവർക്കല്ലേ താനം പതിച്ചുകൊടുക്കേണ്ടത്? അങ്ങനെയാണല്ലോ ഇവിടെ മുമ്പിനാലേയുള്ള പതിവ്. ആദ്യം വന്ന് എന്നോട് വീഴില്ലം പറഞ്ഞ നമ്പൂതിരിയുടെ ഇല്ലത്തുള്ള ചോമാതിരിയുടെ പേരിലാണ് താനം പതിച്ചുകൊടുക്കാൻ ഞാൻ ചട്ടംകെട്ടിയത്. അതു ഭേദപ്പെടുത്തുന്നതു ന്യായമല്ല"എന്നു കൽപിച്ചു. അതിനു മറുപടിയായി മഹാരാജാവു തിരുമനസ്സുകൊണ്ട് "ഇപ്പോൾ നാടുവാഴുന്നത് അമ്മയാകയാൽ അമ്മയുടെ കൽപനപ്രകാരം കാര്യങ്ങളൊക്കെ നടക്കേണ്ടതാണ്. അതിനു സംശയമില്ല. എന്നാൽ 'കുലശേഖരപ്പെരുമാൾ' എന്നുള്ള സ്ഥാനം എനിക്കില്ലേ? എന്റെ അടുക്കൽ വന്നു വീഴില്ലം പറഞ്ഞ ആളെ ഇച്ഛാഭംഗത്തോടുകൂടി മടക്കിയയയ്ക്കുന്നത് ഈ സ്ഥാനത്തേക്കു യുക്തവും ന്യായവുമാണോ? അങ്ങനെയാണെന്നത് അമ്മ കൽപിക്കുന്നപക്ഷം എനിക്കു നിർബ്ബന്ധമില്ല. അമ്മ കൽപിച്ചു ചട്ടംകെട്ടിയതുപോലെ തന്നെ നടക്കട്ടെ. എന്റെ ആജ്ഞയെ ഞാൻ പിൻവലിച്ചേക്കാം. പക്ഷേ, അങ്ങനെ ചെയ്യുന്നതു ന്യായവും ഈ സ്ഥാനത്തേക്കു യോഗ്യവുമാണെന്ന് അമ്മ കൽപിക്കണം. അല്ലാതെ ഞാൻ സമ്മതിക്കയില്ല" എന്നു കൽപിച്ചു. ഇതു കേട്ടപ്പോൾ മഹാരാജ്ഞി ശരിയായ മറുപടി ഒന്നും തോന്നാതെ കുഴങ്ങി. ഒടുക്കം "ഇനി എങ്ങനെയാണ് വേണ്ടതെന്ന് അപ്പൻതന്നെ നിശ്ചയിക്കണം. അപ്പൻ നിശ്ചയിക്കുന്നതെല്ലാം എനിക്ക് സമ്മതമാണ്" എന്നു കൽപിച്ചു. ഉടനെ മഹാരാജാവു തിരുമനസ്സുകൊണ്ട്, "അമ്മയ്ക്കു സമ്മതമാണെങ്കിൽ ഇപ്പോൾ ഇവിടെ ന്യായവും രണ്ടുപേർക്കും മാനവുമായിട്ടുള്ളതു ഞാൻ നിശ്ചയിക്കാം. ഇപ്പോൾ ഒരു ചോമാതിരിയുടെ പേരിലുള്ള താനമാണ് ഒഴിഞ്ഞുവന്നിരിക്കുന്നത്. അതിനു രണ്ടുപേർ വന്നു വീഴില്ലം പറയുകയും ചെയ്തു. നമ്മൾരണ്ടുപേരും പരസ്പരം അറിയാതെ രണ്ടുപേർക്കും പതിച്ചുകൊടുക്കാൻ ചട്ടംകെട്ടുകയും ചെയ്തു. അതിനാൽ ഈ താനം ഒന്നു പകുതിവീതം രണ്ടു ചോമാതിരിമാരുടെ പേരിലും തൽക്കാലം പതിച്ചുകൊടുക്കുകയും ഈ ചോമാതിരിമാരിൽ ഒരാൾ മരിക്കുമ്പോൾ ജീവിച്ചിരിക്കുന്ന ചോമാതിരിയുടെ പേരിൽ മുഴുവനുമാക്കിക്കൊടുക്കുകയും ചെയ്യുന്നതാണ് യുക്തമെന്ന് എനിക്ക് തോന്നുന്നു. പിന്നെ അമ്മ കൽപിക്കുന്നതുപോലെ" എന്നു കൽപിച്ചു. അതു കേട്ടപ്പോൾ ഇതു നല്ല ന്യായമാണെന്നു മഹാരാജ്ഞിക്കും തോന്നുകയാൽ അങ്ങനെ ചട്ടംകെട്ടുകയും അക്കാര്യം അങ്ങനെ അവസാനിക്കുകയും ചെയ്തു.

സ്വാതിതിരുനാൾ തിരുമനസ്സിലെ ബാല്യകഥകൾ ഇങ്ങനെ വളരെയുണ്ട്. ഈ ഒരു സംഗതികൊണ്ടുതന്നെ അവിടുന്നു ചെറുപ്പത്തിൽത്തന്നെ ന്യായസ്ഥനും നീതിമാനും താനൊന്നു നിശ്ചയിച്ചാൽ അതുപ്രകാരം നടക്കണമെന്നു നിർബ്ബന്ധമുള്ള ആളുമായിരുന്നു എന്നു

സ്പഷ്ടമാകുന്നുണ്ടല്ലോ. അതിനാൽ ആ ഭാഗം അധികം വിസ്തരിക്കുന്നില്ല.

വീഴില്ലം പറയുന്നതിന്റെ ചട്ടമൊക്കെ ഇപ്പോൾ വളരെ ഭേദപ്പെട്ടിട്ടുണ്ട്. ഇപ്പോൾ യഥേഷ്ടം ഏതു സമയത്തും തിരുമുമ്പാകെച്ചെന്നു വീഴില്ലം പറയാനും മറ്റും പാടില്ല. അതൊക്കെ ഭേദപ്പെടുത്തീട്ടു വളരെക്കാലമായി. ഇപ്പോൾ വീഴില്ലം പറയുന്നതു കൊട്ടാരത്തിൽച്ചെന്നു തവണക്കാരുടെ അടുക്കൽ മതിയെന്നാണ് ചട്ടം. അവർ സമയം പോലെ തിരുമനസ്സറിയിച്ചുകൊള്ളും.

ഈ തിരുമനസ്സുകൊണ്ട് നരസിംഹാംശസംഭൂതനാണെന്നാണ് അക്കാലത്ത് എല്ലാവരും പറയുകയും വിശ്വസിക്കുകയും ചെയ്തിരുന്നത്. അവിടുന്നു നേരെ നോക്കിയാൽ ഭയപ്പെടാത്തവരായി അക്കാലത്ത് ആരുംതന്നെ ഉണ്ടായിരുന്നില്ല. തിരുമനസ്സുകൊണ്ട് ആരുടെയും നേരെ നോക്കി സംസാരിക്കാറില്ല. സംഭാഷണങ്ങളെല്ലാം നിലത്തു നോക്കിക്കൊണ്ടാണ് പതിവ്.

തിരുമനസ്സുകൊണ്ടു സിംഹാസനാരോഹണം ചെയ്തതിന്റെ ശേഷം കുറച്ചുകാലം കഴിഞ്ഞപ്പോൾ ബ്രിട്ടീഷുഗവർമ്മെണ്ടിന്റെ പ്രതിനിധിയും ഈസ്റ്റിൻഡ്യാകമ്പനിക്കാരിൽ പ്രധാനിയുമായ ഒരു യൂറോപ്യൻ തിരുമേനിയെക്കാണുന്നതിനായി തിരുവനന്തപുരത്തു വന്നിരുന്നു. ബ്രിട്ടീഷുഗവർമ്മേണ്ടും തിരുവിതാംകൂർ മഹാരാജാവുമായിട്ടുള്ള ഉടമ്പടിയിൽ ചില ഭേദഗതികൾ വരുത്തുന്നതിനെക്കുറിച്ച് ആലോചിക്കാനായിട്ടാണ് സായ്പു വന്നിരുന്നത്. മഹാരാജാവിനുള്ള രാജാധികാര്യങ്ങളിൽ ചിലതു കുറയ്ക്കുകയും കപ്പത്തിൽ സ്വൽപം കൂട്ടുകയും ചെയ്യണമെന്നായിരുന്നു സായ്പിന്റെ ഉദ്ദേശ്യം. മഹാരാജാവിനു പ്രായം ചെറുപ്പമാകയാൽ ആ ഉദ്ദേശ്യം നിഷ്പ്രയാസം സാധിക്കാമെന്നും അയാൾ വിചാരിച്ചിരുന്നു. സായ്പു തിരുവനന്തപുരത്തു ചെന്നിട്ട് അയാൾക്കു സുഖമായി താമസിക്കുന്നതിനു വേണ്ടുന്നതെല്ലാം കൽപനപ്രകാരം ചട്ടംകെട്ടിക്കൊടുത്തു. എങ്കിലും തമ്മിൽക്കാണുന്നതിനു വളരെ ദിവസം കഴിഞ്ഞിട്ടേ ദിവസവും സമയവും കൽപിച്ചനുവദിച്ചുള്ളു. കൽപിച്ചനുവദിച്ച ദിവസം നിശ്ചിതസമയത്തു സായ്പു കൂടിക്കാഴ്ചയ്ക്കു നിശ്ചയിച്ചിരുന്ന സ്ഥലത്തെത്തി. തിരുമനസ്സുകൊണ്ട് അതിനു മുമ്പുതന്നെ അവിടെ എഴുന്നള്ളീട്ടുണ്ടായിരുന്നു. സായ്പു ചെന്ന ഉടനെ തിരുമനസ്സുകൊണ്ടു സബഹുമാനം ആസനസത്കാരം ചെയ്ത് ഇരുത്തിയതിന്റെശേഷം അവിടുന്നും ഇരുന്നു കുശലപ്രശ്നം ചെയ്തു. സായ്പു മറുപടി പറയാനായി ഭാവിച്ച സമയം തിരുമനസ്സുകൊണ്ട് തൃക്കണ്ണു തുറന്നു സായ്പിന്റെ നേരെ ഒന്നുനോക്കി. തത്ക്ഷണം സായ്പു ബോധരഹിതനായി നിലത്തുവീണു. "ഇയ്യാളെ എടുത്തു പുറത്തു കൊണ്ടുപോകട്ടെ" എന്നു കൽപിച്ചിട്ടു തിരുമനസ്സുകൊണ്ടു കൊട്ടാരത്തിലേക്കെഴുന്നള്ളി. ഉടനെ നാലു ഭടന്മാർ വന്ന്

സായ്പിനെയെടുത്ത് അയാൾക്കു താമസത്തിനു നിശ്ചയിച്ചിരുന്ന സ്ഥലത്തേക്കു കൊണ്ടുപോയി. അവിടെ ചെന്നിട്ടും വളരെനേരം കഴിഞ്ഞതിന്റെശേഷമാണ് സായ്പിനു ബോധം വീണത്. 'ഈ മഹാരാജാവിന്റെ കാലത്തു താൻ വിചാരിച്ചുവന്ന കാര്യമൊന്നും സാധിക്കയില്ല' എന്നു നിശ്ചയിച്ച് സായ്പ് അന്നുതന്നെ തിരുവനന്തപുരത്തുനിന്നു മടങ്ങിപ്പോവുകയുംചെയ്തു.

ഒരാണ്ടിൽ മീനമാസത്തിൽ പത്മനാഭസ്വാമിക്ഷേത്രത്തിൽ ഉത്സവത്തിന് ആറാട്ടു കഴിഞ്ഞു കടൽക്കരയിൽനിന്നു തിരിയെ എഴുന്നള്ളിച്ച സമയം അമ്പാരി കെട്ടി അകമ്പടിയാക്കി കൊണ്ടുപോയിരുന്ന മദോന്മത്തനായ ഒരു കൊമ്പനാന പിണങ്ങി ആൾക്കൂട്ടത്തിലേക്ക് ഓടി. ആ സമയം അവിടെയുണ്ടായ ധൃതിയും ബഹളവും പരിഭ്രമവുമൊക്കെ വിവരിക്കുന്ന കാര്യം പ്രയാസംതന്നെ. വാദ്യക്കാരും അകമ്പടിക്കാരും ദീപയഷ്ടി(*തീവെട്ടി*)ക്കാരും മറ്റും പ്രാണഭീതിയോടുകൂടി നാലുവഴിക്കും ഓടിപ്പോയി. പത്മനാഭസ്വാമിയെ എഴുന്നള്ളിച്ചിരുന്നതിന്റെ മുമ്പിൽ പള്ളിവാളും പരിചയും ധരിച്ച് അകമ്പടിയായി നിന്നിരുന്ന തിരുമനസ്സുകൊണ്ടുമാത്രം ഇളകാതെ ആ നിലയിൽത്തന്നെ സധൈര്യം നിന്നു. ജനങ്ങളെല്ലാം ഒഴിഞ്ഞോടിക്കഴിഞ്ഞപ്പോൾ ആന തിരുമനസ്സിലെ നേരെ പാഞ്ഞടുത്തു. ആനക്കാരൻ മുമ്പേതന്നെ ഓടിയൊളിച്ചിരുന്നതിനാൽ ആനയ്ക്കു സ്വാതന്ത്ര്യവും സിദ്ധിച്ചിരുന്നു. ആന നേരെ പാഞ്ഞുവരുന്നതു കണ്ടിട്ടും അവിടേക്കു യാതൊരു കൂസലുമുണ്ടായിരുന്നില്ല. തുമ്പിക്കൈകൊണ്ട് എത്തിപ്പിടിക്കുവാൻ തക്കവണ്ണം അടുത്തപ്പോൾ തിരുമനസ്സുകൊണ്ട് തൃക്കണ്ണുകൾ തുറന്ന് ആനയുടെ നേരെ ഒന്നു നോക്കി. ആന ഉടനെ അത്യുച്ചത്തിലുള്ള ദീനസ്വരത്തോടുകൂടി തിരുമുമ്പിൽ കൊമ്പുകുത്തി. ആനയുടെ കൊമ്പുകൾ മുഴുവൻ നിലത്തു താഴ്ന്നു. ഉടനെ ആനക്കാരൻ അവിടെയെത്തി, ആനയെ എഴുന്നേൽപിച്ചു കൂച്ചുവിലങ്ങിട്ടു കൊണ്ടുപോയി. ആന പേടിച്ചു വിറച്ചുകൊണ്ടാണ് ആനക്കാരന്മാരുടെ കൂടെപ്പോയത്. പിന്നെ ആന തിരുമനസ്സിലെ ശബ്ദം കേട്ടാൽപ്പോലും നടുങ്ങുമായിരുന്നു. ഇപ്രകാരമിരുന്ന തിരുമനസ്സുകൊണ്ടു നരസിംഹാംശസംഭൂതനാണെന്നു ജനങ്ങൾ വിശ്വസിച്ചിരുന്നതിൽ അദ്ഭുതമില്ലല്ലോ.

തിരുമനസ്സിലെ നാമം കേട്ടാൽത്തന്നെ പേടിക്കാത്തവരായി അക്കാലത്ത് ആരുമുണ്ടായിരുന്നില്ല. എന്നാൽ അക്രമമായി അവിടുന്ന് ആരെയും ശിക്ഷിക്കുകയും ഉപദ്രവിക്കുകയും ചെയ്തിരുന്നില്ല. വാസ്തവത്തിൽ അവിടുന്ന് ഏറ്റവും ദയാലുവായിരുന്നു. അവിടുന്നു ക്രൂരപ്രവൃത്തി ഒന്നുംതന്നെ ചെയ്തിരുന്നില്ല. എന്നാൽ എത്ര വലിയ ആളായാലും കുറ്റം ചെയ്താൽ അവിടുന്നു മുറയ്ക്കു ശിക്ഷിക്കാതെയിരിക്കാറുമില്ല. കുറ്റക്കാരുടെ പേരിൽ അവിടേക്കു ലേശവും ദാക്ഷിണ്യമുണ്ടായിരുന്നില്ല. രാജ്യത്തു നീതി നടക്കണമെന്നും താൻ ഒന്നു

നിശ്ചയിച്ചാൽ അത് അപ്രകാരംതന്നെ നടക്കണമെന്നും അവിടേക്കു വളരെ നിർബ്ബന്ധമുണ്ടായിരുന്നു.

ഒരു ദിവസം കോവിലെഴുന്നള്ളത്തു സമയത്തു കൂടെയുണ്ടായിരുന്ന സർവ്വാധികാര്യക്കാരോട് 'നാളെ ഒരു കുലവാഴച്ചിറപ്പു നടത്തണം' എന്നു കൽപിച്ചു. കുലവാഴച്ചിറപ്പിന് ആയിരത്തിൽക്കുറയാതെ കുലവാഴ വേണ്ടതാകയാൽ സർവ്വാധികാര്യക്കാരൻ "നാളെ നടത്തുന്ന കാര്യം അസാധ്യമാണ്.നാലു ദിവസത്തെ ഇട കൽപിച്ചനുവദിക്കണം" എന്നു തിരുമനസ്സറിയിച്ചു. ഉടനെ അവിടുന്ന് "ചിറപ്പു നാളെത്തന്നെ വേണം. എല്ലാം പഴക്കുല ആയിരിക്കുകയും വേണം" എന്നു കൽപിച്ചു. പിന്നെയും കൽപനയ്ക്കു വിരോധമായി തിരുമനസ്സറിയിച്ചാൽ ശിക്ഷയുണ്ടാകുമെന്ന് അറിയാമായിരുന്നതുകൊണ്ട് സർവ്വാധികാര്യക്കാർ "കൽപനപോലെ നടത്തിക്കൊള്ളാം" എന്നു തിരുമനസ്സറിയിച്ചു. പിറ്റേ ദിവസം വൈകുന്നേരം തിരുമനസ്സുകൊണ്ടു പത്മനാഭസ്വാമി ദർശനത്തിനായി മതിലകത്ത് എഴുന്നള്ളിയ സമയം അവിടെയെല്ലാം പഴക്കുല വാഴകൊണ്ട് അലങ്കരിച്ചിരുന്നു. ചിറപ്പു കേമമായും ഭംഗിയായും നടക്കുകയും അവിടുന്നു സന്തോഷിച്ചു സർവ്വാധികാര്യക്കാർക്കു ചില സമ്മാനങ്ങൾ കൽപിച്ചു കൊടുക്കുകയും ചെയ്തു. സർവ്വാധികാര്യക്കാർ പല ദിക്കുകളിലേക്ക് ആളുകളെ ഓടിച്ച് അസംഖ്യം പഴുക്കയടയ്ക്കയും കുലച്ച വാഴകളും വരുത്തി, കായയെല്ലാമറുത്തു കളഞ്ഞ് അവയുടെ സ്ഥാനത്തു പഴുക്കയടയ്ക്ക കുത്തിക്കോർത്താണ് പഴക്കുലവാഴകളുണ്ടാക്കിച്ചത്. അവിടുത്തെ അഭിപ്രായവും അതു തന്നെയായിരുന്നു. ബുദ്ധിമാനായ സർവ്വാധികാര്യക്കാർ അതറിഞ്ഞു പ്രവർത്തിച്ചതിനാലാണ് തിരുമനസ്സിൽ സന്തോഷമുണ്ടാവുകയും കൽപിച്ചു സമ്മാനം കൊടുക്കുകയും ചെയ്തത്.

തിരുമനസ്സിലേക്ക് സന്തോഷം തോന്നിയാൽ ഉടനെ എന്തെങ്കിലും കൽപിച്ചു സമ്മാനം കൊടുക്കുക പതിവാണ്. ഒരിക്കൽ തിരുവനന്തപുരത്തു പത്മനാഭസ്വാമി ക്ഷേത്രത്തിൽ ഉത്സവകാലത്ത് ഒരു ദിവസം ശീവേലിക്കെഴുന്നള്ളിച്ചിരുന്ന സമയം മഹാരാജാവു തിരുമനസ്സുകൊണ്ടു ശ്രീപത്മനാഭസ്വാമിയെ ഉദ്ദേശിച്ച് തന്റെ അടുക്കൽ നിന്നിരുന്ന സേവകനും വിദ്വാനും മഹാകവിയുമായിരുന്ന കിളിമാനൂർ ചെറുണ്ണിക്കോയിത്തമ്പുരാനവർകളോട്:

"ശിബികായാം വിഭാത്യേഷഃ
ശ്രീമാനംബുരുഹേക്ഷണഃ"

എന്നൊരു ശ്ലോകത്തിന്റെ പൂർവ്വാദ്ധം തത്ക്ഷണമുണ്ടാക്കി കൽപിക്കുകയും ഉടനെ കോയിത്തമ്പുരാനവർകൾ ഉത്തരാർദ്ധമായി,

"കനകാദ്രിസമാരൂഢ-
ഘനകാന്തിം വിഡംബയൻ"

എന്നുണ്ടാക്കിച്ചൊല്ലുകയും ശീവേലി കഴിഞ്ഞു കൊട്ടാരത്തിലെഴുന്നള്ളിയ

ഉടനെ തിരുമനസ്സുകൊണ്ടു കോയിത്തമ്പുരാനവർകൾക്ക് ആയിരംരൂപാ വിലയുള്ള വൈരക്കല്ലുകൾ വച്ച ഒരു ജോടി കടുക്കനും, ഇപ്രകാരം തന്നെ ഒരാറാട്ടുദിവസം പത്മനാഭസ്വാമിയെ ശംഖുമുഖത്തേക്ക് (*പടിഞ്ഞാറെ സമുദ്രതീരത്തേക്ക്*) എഴുന്നള്ളിച്ച സമയം അകമ്പടിയായി എഴുന്നെള്ളിയിരുന്ന തിരുമനസ്സുകൊണ്ടു വഴിയുടെ രണ്ടുഭാഗത്തുമുള്ള മേടകളിൽ സുന്ദരിമാരായ സ്ത്രീകളുടെ മുഖങ്ങൾ കണ്ടിട്ട്

"രാകാശശാങ്കകലിതായതമാലികേവ
മുഗ്ദ്ധാംഗനാവദനപംക്തിരിഹാവഭാതി"

എന്നൊരു ശ്ലോകത്തിന്റെ പൂർവ്വാദ്ധം തത്ക്ഷണമുണ്ടാക്കിക്കൽപിക്കുകയും അതിന്റെ ഉത്തരാർദ്ധമായി കോയിത്തമ്പുരാനവർകൾ ഉടനെ

"കിന്ത്വത്ര പങ്കജധിയാ മധുപാവലീവ
ദൂരാത്സമാപതി കാമിജനാക്ഷിപംക്തിഃ"

എന്നുണ്ടാക്കിച്ചൊല്ലുകയും തിരുമനസ്സുകൊണ്ട് സന്തോഷിച്ച് അതിലേക്ക് കോയിത്തമ്പുരാനവർകൾക്ക് ഒരട്ടത്തോടൻ വീരശൃംഖലയും കൽപിച്ചു സമ്മാനിച്ചു എന്നുള്ളതു പ്രസിദ്ധമാണല്ലോ.

ഇങ്ങനെ അവിടുന്ന് ഓരോ സന്ദർഭങ്ങളിൽ ഓരോ കാരണങ്ങളാൽ പലർക്കും അനേകം സമ്മാനങ്ങൾ കൽപിച്ചുകൊടുത്തിട്ടുണ്ട്. തിരുമനസ്സുകൊണ്ടു വലിയ വിദ്വാനും മഹാകവിയുമായിരുന്നതിനാൽ സംസ്കൃതവിദ്വാന്മാരും സംഗീതവിദ്വാന്മാരും മറ്റുമായ യോഗ്യന്മാർ പ്രതിദിനമെന്നപോലെ അവിടുത്തെ മുഖം കാണിക്കുന്നതിനായി ദൂരദേശങ്ങളിൽനിന്നു തിരുവനന്തപുരത്തു വന്നുകൊണ്ടിരുന്നു. അവരെയെല്ലാം തിരുമനസ്സുകൊണ്ട് യഥായോഗ്യം സൽക്കരിക്കുകയും ചെയ്തിരുന്നു. തിരുമനസ്സുകൊണ്ടു സംഗീതത്തിലും സാഹിത്യത്തിലും ഒരുപോലെ പാണ്ഡിത്യമുള്ള ആളായിരുന്നതിനാൽ വരുന്നവരെല്ലാം ഒരുവിധം ലജ്ജാവനതമുഖന്മാരായിട്ടാണ് മടങ്ങിപ്പോവുക പതിവ്. താർക്കികന്മാരും വൈയാകരണന്മാരും ആലങ്കാരികന്മാരും മറ്റുമായി പരദേശങ്ങളിൽനിന്നു വരുന്ന വിദ്വാന്മാരോടു തിരുമനസ്സുകൊണ്ടു കൽപിച്ചു രണ്ടോ മൂന്നോ ചോദ്യങ്ങൾ ചോദിക്കുമ്പോഴേക്കും അവർ തോൽക്കുക പതിവാണ്. അപ്രകാരംതന്നെ സംഗീതവിദ്വാന്മാർ വന്നാലും അവരിൽ പാട്ടുകാരെക്കൊണ്ടു പാടിക്കുകയും വീണവായനക്കാരെക്കൊണ്ടു വീണവായിപ്പിക്കുകയും കൽപിച്ചു കേട്ടിട്ടു സസന്തോഷം അവരെ വളരെ ശ്ലാഘിച്ചു ചിലതൊക്കെ കൽപിക്കുകയും ഒടുക്കം തിരുമനസ്സുകൊണ്ടു സ്വൽപം പാടുകയോ വീണവായിക്കുകയോ ചെയ്യുകയും പതിവാണ്. തിരുമനസ്സിലെ പാട്ടോ വീണവായനയോ കേൾക്കുന്ന വിദ്വാന്മാരെല്ലാം അദ്ഭുതപരവശന്മാരും ലജ്ജാവിഹ്വലന്മാരുമായിത്തീരും. 'ഈ ഗന്ധർവ്വന്റെ മുമ്പിൽ വന്നു തങ്ങളുടെ അല്പജ്ഞതയെ പ്രകടിപ്പിച്ചതു ഭോഷത്വമായി'യെന്നും 'ഇവിടെനിന്നു സമ്മാനമൊന്നും കിട്ടണമെന്നില്ല, വല്ലവിധവും പോയിപ്പിഴച്ചാൽമതി' എന്നും

അവർ വിചാരിക്കുകയും ചെയ്യുമായിരുന്നു. എങ്കിലും തിരുമനസ്സു കൊണ്ട് എല്ലാവർക്കും യഥായോഗ്യം സമ്മാനങ്ങൾ കൽപിച്ചുകൊടുക്കാറുണ്ട്.

തിരുമനസ്സിലേക്ക് മലയാളത്തിലെന്നപോലെ സംസ്കൃതം, തമിഴ്, ഹിന്ദുസ്ഥാനി, തെലുങ്ക് മുതലായി അനേകം ഭാഷകളിൽ അപാരമായ പാണ്ഡിത്യമുണ്ടായിരുന്നു. അവയിലെല്ലാം കൽപിച്ചു പാട്ടുകളും മറ്റുമായി കവിതകളുണ്ടാക്കീട്ടുണ്ട്. അവയിൽ പ്രധാനങ്ങൾ ഉൽസവവർണ്ണനം, മണിപ്രവാളബന്ധവും മണിപ്രവാളപദങ്ങളും, സംസ്കൃതത്തിൽ അജാമിളോപാഖ്യാനം, കുചേലോപാഖ്യാനം എന്നിവയുമാണ്. ഇവ കൂടാതെ അനേകം പദങ്ങളും വർണ്ണങ്ങളും കീർത്തനങ്ങളും മറ്റും കൽപിച്ചുണ്ടാക്കീട്ടുണ്ട്. കൽപിച്ചുണ്ടാക്കീട്ടുള്ള കീർത്തനങ്ങളും പദങ്ങളും വർണ്ണങ്ങളും മറ്റും കേരളത്തിലും പരദേശങ്ങളിലുമുള്ള സംഗീതവിദ്വാന്മാർ ഇപ്പോഴും പഠിക്കുകയും പാടുകയും ചെയ്തുവരുന്നുണ്ട്.

ഈ തിരുമനസ്സുകൊണ്ട് 'സ്വായത്തസിദ്ധി'യായ ഒരു മഹാരാജാവുതന്നെയായിരുന്നു. സകലകാര്യങ്ങളും സ്വയമേവ ആലോചിച്ചു തീർച്ചചെയ്യുന്നതല്ലാതെ അന്യോപദേശപ്രകാരം അവിടുന്നു യാതൊന്നും കൽപിച്ചു ചെയ്തിരുന്നില്ല. രാജ്യകാര്യങ്ങളെല്ലാം അവിടുന്നുതന്നെയാണ് അന്വേഷിക്കുകയും നടത്തുകയും ചെയ്തിരുന്നത്. കൽപനപ്രകാരമല്ലാതെ ഒരു കാര്യവും അക്കാലത്തു രാജ്യത്തു നടന്നിരുന്നില്ല. ദിവാൻജി മുതലായ ഉദ്യോഗസ്ഥന്മാർ തിരുമനസ്സിലെ കൽപന പ്രകാരം കാര്യങ്ങൾ ചട്ടംകെട്ടി നടത്തുക മാത്രമേ അക്കാലത്തു ചെയ്തിരുന്നുള്ളൂ.

അന്നത്തെ ദിവാൻജി ഒരിക്കൽ ഒരുമാസത്തെ അവധി കിട്ടിയാൽ ക്കൊള്ളാമെന്നു തിരുമനസ്സിലെ അടുക്കൽ അപേക്ഷിക്കുകയും അപേക്ഷപ്രകാരം കൽപിച്ചനുവദിക്കുകയും ചെയ്തു. ദിവാൻജി ജോലി വിട്ടു പോകുന്നതിന് നിശ്ചയിച്ച ദിവസം തിരുമുമ്പാകെച്ചെന്നു മുഖം കാണിക്കുകയും "പകരം കൽപിച്ചു നിയമിക്കുന്നതു പഴക്കവും പരിചയവുമുള്ളവരിൽ ആരെയെങ്കിലും വേണം. അല്ലെങ്കിൽ കാര്യങ്ങൾക്കു കുഴപ്പം നേരിട്ടേക്കും" എന്നു തിരുമനസ്സറിയിക്കുകയും അപ്രകാരം ചെയ്തുകൊള്ളാമെന്നു കൽപിക്കുകയും ചെയ്തു. ദിവാൻജി പോയതിന്റെശേഷം ഒരു ഭൃത്യനെ വിളിച്ച്, "ഹജൂർ കച്ചേരി അടിച്ചുവാരി പഴകിത്തേഞ്ഞിട്ടുള്ള ഒരു ചൂലെടുത്തു ദിവാൻജി കച്ചേരിയിൽ പതിവായിട്ടിരിക്കുന്ന കസേരയിൽ വച്ചേക്കണം. ദിവാൻജി തിരിച്ചു വന്നിട്ടല്ലാതെ അത് അവിടെനിന്ന് എടുത്തുമാറ്റുകയുമരുത്" എന്നു കൽപിച്ചു. ആ ഭൃത്യൻ അപ്രകാരം ചെയ്തു. ദിവാൻജിക്കു പകരം ജോലി നോക്കുന്നതിന് ആരെയും കൽപിച്ചു നിയമിച്ചുമില്ല. ഒരു മാസം കഴിഞ്ഞു ദിവാൻജി തിരിച്ചുവന്നു ജോലിയിൽ പ്രവേശിക്കുന്നതിനായി കച്ചേരിയിൽ ചെന്നപ്പോൾ താൻ പതിവായിട്ടിരിക്കുന്ന കസേരയിൽ

ഒരു ചൂലിരിക്കുന്നത് കണ്ട് അതവിടെ കൊണ്ടു ചെന്നു വെച്ചതാരാണെന്നു ചോദിച്ചു ദേഷ്യപ്പെട്ടു. അപ്പോൾ ഒരു ശിപായി കൽപന പ്രകാരമാണ് അങ്ങനെ ചെയ്തതെന്നു ബോധിപ്പിക്കുകയും ചൂല് അവിടെനിന്ന് എടുത്തുമാറ്റുകയും ചെയ്തു. ദിവാൻജി സ്ഥലത്തില്ലാതെയിരുന്ന ഒരു മാസത്തിനിടയ്ക്കു രാജ്യകാര്യങ്ങളിൽ യാതൊരു കുഴപ്പവും കൂടാതെ എല്ലാം ശരിയായി നടന്നിരുന്നു എന്നറിഞ്ഞപ്പോൾ ദിവാൻജി എന്നൊരാളെ പേരിനു മാത്രമായിട്ടാണ് കൽപിച്ചു നിയമിച്ചിട്ടുള്ളതെന്നും രാജ്യകാര്യങ്ങളെല്ലാം തിരുമനസ്സിലെ ശക്തി കൊണ്ടാണ് നടന്നുപോകുന്നതെന്നും തന്നെ അറിയിക്കാനായിട്ടാണ് കൽപിച്ചു ഇപ്രകാരം ചെയ്യിച്ചതെന്നും ബുദ്ധിമാനായ ദിവാൻജി മനസ്സിലാക്കുകയാൽ പിന്നെ അതിനെക്കുറിച്ച് ഒന്നും പറഞ്ഞുമില്ല.

ഈ തിരുമനസ്സുകൊണ്ടു പ്രധാനമായി കൽപിച്ചു ചെയ്തിട്ടുള്ള സംഗതികൾ തിരുവനന്തപുരത്ത് ഇദംപ്രഥമമായി ഒരിംഗ്ലീഷ് പള്ളിക്കൂടവും നക്ഷത്രബംഗ്ലാവും സ്ഥാപിക്കുകയും ഇപ്പോഴും ‘പുത്തൻമാളിക’ എന്നുതന്നെ പറഞ്ഞുവരുന്ന കെട്ടിടം പണിയിക്കുകയും രഥമുണ്ടാക്കിച്ചു രഥത്തിലെഴുന്നള്ളത്തു തുടങ്ങുകയും ഹജൂർക്കച്ചേരിയും മറ്റും കൊല്ലത്തുനിന്നു മാറ്റി തിരുവനന്തപുരത്താക്കുകയും ജനങ്ങൾക്കു ദുസ്സഹങ്ങളും ദുർവ്വഹങ്ങളുമായിരുന്ന ചില നികുതികൾ നിർത്തുകയും സർവ്വേ തുടങ്ങിക്കുകയും മറ്റുമാണ്. ഈ തിരുമനസ്സുകൊണ്ടു ധാർമ്മികനും ദാനശീലനും അനേകം ദാനധർമ്മങ്ങൾ ചെയ്തിട്ടുള്ള ആളുമായിരുന്നു. അവിടുന്നു സിംഹാസനാരോഹണം ചെയ്തതായി 1004-മാണ്ടുതന്നെ തുലാപുരുഷദാനവും 1009-മാണ്ടുപത്മഗർഭദാനവും കൽപിച്ചു നടത്തി. ഇപ്രകാരമെല്ലാം ഗുണവാനും അമാനുഷപ്രാഭവാനുമായിരുന്ന ആ മഹാരാജാവു തിരുമനസ്സുകൊണ്ട് 34-ാമത്തെ തിരുവയസ്സിൽ 1022-ാമാണ്ടു ധനുമാസത്തിൽ അനിത്യങ്ങളായ രാജഭോഗങ്ങളെയും സ്വരാജ്യത്തെയും സ്വദേഹത്തെയുമുപേക്ഷിച്ചു നിത്യാനന്ദപ്രദമായ പത്മനാഭസായൂജ്യത്തെ പ്രാപിക്കുകയും ചെയ്തു.

4. പിലാമന്തോൾ മൂസ്സ്

പിലാമന്തോൾ മൂസ്സിന്റെ ഇല്ലം ബ്രിട്ടീഷുമലബാറിൽ വള്ളുവനാട് താലൂക്കിൽ പിലാമന്തോൾ അംശത്തിൽ പിലാമന്തോൾ ദേശത്താണ്. ഈ ഇല്ലക്കാർ പണ്ടു സാമൂതിരിപ്പാടു തമ്പുരാന്റെ ഇഷ്ടന്മാരും പ്രത്യേക വൈദ്യന്മാരും വൈദ്യവിഷയത്തിൽ അതിവിദഗ്ദ്ധന്മാരും സുപ്രസിദ്ധന്മാരുമായിരുന്നു. ആ സ്ഥിതിക്ക് ഇപ്പോഴും വലിയ വ്യത്യാസമൊന്നും വന്നിട്ടില്ല.

പണ്ടൊരിക്കൽ(*അന്നു നാടുവാണിരുന്ന*)തിരുവിതാംകൂർ മഹാരാജാവുതിരുമനസ്സിലേക്ക് അതികഠിനമായ ഒരു ശീലായ്മ(*വയറ്റിൽ വേദന*)ഉണ്ടാവുകയും തിരുവിതാംകൂറിലും കൊച്ചിയിലും മറ്റുമുള്ള പ്രസിദ്ധന്മാരായ സകല വൈദ്യന്മാരും പഠിച്ച പണി എല്ലാം നോക്കീട്ടും അതു ഭേദമാകാതെയിരിക്കുകയും ചെയ്യുകയാൽ ഒടുക്കം പിലാമന്തോൾ മൂസ്സിനെ വരുത്തണമെന്നു നിശ്ചയിച്ച് അങ്ങോട്ടാളയച്ചു. മുൻപുണ്ടായിരുന്ന പിലാമന്തോൾ മൂസ്സന്മാരെക്കുറിച്ചുള്ള കേൾവി നിമിത്തമാണ് അങ്ങോട്ടാളയച്ചത്. എന്നാൽ അക്കാലത്ത് അവിടെ പ്രായപൂർത്തി വന്നവരോ വൈദ്യവിദ്യ അഭ്യസിച്ചവരോ ആയ പുരുഷന്മാർ ആരും തന്നെ ഉണ്ടായിരുന്നില്ല. ഏകദേശം പതിന്നാലു വയസ്സുമാത്രം പ്രായമായ ഒരു ഉണ്ണിമൂസ്സു മാത്രമേ അവിടെ ഉണ്ടായിരുന്നുള്ളൂ. ഉപനയനവും സമാവർത്തനവും കഴിഞ്ഞിരുന്നുവെങ്കിലും വൈദ്യവിഷയകമായി യാതൊന്നും അവിടുന്നു പഠിച്ചിരുന്നില്ല. മഹാരാജാവു തിരുമനസ്സിലെ ആളുകൾ ചെന്നു വിവരം പറഞ്ഞപ്പോൾ അവിടുന്ന് അത്യന്തം വിഷണ്ണനായിത്തീർന്നു. “എന്റെ പൂർവ്വന്മാർ മഹായോഗ്യന്മാരും വലിയ വൈദ്യന്മാരും വൈദ്യവിഷയമായി പല അദ്ഭുതകർമ്മങ്ങൾ ചെയ്തിട്ടുള്ളവരും പ്രസിദ്ധന്മാരുമായിരുന്നതിനാലാണല്ലോ മഹാരാജാവു കല്പിച്ച് ഇവിടെ ആളയയ്ക്കാനിടയായത്. കഷ്ടം! ഈശ്വരാ! ഞാനിങ്ങനെയായിപ്പോയല്ലോ. എന്റെ അച്ഛൻ എനിക്കു ബാല്യമായിരുന്നപ്പോൾ ത്തന്നെ മരിച്ചുപോയതിനാലാണല്ലോ എനിക്ക് ഒന്നും പഠിക്കാനിടയാകാഞ്ഞത്. തിരുവിതാംകൂറിൽപോയി മഹാരാജാവിന്റെ സുഖക്കേടു ഭേദമാക്കിയെങ്കിൽ എനിക്കു വളരെ ശ്രേയസ്സും യശസ്സും ബഹുമതിയും

ലഭിക്കുമായിരുന്നു. ഒന്നും പഠിച്ചിട്ടില്ലാത്ത ഞാൻ വിചാരിച്ചാൽ അതു സാധ്യമല്ലല്ലോ. ഈശ്വരാ! ഇപ്പോൾ ഞാൻ ഇവിടെ എന്താണ് ചെയ്യേണ്ടത്? എനിക്കൊന്നും അറിഞ്ഞുകൂടെന്നു പറഞ്ഞാൽ ഈ കുടുംബത്തേക്കുകൂടി കുറച്ചിലായിത്തീരുമല്ലോ" എന്നിങ്ങനെ വിചാരിച്ച് അവിടുന്ന് ഏറ്റവും വിഷാദത്തോടുകൂടി അകത്തു ചെന്നു തന്റെ അമ്മയെ വിളിച്ചു വിവരമെല്ലാം പറഞ്ഞു. അപ്പോൾ ആ അന്തർജ്ജനം, "ഉണ്ണി ഒട്ടും വിഷാദിക്കേണ്ടാ, നമ്മുടെ പരദൈവമായ പരമേശ്വരനെ ഭക്തിപൂർവ്വം പന്ത്രണ്ടു ദിവസം ഭജിക്കുക. അദ്ദേഹം എന്തെങ്കിലും നിവൃത്തിയുണ്ടാക്കിത്തരും. ഭജനം കഴിഞ്ഞിട്ടു ചെല്ലാമെന്നു പറഞ്ഞു മഹാരാജാവിന്റെ ആളുകളെ അയയ്ക്കുക" എന്നു പറഞ്ഞു. അപ്രകാരം തന്നെ ഉണ്ണിമൂസ്സു പുറത്തുവന്നു മഹാരാജാവിന്റെ ആളുകളോട്, "എനിക്ക് ഇപ്പോൾ ഇവിടെ അമ്പലത്തിൽ ഭജനമാണ്. അതിനി പന്ത്രണ്ടു ദിവസംകൂടിയുണ്ട്. അതു കഴിഞ്ഞല്ലാതെ വരാൻ എനിക്കു നിവൃത്തിയില്ല. നിങ്ങൾ പോയി ഭജനം കഴിയുമ്പോഴേക്കും വരുക. പിന്നെ ഒരുമിച്ചു പോകാം" എന്നു പറഞ്ഞു. അതുകേട്ടു രാജപുരുഷന്മാർ, "പന്ത്രണ്ടു ദിവസം കഴിഞ്ഞാൽ മതിയല്ലോ. അത്രയും ദിവസം കൊണ്ടു പോയിവരാൻ സാധിക്കയില്ല. സ്വല്പം താമസിച്ചാലും ഒരുമിച്ചു കൊണ്ടുചെല്ലണമെന്നാണ് കല്പന. അതിനാൽ ഭജനം കഴിയുന്നതുവരെ ഞങ്ങൾ ഇവിടെ താമസിച്ചുകൊള്ളാം" എന്നു പറഞ്ഞു. "എന്നാൽ അങ്ങനെതന്നെ" എന്ന് ഉണ്ണിമൂസ്സും സമ്മതിക്കുകയും അവിടുന്ന് അന്നുതന്നെ ഭജനം ആരംഭിക്കുകയും ചെയ്തു. ഭജനം അത്യന്തം ഭക്തിയോടും വലിയ നിഷ്ഠയോടുംകൂടിയായിരുന്നു. ഭജനം തുടങ്ങിയതിന്റെ പതിനൊന്നാം ദിവസം രാത്രിയിൽ ഉണ്ണിമൂസ്സ് അമ്പലത്തിൽ ക്കിടന്നുറങ്ങിയ സമയം ഒരു വൃദ്ധബ്രാഹ്മണൻ തന്റെ അടുക്കൽവന്ന് "ഹേ! അങ്ങ് ഒട്ടും വ്യസനിക്കേണ്ടാ. അങ്ങു തിരുവിതാംകൂറിൽച്ചെന്ന്, ഇതാ, ഈ മരുന്നു മൂന്നു നേരം കാഞ്ഞവെള്ളത്തിൽ കലക്കി മഹാരാജാവിനു കൊടുക്കണം. ഇതുകൊണ്ടു നല്ല സുഖമാകും. മഹാരാജാവ് എന്തെങ്കിലും തന്നാൽ ഒന്നും വാങ്ങരുത്. 'എനിക്ക് ഇതൊന്നും വേണ്ടാ' എന്നു പറയണം. അപ്പോൾ 'പിന്നെ എന്താണ് വേണ്ടത്?' എന്നു മഹാരാജാവു ചോദിക്കും. ഉടനെ അങ്ങ് 'താമ്രപർണ്ണീനദിയിൽ ധന്വന്തരിയുടെ വിഗ്രഹം കിടക്കുന്നുണ്ട്. അത് അവിടെനിന്ന് എടുപ്പിച്ച് എന്റെ പരദേവതയായ ശിവന്റെ ഇടത്തുവശത്ത് ആ അമ്പലത്തിൽത്തന്നെ പ്രതിഷ്ഠ കഴിപ്പിച്ചുതരണം. ഇതാണ് എനിക്കു വേണ്ടത്. ബിംബം മുങ്ങിയെടുക്കാനുള്ള ആളുകൾ താമ്രപർണ്ണീതീരത്തു ചെല്ലുമ്പോൾ, അതു കിടക്കുന്ന സ്ഥലം കാണിച്ചുകൊടുക്കുന്നതിനും പ്രതിഷ്ഠ കഴിക്കുന്നതിനുമുള്ള ആൾ അവിടെ വരും. ആൾ പറയുന്ന സ്ഥലത്തുനിന്നു ബിംബമെടുപ്പിച്ച് ആ ആളെ ക്കൊണ്ടു പ്രതിഷ്ഠ കഴിപ്പിച്ചാൽ മതി' എന്നു പറയണം. 'ഇത് എങ്ങനെ അറിഞ്ഞു?' എന്നു മഹാരാജാവു

ചോദിച്ചാൽ ഈ പരമാർത്ഥമൊന്നും പറയരുത്. 'ഞാൻ ഇങ്ങനെ കേട്ടിട്ടുണ്ട്' എന്നു മാത്രമേ പറയാവൂ. മഹാരാജാവു ബിംബം എടുപ്പിച്ചു പ്രതിഷ്ഠ കഴിപ്പിച്ചാൽപ്പിന്നെ ഇപ്പോൾ ശിവനെ എന്നപോലെതന്നെ ധന്വന്തിരിയേയും പരദേവതയായി വിചാരിച്ചു സേവിച്ചുകൊള്ളണം. പൂജാനിവേദ്യാദികൾ രണ്ടു സ്ഥലത്തും യാതൊരു വ്യത്യാസവും കൂടാതെ ഭക്തിപൂർവ്വം ഒരുപോലെ നടത്തികൊള്ളണം. എന്നാൽ നിങ്ങൾക്ക് ഐശ്വര്യവും വൈദ്യത്തിൽ പ്രസിദ്ധിയും പൂർവ്വാധികം വർദ്ധിക്കും' എന്നു പറഞ്ഞു മൂന്നു ഗുളിക തന്റെ കയ്യിൽ വച്ചതായി ഉണ്ണിമൂസ്സിനു തോന്നി. ഉടനെ ഉണർന്നു നോക്കിയപ്പോൾ അവിടെയെങ്ങും ആരെയും കണ്ടില്ല. എങ്കിലും മൂന്നുഗുളിക തന്റെ കയ്യിൽ ഇരിക്കുന്നതായി കണ്ട് ഉണ്ണിമൂസ്സു വളരെ വിസ്മയിക്കുകയും വൃദ്ധബ്രാഹ്മണൻെറ വേഷത്തിൽ തന്റെ അടുക്കൽവന്ന് ഇപ്രകാരം പറയുകയും മരുന്നുതരുകയും ചെയ്തത് തന്റെ പരദേവതയായ ശ്രീപരമേശ്വരൻ തന്നെയാണെന്നു വിശ്വസിക്കുകയും ചെയ്തു.

പന്ത്രണ്ടു ദിവസം കഴിഞ്ഞു പതിമൂന്നാം ദിവസം യഥാവിധി ഭജനം കാലംകൂടുകയും ഇല്ലത്തുചെന്ന് അമ്മയെ വിളിച്ചു വിവരമെല്ലാം ധരിപ്പിക്കുകയും പാദത്തിങ്കൽ വീണു നമസ്കരിച്ചു യാത്രപറഞ്ഞ് അനുഗ്രഹവും അനുവാദവും വാങ്ങിയതിന്റെശേഷം ഉണ്ണിമൂസ്സു മഹാരാജാവിന്റെ ആളുകളോടുകൂടി തിരുവിതാംകൂറിലേക്ക് പുറപ്പെടുകയും യഥാകാലം രാജധാനിയിലെത്തി മഹാരാജാവിനെ കാണുകയും തന്റെ കൈവശമുണ്ടായിരുന്ന ഗുളിക മൂന്നും മൂന്നു നേരമായി മഹാരാജാവിനെ സേവിപ്പിക്കുകയും ചെയ്തു.

ആ ഗുളിക സേവിച്ചതോടുകൂടി തിരുമനസ്സിലേക്കു വയറ്റിൽവേദന നിശ്ശേഷം വിട്ടുമാറി. അവിടുന്നു പരിപൂർണ്ണസുഖത്തെ പ്രാപിച്ചു. അതിനാൽ അവിടുന്ന് സന്തോഷിച്ച് ഉണ്ണിമൂസ്സിനു വിലപിടിച്ച അനേകം സമ്മാനങ്ങൾ കൽപിച്ചു കൊടുത്തു. ഉണ്ണിമൂസ്സ്,"എനിക്ക് ഇതൊന്നും ആവശ്യമില്ല"എന്നു പറഞ്ഞ് ഉപേക്ഷിച്ചതല്ലാതെ അവയിലൊന്നും സ്വീകരിച്ചില്ല. "പിന്നെ മൂസ്സിന് എന്താണ് വേണ്ടതെ"ന്ന് കൽപിച്ചു ചോദിച്ചപ്പോൾ ഉണ്ണിമൂസ്സു തന്നോട് ഉറക്കത്തിൽ വൃദ്ധബ്രാഹ്മണൻ പറഞ്ഞതുപോലെയൊക്കെ പറയുകയും അപ്രകാരമെല്ലാം ചെയ്യുന്നതിനു വേണ്ടുന്ന പണവും കൊടുത്തു തക്കതായ ആളുകളെ കൽപിച്ചയയ്ക്കുകയും ചെയ്തു.

മഹാരാജാവു തിരുമനസ്സുകൊണ്ടു കൽപിച്ചയച്ച ആളുകൾ താമ്രപർണ്ണീതീരത്തെത്തി, ഏതു ഭാഗത്താണ് മുങ്ങിത്തപ്പേണ്ടതെന്നു സംശയിച്ചുകൊണ്ടുനിന്നപ്പോൾ എവിടെനിന്നോ അവിടെ ഒരു സന്യാസി ചെന്നുചേർന്നു. അപ്പോൾ ഒരു കൃഷ്ണപ്പരുന്തു നദിയുടെ മേൽഭാഗത്തു വട്ടത്തിൽ പറന്നുകൊണ്ടിരിക്കുകയും ചെയ്തു. ആ സന്യാസി രാജപുരുഷന്മാരോടു "നിങ്ങൾ എന്താണ് സംശയിച്ചു നിൽക്കുന്നത്? ആ

പരുന്തു പറക്കുന്നതിൻെറ നേരെ താഴെ മുങ്ങി നോക്കിയാൽ ബിംബം കിട്ടും" എന്നു പറഞ്ഞു. മഹാരാജാവിന്റെ ആളുകൾ അവിടെ മുങ്ങിത്തപ്പുകയും ധന്വന്തിരിയുടെ ഒരു ശിലാവിഗ്രഹം കണ്ടുകിട്ടുകയും ചെയ്തു. ബിംബമെടുത്തു കരയ്ക്കു കൊണ്ടുവന്നപ്പോൾ ആ സന്യാസി, "നിങ്ങൾ ഈ ബിംബം കൊണ്ടുപോയി പ്രതിഷ്ഠയ്ക്കു വേണ്ടുന്നതൊക്കെ തയ്യാറാക്കുവിൻ. പ്രതിഷ്ഠയ്ക്കുള്ള മുഹൂർത്തമാകുമ്പോൾ ഞാനവിടെ വന്നു പ്രതിഷ്ഠ നടത്തിക്കൊള്ളാം" എന്നു പറഞ്ഞിട്ട് അവിടെനിന്നും പോവുകയും ചെയ്തു. ആ സന്യാസി എവിടെനിന്നാണ് വന്നതെന്നും എങ്ങോട്ടാണ് പോയതെന്നും ആർക്കും നിശ്ചയമില്ല.

മഹാരാജാവിന്റെ ആളുകൾ ബിംബവുംകൊണ്ട് പിലാമന്തോൾ എത്തി, ബിംബം അവിടെ പുഴയിൽ ജലാധിവാസം ചെയ്യിക്കുകയും മൂസ്സിന്റെ പരദേവതയായ ശിവന്റെ അമ്പലത്തിൽത്തന്നെ മുമ്പുണ്ടായിരുന്ന ശ്രീകോവിലിന്റെ ഇടത്തുവശത്തായി ഒരു ശ്രീകോവിൽകൂടി പണിയിക്കുകയും പ്രതിഷ്ഠയ്ക്ക് ഒരു ശുഭമുഹൂർത്തം നിശ്ചയിക്കുകയും മുഹൂർത്തസമയമായപ്പോൾ മേൽപ്പറഞ്ഞ സന്യാസി അവിടെ എത്തുകയും ബിംബമെടുത്തുകൊണ്ടുവരാൻ ആജ്ഞാപിക്കുകയുംചെയ്തു. ഉടനെ രണ്ടു ബ്രാഹ്മണശ്രേഷ്ഠന്മാർ പോയി ബിംബമെടുക്കാൻ നോക്കിയിട്ടു സാധിക്കായ്കയാൽ പിന്നെ നാലഞ്ചുപേർ കൂടി പോയി. എന്നിട്ടും സാധിച്ചില്ല. കിം ബഹുനാ? അസംഖ്യം ബ്രാഹ്മണന്മാർകൂടി ശ്രമിച്ചിട്ടും ആ ബിംബം കിടന്ന സ്ഥലത്തുനിന്ന് ഇളക്കാൻപോലും കഴിഞ്ഞില്ല. ആരു വിചാരിച്ചാലും ബിംബം കിടന്ന സ്ഥലത്തുനിന്ന് ഇളക്കാൻ സാധിക്കയില്ലെന്നു തീർച്ചയായപ്പോൾ ആ സന്യാസി ഒരു ജലപാത്രവുമെടുത്തുംകൊണ്ട് ആ സ്ഥലത്തേക്കു ചെല്ലുകയും ഒരു കൈകൊണ്ടു നിഷ്പ്രയാസം ആ ബിംബം പുഴയിൽനിന്ന് എടുക്കുകയും മറ്റേക്കയ്യിലുണ്ടായിരുന്ന ജലപാത്രത്തിൽ വെള്ളംമുക്കിയെടുക്കുകയും ചെയ്തുകൊണ്ട് അമ്പലത്തിലെത്തി. മുഹൂർത്തസമയത്തുതന്നെ ബിംബം പ്രതിഷ്ഠിക്കുകയും ജലപാത്രത്തിലുണ്ടായിരുന്ന വെള്ളംകൊണ്ടു ബിംബത്തിന് അഭിഷേകം കഴിക്കുകയും ചെയ്തു. അന്നു മുതൽ പിലാമന്തോൾ മൂസ്സന്മാർക്കു ശിവനും ധന്വന്തരിയും പരദേവതമാരായിത്തീർന്നു. അവർ ഇന്നും ആ രണ്ടു ദേവന്മാരെയും ഒരുപോലെ സേവിക്കുകയും ആചരിക്കുകയും ചെയ്തുവരുന്നു. അവിടെ രണ്ടു ദേവന്മാർക്കും നിത്യനിദാനം, മാസ വിശേഷം, ആട്ടവിശേഷം മുതലായവയെല്ലാം ഇന്നും ഒരുപോലെ തന്നെയാണ് നടത്തിവരുന്നത്. ആരെങ്കിലും അവിടെ വഴിപടുകഴിക്കുകയാണെങ്കിലും രണ്ടു ദേവന്മാർക്കും ഒരുപോലെ വേണം. ഒരു കദളിപ്പഴം നിവേദിക്കുകയാണെങ്കിലും അതു നടുവേ മുറിച്ചു രണ്ടിടത്തും ഒരുപോലെ നിവേദിക്കണം. ഇങ്ങനെയെല്ലാം ഇപ്പോഴും നടന്നുവരുന്നു.

തിരുവിതാംകൂർ മഹാരാജാവിന്റെ സുഖക്കേടു ഭേദമാക്കിയ ഉണ്ണി മൂസ്സ് ധന്വന്തരിയുടെ പ്രതിഷ്ഠ കഴിഞ്ഞതിന്റെ ശേഷം ആ ദേവനെയും പൂർവ്വപര ദേവതയായ ശിവനെയും ഭക്തിപൂർവ്വം വളരെ സേവിക്കുകയും അഷ്ടവൈദ്യന്മാരിലൊരാളായ ആലത്തൂർനമ്പിയുടെ അടുക്കൽ യഥാക്രമം വൈദ്യശാസ്ത്രം പഠിക്കുകയും വൈദ്യവിഷയത്തിൽ അവിടുന്ന് അതിസമർത്ഥനും വിശ്വവിശ്രുതനുമായിത്തീരുകയും അനന്തരം തന്റെ ഗുരുനാഥന്റെ പുത്രിയായ ഒരു കന്യകയെ യഥാക്രമം വിവാഹം കഴിക്കുകയും അതിൽ അവിടേക്കു ധാരാളം പുത്രസന്താനങ്ങളുണ്ടാവുകയും ആ സന്താനപരമ്പര ക്രമേണ വർദ്ധിക്കുകയും അവരെല്ലാവരും അവരുടെ പരദേവതമാരെ യഥാക്രമം സേവിക്കുകയാൽ വൈദ്യവിഷയത്തിൽ പൂർവ്വന്മാരെ അതിശയിച്ചു പ്രസിദ്ധന്മാരായിത്തീരുകയും ചെയ്തു.

ധന്വന്തരിയെ പ്രതിഷ്ഠിച്ച സന്യാസി പ്രതിഷ്ഠാനന്തരം എങ്ങോട്ടും പോയില്ല. തപസ്സുചെയ്തുകൊണ്ട് ആ അമ്പലത്തിൽത്തന്നെ വളരെ ക്കാലമിരിക്കുകയും ഒടുക്കം അവിടെവെച്ചുതന്നെ സ്വർഗ്ഗാരോഹണം ചെയ്യുകയും ചെയ്തു. സന്യാസിയുടെ മൃതശരീരം ആ അമ്പലത്തിൽത്തന്നെ രണ്ടു ശ്രീകോവിലുകളുടെയും മദ്ധ്യത്തിലായി ഭൂമിദാനം ചെയ്യ(*സംസ്കരിക്ക*)പ്പെടുകയുംആ സ്ഥലത്ത് ഒരു തറകെട്ടിച്ചു തുളസി നടുകയും ചെയ്തു. ആ തുളസിത്തറയും തുളസിയും ഇപ്പോഴും അവിടെ കാൺമാനുണ്ട്.

ധന്വന്തരിയുടെ പ്രതിഷ്ഠയും സന്യാസിയുടെ സ്വർഗ്ഗാരോഹണവും മറ്റും കഴിഞ്ഞിട്ടു വളരെ തലമുറകൾക്കുശേഷം പിലാമന്തോൾ മൂസ്സിന്റെ ഇല്ലത്ത് ഒരു കാലത്ത് ഓരോരുത്തരായി കാലധർമ്മത്തെ പ്രാപിക്കുകയും ഒടുക്കം ഒരു കന്യകമാത്രം ശേഷിക്കുകയും ചെയ്തു. അക്കാലത്തു നാടുവാണിരുന്ന സാമൂതിരിപ്പാടു തമ്പുരാന്റെ പുറത്ത് ഏറ്റവും വലിയതായ ഒരു പ്രമേഹക്കുരു ഉണ്ടാവുകയും അതിനു ചികിത്സിക്കുന്നതിനു പിലാമന്തോൾ ഇല്ലത്തു മൂസ്സുന്മാരാരും ഇല്ലാതെയിരിക്കുകയും ചെയ്കയാൽ അവിടുത്തെ പ്രധാന ശിഷ്യന്മാരിലൊരാളും പിലാമന്തോൾക്കു സമീപം 'കുലുക്കല്ലൂർ' എന്ന ദേശത്തുകാരനും 'വടക്കുംകര' എന്ന ഇല്ലപ്പേരുമായ ഒരു നമ്പൂതിരിയെക്കൊണ്ടു ചികിത്സിപ്പിച്ചു. ശാസ്ത്രക്രിയ ചെയ്യാതെ സുഖപ്പെടുത്താൻ പ്രയാസമാണെന്നു തോന്നുകയാൽ നമ്പൂരി കുരു കീറുകയും ചികിത്സിച്ചു ദീനം ഭേദമാക്കുകയും ചെയ്തു. ശസ്ത്രക്രിയ ചെയ്യുകയാൽ ആ നമ്പൂതിരിയുടെ ശ്രാദ്ധാദികൾ ശേഷമുള്ള നമ്പൂതിരിമാർ നടത്തിക്കൊടുക്കാതിരിക്കുകയും അദ്ദേഹത്തിനു സ്വന്തം ഇല്ലത്തുതന്നെ താമസിക്കാൻ പാടില്ലെന്നായിത്തീരുകയും ചെയ്തു. അതിനാൽ ആ വിവരം നമ്പൂതിരി സാമൂതിരിപ്പാടുതമ്പുരാന്റെ അടുക്കൽ അറിയിക്കുകയും തമ്പുരാൻ ആ നമ്പൂതിരിയെക്കൊണ്ടു പിലാമന്തോളില്ലത്തുണ്ടായിരുന്ന കന്യകയെ

വിവാഹം കഴിപ്പിക്കുകയും സർവ്വാസ്വദാനമായി അവിടെ ദത്തു കയറ്റി താമസിപ്പിക്കുകയും ആ നമ്പൂതിരിക്കായി വളരെ വസ്തുവഹകൾ കല്പിച്ചു കൊടുക്കുകയും ചെയ്തു. പിലാമന്തോൾ മൂസ്സിന്റെ ഇല്ലത്തേക്ക് ഇപ്പോൾ ഉള്ള വസ്തുക്കളിൽ മിക്കവയും സാമൂതിരിപ്പാടു തമ്പുരാൻ ഇപ്രകാരം കല്പിച്ചു കൊടുത്തിട്ടുള്ളവയും ആ ഇല്ലത്തുള്ളവർ വടക്കുംകര നമ്പൂരിയുടെ സന്താനപരമ്പരയിലുൾപ്പെട്ടവരുമാണ്. ഇപ്പോൾ ആ ഇല്ലത്ത് ഒരു മൂസ്സും അവിടുത്തെ അമ്മയും അവിടുന്നു വിവാഹം കഴിച്ചിട്ടുള്ള അന്തർജ്ജനവും രണ്ടു പുരുഷസന്താനങ്ങളും ഒരു സ്ത്രീസന്താനവും മാത്രമേ ഉള്ളൂ. ആ പുരാതന കുടുംബം സകലൈശ്വര്യങ്ങളോടുംകൂടി എന്നെന്നും വർദ്ധിച്ചിരിക്കുവാൻ സർവ്വേശ്വരൻ കടാക്ഷിക്കുമാറാകട്ടെ.

5. ശാസ്താങ്കോട്ടയും കുരങ്ങന്മാരും

ശാസ്താങ്കോട്ട തിരുവിതാംകൂറിൽ കുന്നത്തൂർ താലൂക്കിലുൾപ്പെട്ട ഒരു സ്ഥലമാണ്. ഈ സ്ഥലത്തിന് 'ശാസ്താങ്കോട്ട' എന്നു പേരുണ്ടായതിന്റെ കാരണംതന്നെ ആദ്യമേ വിവരിക്കേണ്ടിയിരിക്കുന്നു.

പന്തളത്തുരാജാക്കന്മാർ പാണ്ഡ്യരാജവംശ്യന്മാരാണെന്നും അവരുടെ കുലപരദേവത ശബരിമല ശാസ്താവാണെന്നുമുള്ളതു സുപ്രസിദ്ധമാണല്ലോ. മുൻകാലങ്ങളിൽ പന്തളത്തു രാജാക്കന്മാരെല്ലാം ആണ്ടിലൊരിക്കൽ ശബരിമലയിൽപ്പോയി സ്വാമിദർശനം കഴിക്കുക പതിവുണ്ടായിരുന്നു. ഇപ്പോഴും അവിലൊരാളെങ്കിലും ആണ്ടിലൊരിക്കൽ(*മകരസംക്രാന്തിക്ക്*) ശബരിമലയിൽച്ചെന്നു ദർശനം കഴിക്കണമെന്ന് ഏർപ്പാടുണ്ട്.

പണ്ടൊരിക്കൽ ഒരു പന്തളത്തു രാജാവ് കായംകുളത്തു വന്ന് അവിടുത്തെ ഒരു രാജ്ഞിയെ ഭാര്യയായി സ്വീകരിക്കുകയും അവിടെത്തന്നെ താമസം തുടങ്ങുകയും ചെയ്തു. ആ രാജാവും രാജ്ഞിയും പരസ്പരാനുരാഗം നിമിത്തം പിരിഞ്ഞു താമസിക്കുവാൻ അശക്തരായിത്തീരുകയാൽ ആ രാജാവു പന്ത്രണ്ടു കൊല്ലത്തേക്കു പന്തളത്തു പോവുകയോ ശബരിമലയിൽപ്പോയി സ്വാമിദർശനം കഴിക്കുകയോ ചെയ്യാതെ കായംകുളത്തുതന്നെ താമസിച്ചു.

അങ്ങനെയിരിക്കുമ്പോൾ ഒരു ദിവസം രാത്രിയിൽ രാജാവ് ഉറക്കത്തിൽ "അയ്യോ! കടുവ വരുന്നേ, പുലി വരുന്നേ!" എന്നു പറഞ്ഞുകൊണ്ട് ഉറക്കെ നിലവിളിച്ചു. അതു കേട്ടു രാജ്ഞി ഉണർന്നു പേടിച്ചു വിറച്ചുകൊണ്ട് എന്താണെന്നു ചോദിച്ചപ്പോൾ രാജാവ് "ഒന്നുമില്ല. ഒരു സ്വപ്നം കണ്ടു. അത്രയേയുള്ളൂ" എന്നു പറയുകയും വീണ്ടും ഉറങ്ങിത്തുടങ്ങുകയും ചെയ്തു. അപ്രകാരം പിറ്റേ ദിവസവുമുണ്ടായി. എന്നല്ല, അതു ദിവസംതോറും പതിവായിത്തീർന്നു. ഇതുനിമിത്തം പേടിച്ചിട്ടു രാജ്ഞിക്കു രാത്രിയിൽ കിടന്നുറങ്ങാൻ നിവൃത്തിയില്ലാതെയായി. ഈ വിവരം കായംകുളത്തു രാജാവറികയും ഇതിന്റെ ശമനത്തിനായി പല മന്ത്രവാദങ്ങളും ചികിത്സകളും ഈശ്വരസേവാദികളും മറ്റും നടത്തിക്കുകയും ചെയ്തു. ഇതൊന്നുംകൊണ്ടും പന്തളത്തു രാജാവിന്റെ

സ്വപ്നദർശനത്തിനും നിലവിളിക്കും യാതൊരു ഭേദവുമുണ്ടായില്ല. പ്രത്യുത, അതു ക്രമേണ വർദ്ധിച്ച്, ദിവസംതോറും അഞ്ചുമാറും എട്ടും പത്തും പ്രാവശ്യം വീതമായിത്തീർന്നു. അപ്പോൾ രാജ്ഞിക്കും മാത്രമല്ല, രാജമന്ദിരത്തിലാർക്കും തന്നെ പേടിച്ചിട്ടു രാത്രിയിൽ കിടന്നുറങ്ങാൻ നിവൃത്തിയില്ലാതെയായി. അതിനാൽ കായംകുളത്തു രാജാവ് ഒരു ദിവസം തന്റെ ആവുത്തനായ പന്തളത്തു രാജാവിനെ അടുക്കൽ വരുത്തി "ഹേ! അങ്ങയുടെ കൂക്കുവിളിയും കോലാഹലവുംകൊണ്ട് ഇവിടെയാർക്കും രാത്രികാലങ്ങളിൽ കിടന്നുറങ്ങാൻ നിവൃത്തിയില്ലാതെയായല്ലോ. അവിടേക്കു ഭ്രാന്തുണ്ടോ? 'കടുവാ വരുന്നു; പുലി വരുന്നു; കടുവാ പെറ്റു; പുലി പെറ്റു' ഇങ്ങനെ എന്തെല്ലാം അസംബന്ധങ്ങളാണ് അവിടുന്ന് പറയുന്നത്? ഈ സ്ഥിതിയിൽ ഇനി ഇവിടെ താമസിക്കണമെന്നില്ല. പന്തളത്തുതന്നെ പോയി താമസിക്കണം. ഈ ഉപദ്രവങ്ങളൊക്കെ മാറിയിട്ട് വന്നാൽ മതി" എന്നു പറഞ്ഞു. ഇതു കേട്ടപ്പോൾ പന്തളത്തു രാജാവിന് അസാമാന്യമായ മനസ്താപമുണ്ടായി. ഒന്നാമത്, തന്റെ പ്രാണപ്രിയയായ രാജ്ഞിയെ വിട്ടുപിരിഞ്ഞു താമസിക്കുക എന്നുള്ള കാര്യം അദ്ദേഹത്തിനു പരമസങ്കടമായിട്ടുള്ളതായിരുന്നു. പിന്നെ കായംകുളത്തു രാജാവിന്റെ വാക്കു സ്വൽപം പുച്ഛരസത്തോടുകൂടിയും ആക്ഷേപമായിട്ടും എന്നാൽ, ഒരുവിധം ശാസനയായിട്ടുമായിരുന്നു. എല്ലാംകൊണ്ടും പന്തളത്തു രാജാവ് അത്യന്തം വിഷണ്ണനായിത്തീർന്നുവെന്നു പറഞ്ഞാൽ മതിയല്ലോ.

അന്നുരാത്രിയിൽ പന്തളത്തുരാജാവിനു പതിവുള്ളതു കൂടാതെ വിശേഷാൽ ഒരു സ്വപ്നം കൂടിയുണ്ടായി. അത് ഒരു പരദേശബ്രാഹ്മണൻ അദ്ദേഹത്തിന്റെ അടുക്കൽചെന്ന് "ഹേ! അവിടുന്ന് ഒട്ടും വിഷാദിക്കേണ്ട. അവിടുന്ന് ഒരു കാര്യം ചെയ്താൽ അവിടേക്കുണ്ടായിരിക്കുന്ന ഉപദ്രവം നീങ്ങി നല്ല സുഖമാവും. അവിടുത്തെ പരദൈവമായ ശബരിമല ശാസ്താവിനെ ദർശനം കഴിച്ചിട്ട് ഇപ്പോൾ പന്ത്രണ്ടു കൊല്ലമായല്ലോ. അതിനാൽ അവിടെപ്പോയി ഒരു പന്ത്രണ്ടു ദിവസം ആ സ്വാമിയെ ഭജിക്കണം. പിന്നെ തിങ്കൾ ഭജന മുടങ്ങാതെ നടത്തുകയും വേണം. എന്നാൽ മതി, എല്ലാം സുഖമാകും. അങ്ങു സ്വപ്നത്തിൽ കാണുന്ന കടുവായും പുലിയും ശബരിമല ശാസ്താവിന്റെ നായ്ക്കളാണ്. കായംകുളത്തു രാജാവ് അങ്ങേ ആക്ഷേപിച്ചതിന്റെ ഫലം അദ്ദേഹം അനുഭവിക്കും" എന്നു പറഞ്ഞു. ഇത് കേവലം സ്വപ്നമല്ലെന്നും ശബരിമല ശാസ്താവുതന്നെ തന്റെ അടുക്കൽ എഴുന്നള്ളി അരുളിച്ചെയ്തതാണെന്നും വിശ്വസിച്ച് രാജാവു പിറ്റേദിവസം രാവിലെ രാജ്ഞിയെ ഗ്രഹിപ്പിക്കുകയും തനിക്കു പോകുന്നതിന് അനുവാദം ചോദിക്കുകയും ചെയ്തു. രാജാവിനുണ്ടായിട്ടുള്ള ഉപദ്രവം മാറിയാൽ കൊള്ളാമെന്നു വളരെ ആഗ്രഹമുണ്ടായിരുന്നുവെങ്കിലും അദ്ദേഹം പിരിഞ്ഞുപോവുകയെന്നുള്ള കാര്യം രാജ്ഞിക്ക് അത്യന്തം സന്താപകരമായിരുന്നു. അതിനാൽ ഭജനം കഴിഞ്ഞാൽ അന്നുതന്നെ തന്റെ

അടുക്കൽ എത്തിക്കൊള്ളാമെന്നു സത്യം ചെയ്തിട്ട് അദ്ദേഹം പോയി വരുന്നതിന് ആ സ്വാധി അനുവദിക്കുകയും രാജാവ് അപ്രകാരം ചെയ്തിട്ട് അന്നുതന്നെ പന്തളത്തേക്കു പോവുകയും ചെയ്തു.

അന്നുമുതൽ കായംകുളത്തു രാജാവിന് ഒരു ചിത്തഭ്രമത്തിന്റെ ലക്ഷണം കണ്ടുതുടങ്ങി. അദ്ദേഹം സദാ 'കടുവാ പെറ്റു, പുലിപെറ്റു, കടുവാപെറ്റു,'എന്ന് ഉരുവിട്ടു തുടങ്ങുകയും വേറെ യാതൊന്നും സംസാരിക്കാതെയാവുകയും ചെയ്തു. കുളി, ഭക്ഷണം മുതലായതുതന്നെ അന്യൻമാരുടെ നിർബന്ധംകൊണ്ടു വേണ്ടതായിത്തീർന്നു. എന്നാലും അതൊക്കെ പേരിനുമാത്രം നടത്തുമെന്നല്ലാതെ സാമാന്യംപോലെ ഒന്നും ചെയ്യാതെയായി. ചില ദിവസങ്ങളിൽ ആരെല്ലാം നിർബന്ധിച്ചാലും വിളിക്കുകയും ഉണ്ണുകയും ചെയ്യാതെയുമിരുന്നു. രാജ്യകാര്യങ്ങളെപ്പറ്റി അദ്ദേഹത്തിനു ചിന്തപോലുമില്ലാതെയായി. അങ്ങോട്ടു എന്തെങ്കിലും ചോദിച്ചാലും പറഞ്ഞാലും എല്ലാറ്റിനും ഉത്തരം 'കടുവാ പെറ്റു, പുലിപെറ്റു' എന്നു മാത്രം. ഇതു നിമിത്തം രാജമന്ദിരത്തിലുള്ളവരും രാജപുരുഷന്മാരും മാത്രമല്ല, രാജ്യവാസികളും ആകെപ്പാടെ പര്യാകുലൻമാരായിത്തീർന്നു. അനേകം മന്ത്രവാദങ്ങളും ചികിത്സകളും മറ്റും ചെയ്യിച്ചുനോക്കി. ഒന്നുകൊണ്ടും ഒരു ഫലവും കണ്ടില്ല. അതിനാൽ പിന്നെ പ്രസിദ്ധന്മാരായ ചില പ്രശ്നക്കാരെ വരുത്തി പ്രശ്നം വയ്പ്പിച്ചു നോക്കിയപ്പോൾ അവർ, പന്തളത്തു രാജാവിനെ ആക്ഷേപിച്ചതിനാൽ ശബരിമല ശാസ്താവിനുണ്ടായിട്ടുള്ള വിരോധം നിമിത്തം സംഭവിച്ചിട്ടുള്ളതാണെന്നും അതിലേക്കു പ്രായശ്ചിത്തമായ നൂറ്റൊന്നു രാശി ശബരിമല കൊടുത്തയച്ചു നടയിലിടുവിക്കുകയും 'കടുവാ പെറ്റു, പുലിപെറ്റു' എന്നുള്ള വാക്കുകൾ എന്നും ബ്രാഹ്മണർ സഭയിൽ പ്രയോഗിക്കത്തക്കവണ്ണം ഏർപ്പാടു ചെയ്യുകയും ചെയ്താൽ ഈ സുഖക്കേടു മാറി രാജാവു പൂർവ്വസ്ഥിതിയെ പ്രാപിക്കുമെന്നും വിധിച്ചു. ഉടനെ നൂറ്റൊന്നു രാശി കൊടുത്തയച്ച്, ശബരിമല ശാസ്താവിന്റെ നടയിലിടുവിക്കുകയും മേൽപ്പറഞ്ഞ (*കടുവാപെറ്റു, പുലിപെറ്റു എന്നുള്ളവ*) വാക്കുകൾ സംഘക്കളിക്കാരായ നമ്പൂരിമാരെക്കൊണ്ടു സഭയിൽ പ്രയോഗിപ്പിച്ചു തുടങ്ങുകയും ചെയ്തു. സംഘക്കളിക്കാർ ഇപ്പോഴും

> "കാട്ടിൽക്കിടന്നഞ്ചെട്ടെലികൂടിക്കടലുഴുതു
> കാലത്തിളവിത്തു വിതച്ചപ്പോഴടയ്ക്കാ കായ്ച്ചു
> തോണ്ടിപ്പറിപ്പിച്ചപ്പോഴരമുറം നിറകേ മാങ്ങാ
> തോലു കളഞ്ഞപ്പോളഞ്ഞൂറു പറങ്കിക്കപ്പൽ
> കപ്പൽ വലിച്ചങ്ങു തലമലമുകളിൽക്കെട്ടി
> കായംകുളത്തല്ലോ കടുവായും പുലിയും പെറ്റു"

എന്നൊരു പാട്ടു സംഘക്കളിയിൽ ഉപയോഗിച്ചു വരുന്നുണ്ടല്ലോ.

പന്തളത്തു രാജാവ് കായംകുളത്തുനിന്നു പോയതിൽപ്പിന്നെ അദ്ദേഹത്തിനു സ്വപ്നദർശനം മുതലായ ഉപദ്രവങ്ങളൊന്നുമുണ്ടായില്ല.

അദ്ദേഹം ഏതാനും ദിവസം സ്വദേശത്തു താമസിച്ചതിന്റെശേഷം പരിവാരസമേതം ശബരിമലയിലെത്തി നവരത്നഖചിതമായ ഒരു പൊൻകിരീടവും വളരെ വിലയേറിയ ഒരു മുത്തുമാലയും നടയ്ക്കുവച്ചു വന്ദിക്കുകയും ഭക്തിപൂർവ്വം പന്ത്രണ്ടു ദിവസത്തെ ഭജനം നടത്തുകയും ചെയ്തു. പന്ത്രണ്ടാം ദിവസം നാലഞ്ചു നാഴിക പകലെ രാജാവിനു വയറ്റിൽ ഒരു വേദന തുടങ്ങി. അതിനാൽ അന്നുംഅദ്ദേഹം അത്താഴം വേണ്ടെന്നു തീർച്ചയാക്കുകയും യഥാകാലം സന്ധ്യാവന്ദനവും സ്വാമിദർശനവും കഴിച്ചു പോയിക്കിടന്ന് ഉറങ്ങുകയും ചെയ്തു. അപ്പോൾ ഒരു പരദേശബ്രാഹ്മണൻ അദ്ദേഹത്തിന്റെ അടുക്കൽച്ചെന്ന് "ഹേ ഹേ! ഉറക്കമായോ? ഇന്നു രാജ്ഞിയുടെ അടുക്കൽ എത്തിക്കൊള്ളാമെന്ന് അങ്ങ് ശപഥം ചെയ്തിട്ടില്ലേ? സത്യലംഘനം വിഹിതമാണോ? ഇതാ ഇവിടെ ഒരു കുതിര നിൽക്കുന്നുണ്ട്. ഇതിന്റെ പുറത്തു കയറിപ്പോയാൽ ക്ഷണത്തിൽ രാജ്ഞിയുടെ അടുക്കലെത്താം" എന്നു പറഞ്ഞതായി അദ്ദേഹത്തിനു തോന്നി. ഉടനെ എണീറ്റു പുറത്തു ചെന്നു നോക്കിയപ്പോൾ അവിടെ ഒരു കുതിര നിൽക്കുന്നതു കാണുകയും അദ്ദേഹം അതിന്റെ പുറത്തു കയറി ഓടിച്ചുപോവുകയും ക്ഷണനേരംകൊണ്ട് കായംകുളത്തെത്തുകയും ചെയ്തു. രാജാവു തന്റെ പ്രിയതമയുടെ ശയനഗൃഹദ്വാരത്തിങ്കലെത്തി താഴെയിറങ്ങുകയും ആ കുതിര അന്തർദ്ധാനം ചെയ്യുകയും ഒരുമിച്ചുകഴിഞ്ഞു. രാജാവു രാജ്ഞിയുടെ ശയ്യാഗൃഹത്തിങ്കൽച്ചെന്നു വാതിലിൽ മുട്ടി വിളിച്ചു. ഉടനെ രാജ്ഞി വാതിൽ തുറന്നു. ആ സ്വാധി തന്റെ പ്രിയതമന്റെ വരവിനെത്തന്നെ പ്രതീക്ഷിച്ചുകൊണ്ടിരിക്കുകയായിരുന്നു. രാജ്ഞിയും അത്താഴമുണ്ടിട്ടില്ലായിരുന്നു. അതിനാൽ രണ്ടുപേരുംകൂടിപ്പോയി അത്താഴം കഴിച്ചു വരുകയും സുഖമായി കിടന്നുറങ്ങുകയും ചെയ്തു.

പിറ്റേ ദിവസം രാവിലെ കായംകുളത്തു രാജാവ് തന്റെ ആവുത്തനായ പന്തളത്തു രാജാവ് തിരിച്ചുവന്നിരിക്കുന്നതായി അറിഞ്ഞ് അദ്ദേഹത്തിന്റെ അടുക്കൽച്ചെന്നു വന്ദിച്ചിട്ട് "അല്ലയോ മഹാത്മാവേ, ഞാൻ അജ്ഞതമൂലം പറഞ്ഞുപോയിട്ടുള്ളതെല്ലാം അവിടുന്ന് സദയം ക്ഷമിക്കുകയും ഇനിയും യാഥാപൂർവ്വം സ്ഥിരതാമസം ഇവിടെത്തന്നെ ആക്കുകയും ചെയ്യണം" എന്ന് അപേക്ഷിച്ചു. പന്തളത്തു രാജാവ് അതു കേട്ടു സസന്തോഷം "എനിക്കു ഭവാനോടു യാതൊരു വിരോധവുമില്ല. ക്ഷമായാചനം ചെയ്യത്തക്കവണ്ണം ഭവാൻ യാതൊരപരാധവും ചെയ്തിട്ടുള്ളതായി ഞാനറിയുന്നുമില്ല. ഇനിയും നിവൃത്തിയുള്ളിടത്തോളം കാലം ഇവിടെത്തന്നെ താമസിക്കണമെന്നാണ് ഞാനും വിചാരിക്കുന്നത്" എന്നു പറയുകയും അവിടെത്തന്നെ താമസിച്ചു തുടങ്ങുകയും ചെയ്തു.

അങ്ങനെ താമസിച്ചിരുന്ന കാലത്ത് ഒരു ദിവസം പന്തളത്തു രാജാവും അദ്ദേഹത്തിന്റെ പ്രണയിനിയായ രാജ്ഞിയുംകൂടി സ്വൈര

സല്ലാപം ചെയ്തുകൊണ്ടിരുന്നപ്പോൾ, രാജാവിനു മുമ്പുണ്ടായ സ്വപ്ന ദർശനത്തെപ്പറ്റിയും ശബരിമല ശാസ്താവിന്റെ മാഹാത്മ്യത്തെക്കുറിച്ചും മറ്റുംകൂടി പ്രസ്താവിക്കയുണ്ടായി. അപ്പോൾ ശബരിമല തിങ്കൾഭജനം (*മാസംതോറും ദർശനം*)മുടങ്ങാതെ നടത്തണമെന്നു തനിക്കു സ്വപ്നത്തിൽ ദർശനമുണ്ടായിട്ടുള്ള കഥ രാജാവിന് ഓർമ്മ വന്നു. അടുത്ത മാസത്തിലെന്നല്ല, മാസംതോറുംതന്നെ ഏതാനും ദിവസം തന്റെ പ്രാണപ്രിയയെ പിരിഞ്ഞു പോകേണ്ടതായിരിക്കുന്നുവല്ലോ എന്നു വിചാരിച്ചു രാജാവിനും ഈ വിവരമറിഞ്ഞപ്പോൾ രാജ്ഞിക്കും മനസ്താപമുണ്ടയി. അന്നു രാത്രിയിൽ കിടന്നുറങ്ങിയ സമയം രാജാവിന്റെ അടുക്കൽ ഒരാൾ ചെന്ന് മന്ദസ്മിതത്തോടുകൂടി "ഹേ, അങ്ങ് ഒട്ടും വ്യസനിക്കേണ്ട. അങ്ങ് എന്നെ കാണാനായി പ്രിയതമയെ വിട്ടുപിരിഞ്ഞു ശബരിമലവരെ വരണമെന്നില്ല. ഞാൻ ഇവിടെ അടുത്തൊരു സ്ഥലത്തു വന്ന് ഇരുന്നേക്കാം" എന്നു പറഞ്ഞതായി അദ്ദേഹത്തിനു തോന്നി. ഉടനെ അദ്ദേഹം ഉണർന്നു കണ്ണു തുറന്നു നോക്കിയപ്പോൾ അവിടെയെങ്ങും വിശേഷിച്ചാരെയും കണ്ടില്ല. രാജ്ഞി നല്ല ഉറക്കമായിരുന്നു. തന്റെ അടുക്കൽവന്ന് ഇപ്രകാരം പറഞ്ഞതും ശബരിമല ശാസ്താവു തന്നെയാണെന്നു രാജാവു വിശ്വസിക്കുകയും സ്വാമിയുടെ ഭക്തവാത്സല്യത്തെയും മാഹാത്മ്യത്തെയും കുറിച്ചു വിചാരിച്ചു വിസ്മയിച്ച് അദ്ദേഹം മനസ്സുകൊണ്ട് തന്റെ പരദേവതയെ നമസ്കരിക്കുകയും ചെയ്തു. പിറ്റേ ദിവസം രാവിലെ രാജാവ് ഈ വിവരം രാജ്ഞിയേയും ഗ്രഹിപ്പിച്ചു. അപ്പോൾ രാജ്ഞിക്കും വളരെ സന്തോഷമായി.

കായംകുളത്തു രാജാവ് ആണ്ടിലൊരിക്കൽ തന്റെ സൈനികന്മാരെയൊക്കെ തന്റെ മുമ്പിൽ വരുത്തി ഒരായുധാഭ്യാസപരീക്ഷ നടത്തുകയും പരീക്ഷയിൽ ജയിക്കുന്നവർക്ക് യഥായോഗ്യം വസ്തുക്കളും പൊന്നും പണവുംപട്ടും വളയും മറ്റും സമ്മാനമായി കൊടുക്കുകയും പതിവുണ്ടായിരുന്നു. ഈ കഥ നടന്ന കാലത്ത് ഈ പരീക്ഷ മേടമാസം ഒമ്പതാം തീയതി നടത്തുന്നതിനു നിശ്ചയിച്ചു. രാജാവു മൂന്നു ദിവസം മുമ്പ് ഒരു വിളംബരം പ്രസിദ്ധപ്പെടുത്തി. എട്ടാംതീയതി രാത്രിയിൽ പന്തളത്തു രാജാവിനു വീണ്ടും ഒരു ദർശനമുണ്ടായി. തേജസ്വിയും യുവാവുമായ ഒരാൾ അദ്ദേഹത്തിന്റെ അടുക്കൽച്ചെന്ന് "നാളെ ഇവിടെ ആയുധാഭ്യാസപരീക്ഷയുണ്ടാകുമല്ലോ. അതിൽ ചേരാൻ ഞാനും വരും. അപ്പോൾ ഞാനെയ്യുന്ന അമ്പു വീഴുന്ന സ്ഥലത്തു വന്നാൽ എന്നെക്കാണാം" എന്നു പറഞ്ഞതായി രാജാവിനു തോന്നി. അദ്ദേഹമുണർന്നു കണ്ണു തുറന്നു നോക്കിയപ്പോൾ ആരെയും കണ്ടുമില്ല.

ഒമ്പതാംതീയതി രാവിലെ പടയാളികളെല്ലാം കായംകുളത്തു രാജാവിന്റെ മുമ്പിൽ ഹാജരായി. ആ കൂട്ടത്തിൽ അപരിചിതനായ ഒരു യുവാവും വന്നുചേർന്നു. അവനെകണ്ടിട്ട്, കായംകുളത്തു രാജാവ്, "നീ ആര്?" എന്നു ചോദിച്ചു.

യുവാവ്: അടിയൻ ഒരു മലയാളിയാണ്.

രാജാവ്: നീ എവിടെപ്പാർക്കുന്നു?

യുവാവ്: അടിയൻ കുറച്ചു കിഴക്ക് ഒരു മലയിലാണ് പാർക്കുന്നത്.

രാജാവ്: നിന്റെ പേരെന്ത്?

യുവാവ്: അയ്യപ്പൻ എന്നാണ്.

രാജാവ്: നീ ഇവിടെ എന്തിനു വന്നു?

യുവാവ്: തിരുമനസ്സുകൊണ്ട് ആയുധാഭ്യാസപരീക്ഷ നടത്തി ജയിക്കുന്നവർക്കു സമ്മാനങ്ങൾ കല്പിച്ചുകൊടുക്കുന്നുണ്ടെന്നു കേട്ടു. അതിൽ ചേരാമെന്നു വിചാരിച്ചാണ് അടിയൻ വിടകൊണ്ടത്.

രാജാവ്: നിനക്ക് ഏതായുധം പ്രയോഗിക്കാനാണ് പരിചയമുള്ളത്?

യുവാവ്: അടിയന് എല്ലാം കുറേശ്ശെ പരിചയമുണ്ട്.

രാജാവ്: എന്നാൽ ചേർന്നുകൊള്ളുക. വിരോധമില്ല.

എന്നു പറഞ്ഞിട്ടു തന്റെ സൈനികന്മാരിൽ പ്രധാനന്മാരും നല്ല അഭ്യാസികളുമായവരെ വിളിച്ച് ഈ യുവാവിനെ പരീക്ഷിക്കുന്നതിന് ആജ്ഞാപിച്ചു. അവർ വില്ലും അമ്പും പ്രയോഗിച്ചും വാളും പരിചയും പ്രയോഗിച്ചും ഈട്ടി, കുന്തം, വേൽ മുതലായ ആയുധങ്ങൾ പ്രയോഗിച്ചും പല വിധത്തിൽ പരീക്ഷിച്ചു. ആ പരീക്ഷകളിലെല്ലാം ആ യുവാവ് ജയിക്കുകയും കായംകുളം സൈനികരെ തോല്പിക്കുകയും ചെയ്തു. അതുകണ്ടു കായംകുളത്തുരാജാവ് ഏറ്റവും സന്തോഷിക്കുകയും "നിനക്ക് സമ്മാനമായി എന്താണ് വേണ്ടത്? എന്തും തരാൻ നാം തയ്യാറാണ്" എന്നു പറയുകയും ചെയ്തു. അതുകേട്ട് ആ യുവാവ്, "അടിയന് അധികമൊന്നും കിട്ടണമെന്ന് ആഗ്രഹമില്ല. അടിയൻ ഇവിടെ എയ്യുന്ന ശരം ചെന്നു വീഴുന്ന സ്ഥലവും അതിന്റെ ചുറ്റുമുള്ള സ്ഥലങ്ങളുമുൾപ്പെടെ മുക്കാതം (*പന്ത്രണ്ടു നാഴിക ദീർഘവിസ്താരമുള്ള*) ഭൂമി കരമൊഴിവായി കൽപിച്ചു തന്നാൽ മതി" എന്നറിയിച്ചു. "അങ്ങനെത്തന്നെ. അത്രയും കരമൊഴിവായിതന്നേക്കാം. ശരമെടുത്തെയ്യുക" എന്നു രാജാവു കല്പിച്ചു. ആ യുവാവ് ഒരു ശരമെടുത്തു ഞാണിൽത്തൊടുത്തു കിഴക്കോട്ടു തിരിഞ്ഞുനിന്നു വലിച്ചുവിട്ടു. ആ ശരം ചെന്നുവീണ സ്ഥലം കണ്ടുപിടിക്കുന്നതിനായി കായംകുളത്തു രാജാവ് തന്റെ വിശ്വസ്ത ഭടന്മാരിൽ ചിലരെ നിയോഗിച്ചയച്ചു. അവരോടുകൂടി ആ യുവാവും, വെറുതെ നേരമ്പോക്കിനായിട്ടെന്നുള്ള ഭാവത്തിൽ പന്തളത്തു രാജാവും പോയി. അവരെല്ലാവരുംകൂടി കായംകുളത്തുനിന്നും കിഴക്കുതെക്കായി ഏകദേശം പന്ത്രണ്ടു നാഴിക ദൂരം വരെ ചെന്നപ്പോൾ അവിടെ ഒരു പൊയ്കയും അതിന്റെ തീരപ്രദേശത്ത് ഏതാനുംകാളകൾ മേഞ്ഞുകൊണ്ട് നിൽക്കുന്നതും കണ്ടു. അവയിൽ ഏറ്റവും ഭയങ്കരമൂർത്തിയായ ഒരു കൂറ്റൻ മൂക്കുറയിട്ടുകൊണ്ട് പന്തളത്തു രാജാവിനെ കുത്താനായി പാഞ്ഞുചെന്നു. അതുകണ്ടു രാജഭടന്മാർ പേടിച്ചോടി. അഭ്യാസിയും സുന്ദരനുമായ ആ യുവാവ് ധൈര്യസമേതം

തിരിഞ്ഞു നിന്നു. കാളയെ അടിച്ചോടിച്ചു പന്തളത്തു രാജാവിനെ രക്ഷിച്ചു. ഈ സംഭവം നിമിത്തം ആ പൊയ്കയ്ക്ക് അന്നുണ്ടായ 'കാളകുത്തിപ്പൊയ്ക' എന്ന പേരുതന്നെ ഇന്നും ജനങ്ങൾ പറഞ്ഞു വരുന്നു.

അനന്തരം പന്തളത്തുരാജാവും ആ യുവാവുംകൂടി അവിടെനിന്നു കുറച്ചു കിഴക്കോട്ടു പോയതിന്റെശേഷം ഒരു പാറപ്പുറത്തുചെന്നിരുന്ന് സ്വൽപനേരം വിശ്രമിച്ചു. അപ്പോഴേക്കും നേരം വൈകിയതിനാൽ ആ രാത്രി അവിടെ താമസിച്ചു. ആ യുവാവിന്റെ കാലടികൾ അന്ന് അവിടെ പതിഞ്ഞത് ഇപ്പോഴും മാഞ്ഞുപോകാതെ തെളിഞ്ഞു കാൺമാനുണ്ട്. ആ സ്ഥലത്തിനു 'തൃപ്പാദം' എന്ന് പേരു പറഞ്ഞുവരുന്നു.

പിറ്റേദിവസം (*പത്താംതീയതി*) അതിരാവിലെ പന്തളത്തുരാജാവും ആ യുവാവുംകൂടി ഏകദേശം അരനാഴിക കൂടി കിഴക്കോട്ടു ചെന്നപ്പോൾ അവിടെ ഒരു കായലും അതിന്റെ മധ്യത്തിൽ ഒരു തുരുത്തും കണ്ടു. അപ്പോൾ ആ യുവാവ് "ആ കാണുന്ന തുരുത്തിലാണ് അടിയന്റെ ശരം പതിച്ചിരിക്കുന്നത്. അതിനാൽ അങ്ങോട്ടെഴുന്നള്ളണം. ഇവിടെ കടവിൽ ഒരു പൊങ്ങുതടി കിടക്കുന്നുണ്ട്. അതിൽക്കയറിപ്പോയാൽ ആ തുരുത്തിലിറങ്ങാം" എന്നു പറഞ്ഞു. രാജാവ് അപ്രകാരം സമ്മതിക്കുകയും യുവാവിനോടുകൂടി കടവിൽച്ചെന്നു പൊങ്ങുതടിയിൽക്കയറുകയും ചെയ്തു. ആരും തുഴയാതെതന്നെ പൊങ്ങുതടി ചെന്നു തുരുത്തിലടുത്തു. രാജാവു അവിടെ നിന്നു വെള്ളത്തിൽക്കൂടി നീന്തിപ്പോകുന്നതുകണ്ടു വിസ്മയത്തോടുകൂടി രാജാവു സൂക്ഷിച്ചു നോക്കിയപ്പോൾ വാസ്തവത്തിൽ അതൊരു പൊങ്ങുതടിയല്ലെന്നും ഒരു മുതലയാണെന്നും അദ്ദേഹത്തിനു മനസ്സിലാവുകയും തന്റെ പരദേവതയുടെ മാഹാത്മ്യത്തെക്കുറിച്ചു വിചാരിച്ച് അത്യന്തം അദ്ഭുതപ്പെടുകയും ചെയ്തു.അപ്പോഴേക്കും ഒരാൾ വാളും പരിചയുമെടുത്തുകൊണ്ട് ഏറ്റവും വിനയത്തോടുകൂടി രാജാവിന്റെ അടുക്കൽച്ചെന്ന് "ഇതിലേ എഴുന്നള്ളാം" എന്നറിയിച്ചു. രാജാവ് ഉടനെ കുളിയും സന്ധ്യാവന്ദനവും കഴിച്ച് ആ അകമ്പടിക്കാരനോടുകൂടി തുരുത്തിന്റെ ഒരു ഭാഗത്തു ചെന്നപ്പോൾ അവിടെ ഒരു ശിലാവിഗ്രഹവും അതിന്മേൽ താൻ ശബരിമലെ നടയ്ക്കുവച്ച പൊൻകിരീടവും മുത്തുമാലയും ചാർത്തിയിരിക്കുന്നതായും കണ്ട് രാജാവ് സന്തോഷാദ്ഭുതപരവശനായി ഭക്തിസമേതം സാഷ്ടാംഗം വീണു നമസ്കരിച്ചു. അപ്പോൾ ഒരാൾ അവിടെ നിന്നു ശംഖു വിളിക്കുകയും ഒരാൾ വിഗ്രഹത്തിന്റെ മുമ്പിലിരുന്നു പൂജിക്കുകയും അസംഖ്യം കുരങ്ങന്മാർ തൊഴുതു നമസ്കരിക്കുകയും ചെയ്യുന്നുണ്ടായിരുന്നു. രാജാവ് നമസ്കരിച്ച് എണീറ്റപ്പോൾ ആ പൂജക്കാരൻ തീർത്ഥവും പ്രസാദവും കൊടുത്തു. ആ സമയം വൃദ്ധനായ ഒരുപരദേശബ്രാഹ്മണൻ ഒരു വെളിച്ചപ്പാടിനെപ്പോലെ തുള്ളിക്കൊണ്ട് അവിടെ വരുകയും പന്തളത്തുരാജാവിന്റെ നേരെ

നോക്കി, "എന്താ, എന്റെ ഉണ്ണിക്കു സന്തോഷമായില്ലേ? ആഗ്രഹം സാധിച്ചുവല്ലോ. ഞാൻ പറഞ്ഞിരുന്നതുപോലെ ഇവിടെ വന്നിരിക്കുന്നു. ഇനി എന്റെ ഉണ്ണി എന്റെ മല കേറണമെന്നില്ല. ഇവിടെ വേണ്ടതുപോലെ ചെയ്തുകൊണ്ടാൽ മതി. ഈ പൂജക്കാരൻതന്നെ എന്റെ പൂജക്കാരനായി ഇരുന്നുകൊള്ളട്ടെ. (രാജാവിന്റെ അകമ്പടിക്കാരനെ ചൂണ്ടിക്കാണിച്ചുകൊണ്ട്) ഈ ഉണ്ണിത്താൻ എന്റെ ദാസനാണ്. ഇവൻ എന്റെ ഉണ്ണിയുടെ അംഗരക്ഷകനായിരിക്കട്ടെ.(*ശംഖുവിളിച്ച മാരനെ ചൂണ്ടിക്കാണിച്ചിട്ട്*)ഇവൻ എന്റെ മാരനും കഴകക്കാരനുമായിരിക്കട്ടെ. ഈ കുരങ്ങന്മാരും എന്റെ ഉണ്ണിയെ ഇക്കരെ കടത്തിയ മുതലയും ഈ കായലിലുള്ള 'ശ്രേഷ്ഠകൾ' (ഏട്ടകൾ) എന്നു പേരായ മത്സ്യങ്ങളും എന്റെ പരിവാരങ്ങളാണ്. ഇവരെയെല്ലാം എന്റെ ഉണ്ണി രക്ഷിച്ചു കൊള്ളണം. ഇവരിൽ ആരെയെങ്കിലും ആരെങ്കിലും ഉപദ്രവിച്ചാൽ ആ ഉപദ്രവികളെ ഞാൻ യഥായോഗ്യം ശിക്ഷിക്കും. എന്റെ ഉണ്ണി ഇവിടെ വന്ന് ആദ്യമായി എന്നെ ദർശിച്ച ഈ ദിവസം ഈ സമയത്ത് (*മേടമാസം പത്താം തീയതി രാവിലെ*)ഇവിടെ വന്ന് എന്നെ ഭക്തിപൂർവ്വം ദർശിക്കുന്നവർക്കു സകലാഭീഷ്ടങ്ങളും ഞാൻ സാധിപ്പിച്ചു കൊടുക്കുകയും ചെയ്യും" എന്നു പറയുകയും ചെയ്തിട്ട് അദ്ദേഹം വന്നതുപോലെ തന്നെ ഓടിപ്പോവുകയും ചെയ്തു. ആ ബ്രാഹ്മണൻ എവിടെനിന്നു വന്നു എന്നും എങ്ങോട്ടാണ് പോയതെന്നും ആർക്കും നിശ്ചയമില്ല. അദ്ദേഹത്തെ അതിനു മുമ്പും അതിൽ പിന്നെയും ആരും കണ്ടിട്ടുമില്ല. അതു സാക്ഷാൽ ശാസ്താവുതന്നെ വേഷംമാറി വന്നതാണെന്നാണ് വിശ്വാസം. മേടമാസത്തിൽ പത്താമുദയത്തുന്നാൾ(*പത്താം തീയതി*) രാവിലെ അവിടെച്ചെന്നു ദർശനം കഴിക്കുക വളരെ പ്രധാനമായിട്ടാണ് വച്ചിരിക്കുന്നത്. ഇതിനായി ആണ്ടുതോറും അസംഖ്യമാളുകൾ ഇപ്പോഴും അവിടെക്കുടാറുണ്ട്.

ഈ സ്ഥലം അക്കാലത്തു കായംകുളത്തോടു ചേർന്നതായിരുന്നതിനാൽ ആ ബ്രാഹ്മണൻ പോയ ഉടനെ പന്തളത്തുരാജാവ് ഉണ്ണിത്താനെ വിളിച്ച് "ഇവിടെ ഉണ്ടായിരിക്കുന്ന സംഗതികളെല്ലാം ഉടനെ കായംകുളത്തു രാജാവിനെ അറിയിക്കണം" എന്ന് ആജ്ഞാപിക്കുകയും ഉണ്ണിത്താൻ അപ്പോൾത്തന്നെ പുറപ്പെട്ടു കായംകുളത്തെത്തി രാജാവിനെക്കണ്ടു സകല വിവരങ്ങളും അറിയിക്കുകയും കായംകുളത്തു രാജാവ് അന്നു വൈകുന്നേരമായപ്പോഴേക്കും ഈ സ്ഥലത്തെത്തി സ്വാമിദർശനം കഴിക്കുകയും പിന്നെ ഏതാനും ദിവസം അവിടെത്തന്നെ താമസിച്ചുകൊണ്ട് അവിടെ വേണ്ടുന്ന പരിഷ്കാരങ്ങളെല്ലാം വരുത്തുകയും ചെയ്തു. കായംകുളത്തു രാജാവ് അവിടെ ചെയ്ത പരിഷ്കാരങ്ങളിൽ പ്രധാനപ്പെട്ടവ താഴെ പറയുന്നവയാണ്.

ആദ്യംതന്നെ ജനങ്ങളുടെ ഗതാഗത സൗകര്യത്തിനായി ആ തുരുത്തിൽനിന്ന് ഒരു കൽച്ചിറ കെട്ടിച്ചു പടിഞ്ഞാറേക്കരയോടു സംഘടിപ്പിച്ചു.

പിന്നെ ക്ഷേത്രം പണികഴിപ്പിക്കുകയും ചുറ്റും മതിൽ കെട്ടിക്കുകയും ക്ഷേത്രത്തിൽ നിത്യനിദാനം, മാസവിശേഷം, ആട്ടവിശേഷം മുതലായ വകയ്ക്കു വേണ്ടുന്ന വസ്തുവകകൾ നിശ്ചയിക്കുകയും ചെയ്തു. ക്ഷേത്രത്തിന്റെ പടിഞ്ഞാറുവശത്തു വടക്കോട്ടു മാറി ഒരു കൊട്ടാരം പണികഴിപ്പിച്ചു. പന്തളത്തു രാജാവിനെയും അദ്ദേഹത്തിന്റെ പ്രിയ തമയായ രാജ്ഞിയേയും അവിടെ താമസിപ്പിച്ചു. അപ്രകാരം തന്നെ പൂജ(*ശാന്തി*)ക്കാരൻ, കഴകക്കാരൻ, ഉണ്ണിത്താൻ എന്നിവർക്കും ക്ഷേത്രത്തിന്റെ സമീപംതന്നെ ഓരോ ഗൃഹങ്ങൾ പണിയിച്ചുകൊടുക്കുകയും അവർക്കു ചെലവിനു വേണ്ടുന്ന വസ്തുക്കൾ കരമൊഴിവായി പതിച്ചുകൊടുക്കുകയും ചെയ്തു. മുമ്പേ തന്നെ ഈ സ്ഥലത്തിനുണ്ടായിരുന്ന 'കോട്ട' എന്ന പേരു ശാസ്താവിന്റെ സാന്നിധ്യം നിമിത്തം അക്കാലം മുതൽക്കു 'ശാസ്താംകോട്ട' എന്നായിത്തീരുകയും ചെയ്തു.

ശാസ്താങ്കോട്ടയിൽ ക്ഷേത്രംപണി മുതലായവ കഴിഞ്ഞിട്ടും അവിടുത്തെ പൂർവ്വനിവാസികളായിരുന്ന കടുവ, പുലി മുതലായ ദുഷ്ടമൃഗങ്ങൾ അവിടെത്തന്നെ നിവസിച്ചിരുന്നു. അവ അവിടെ പാർത്തിരുന്നത് ക്ഷേത്രത്തിനു കുറച്ചു കിഴക്കു വടക്കായി കായൽവക്കത്തുള്ള ഒരു വലിയ ഗുഹയിലായിരുന്നു. ആ ഗുഹ ഇപ്പോഴും അവിടെ കാൺമാനുണ്ട്. ആ ഗുഹയ്ക്ക് 'പുലിവാരം' എന്നാണ് ഇപ്പോൾ പേരു പറഞ്ഞു വരുന്നത്. ആ ഗുഹയുടെ അന്തർഭാഗം ഏറ്റവും വിശാലവും സഞ്ചാര സൗകര്യമുള്ളതുമാണെന്നു ചിലർ പറയുന്നു.

ഒരിക്കൽ ഒരു കടുവാ അയ്യപ്പസ്വാമിയുടെ ഭക്തനായ ഉണ്ണിത്താന്റെ ഒരു പശുവിനെ പിടിച്ചുകൊന്നു. അതു സ്വാമിക്ക് ഒട്ടും രസിച്ചില്ല. അതിനാൽ സ്വാമി വില്ലുമമ്പുമെടുത്തുകൊണ്ടു പുറപ്പെട്ടു. സകല ദുഷ്ടമൃഗങ്ങളെയും അവിടെനിന്ന് ആട്ടിയോടിച്ചു കൊണ്ടുപോയി കൊട്ടാരക്കരയ്ക്കു സമീപം 'കോട്ടത്തല' എന്നു പറയുന്ന സ്ഥലത്തിനപ്പുറത്താക്കി. സ്വാമി അവിടെ വില്ല് ഊന്നിപ്പിടിച്ചുനിന്നുകൊണ്ട് "മേലാൽ യാതൊരു ദുഷ്ടമൃഗവും ഈ സ്ഥലത്തിനപ്പുറം കടക്കരുത്"എന്നാജ്ഞാപിക്കുകയും ചെയ്തു. അതിൽപ്പിന്നെ കോട്ടത്തലയ്ക്കു പടിഞ്ഞാട്ടു യാതൊരു ദുഷ്ടമൃഗവും ഇതുവരെ കടന്നിട്ടില്ല. അന്നു സ്വാമി വില്ലൂന്നി നിന്ന സ്ഥലത്തു തൃപ്പാദങ്ങളും വില്ലിന്റെ അഗ്രവും പതിഞ്ഞത് ഇപ്പോഴും കാൺമാനുണ്ട്.

പന്തളത്തു രാജാവും രാജ്ഞിയും ശാസ്താങ്കോട്ടയിൽ താമസമായതിന്റെശേഷം കൊട്ടാരത്തിൽനിന്നും പുറത്തിറങ്ങിയാൽ മുമ്പിലും പിമ്പിലും കുരങ്ങന്മാർ അകമ്പടിയായി കൂടുക പതിവായി. അപ്രകാരം തന്നെ രാജാവും രാജ്ഞിയും കുളിക്കാനായി കടവിൽ ചെല്ലുമ്പോൾ മുമ്പു പറഞ്ഞിട്ടുള്ള ആ മുതലയും മത്സ്യങ്ങളും അവിടെ ഹാജരാവും. ഇങ്ങനെ കുറച്ചുദിവസം കഴിഞ്ഞപ്പോൾ ഇവർക്ക് എന്തെങ്കിലും

പതിവായി കൊടുക്കേണ്ടതാണെന്നു രാജാവിനും രാജ്ഞിക്കും തോന്നുകയും കുരങ്ങന്മാർക്ക് പഴം, ശർക്കര, തേങ്ങാപ്പൂള് മുതലായവയും മുതലയ്ക്ക് ചോറും മത്സ്യങ്ങൾക്ക് അരിയും പതിവായി കുറേശ്ശെ കൊടുത്തു തുടങ്ങുകയും ചെയ്തു. പിന്നീട് ഇതിനൊരു നിശ്ചയം ചെയ്യേണ്ടതാണെന്നു തോന്നുകയാൽ പ്രതിദിനം കുരങ്ങന്മാർക്ക് ആറേകാലിടങ്ങഴി അരിയുടെയും മുതലയ്ക്ക് ഒന്നേകാലിടങ്ങഴി അരിയുടെ ചോറും മത്സ്യങ്ങൾക്ക് മുന്നാഴി അരിയും പതിവായി ക്ഷേത്രത്തിൽ നിന്നു കൊടുക്കുന്നതിന് പന്തളത്തു രാജാവ് ഏർപ്പാടു ചെയ്തു. രാജാവും രാജ്ഞിയും കുളിക്കാൻ കടവിൽ ചെല്ലുമ്പോൾ മത്സ്യങ്ങൾക്കുള്ള അരി ദേവസ്വം കലവറക്കാരൻ കടവിൽ കൊണ്ടു ചെല്ലണം. ആ അരി വാരി മത്സ്യങ്ങൾക്ക് ഇട്ടുകൊടുക്കുക രാജാവും രാജ്ഞിയും കൂടിയാണ് പതിവ്. ഉച്ചപ്പൂജ കഴിയുമ്പോൾ കുരങ്ങന്മാർക്കുള്ള ചോറു കിഴക്കേ ഗോപുരത്തിങ്കൽ മതിൽക്കുവെളിയിൽ കൊണ്ടു ചെന്നു കൊടുക്കേണ്ടതു ശാന്തിക്കാരനും മുതലയ്ക്കുള്ള ചോറു കടവിൽ കൊണ്ടുചെന്നു കൊടുക്കേണ്ടത് മാരാരുമാണ്. അങ്ങനെയാണ് രാജാവു വ്യവസ്ഥ ചെയ്തിട്ടുള്ളത്. കുരങ്ങന്മാർ ഊണുകഴിഞ്ഞാൽ കൊട്ടാരത്തിൽച്ചെന്നു രാജാവിനെ കണ്ടു വന്ദിക്കുകയും ഒരു സന്തോഷശബ്ദം പുറപ്പെടുവിക്കുകയും ചെയ്യുക പതിവായിരുന്നു.

ഇങ്ങനെയിരുന്ന കാലത്ത് ഒരിക്കൽ കായംകുളത്തുരാജാവു സ്വാമി ദർശനത്തിനും കാര്യങ്ങളെല്ലാം ശരിയായി നടക്കുന്നുണ്ടോ എന്ന് അന്വേഷിക്കുന്നതിനുമായി വീണ്ടും ശാസ്താങ്കോട്ടയിൽ വന്നു. അദ്ദേഹം മഞ്ചലിൽ വന്നു പന്തളത്തു രാജാവും രാജ്ഞിയും താമസിച്ചിരുന്ന കൊട്ടാരത്തിലാണ് ഇറങ്ങിയത്. പന്തളത്തു രാജാവും രാജ്ഞിയും കുളിയും സ്വാമിദർശനവും കഴിച്ചു കൊട്ടാരത്തിൽ വന്ന സമയത്തായിരുന്നു കായംകുളത്തുരാജാവിന്റെവരവ്. അതിനാൽ അകമ്പടിക്കാരായ കുരങ്ങന്മാർ അപ്പോൾ അവിടെത്തന്നെ ഉണ്ടായിരുന്നു. കായംകുളത്തു രാജാവു മഞ്ചലിൽനിന്ന് ഇറങ്ങിയ ഉടനെ വാനരവീരന്മാർ രാജാവിനെ താണു തൊഴുതിട്ടു കൈ കെട്ടി വായ്പൊത്തി വളരെ ആദരവോടും ഭക്തിയോടുംകൂടി നിരന്നുനിന്നു. അതുകണ്ടിട്ടു കായംകുളത്തു രാജാവ് "ഇതു നല്ല നേരമ്പോക്കുതന്നെ. ഇവർ മഹായോഗ്യന്മാരാണെന്നു തോന്നുന്നുവല്ലോ"എന്നു പറഞ്ഞു ചിരിച്ചു. അപ്പോൾ പന്തളത്തു രാജാവ്, "അതേ, അവർ യോഗ്യന്മാർതന്നെയാണ്. അവരുടെ ദിവ്യത്വം ഒട്ടും ചില്ലറയല്ല. അവർ സ്വാമിയുടെ ആളുകളാണ്. അവർക്കു ദിവസംതോറും പതിവായി ആറേകാലിടങ്ങഴി അരിയുടെ ചോറു ക്ഷേത്രത്തിൽനിന്നു കൊടുക്കുന്നതിനു ഞാൻ ഏർപ്പാടു ചെയ്തിട്ടുണ്ട്" എന്നു പറഞ്ഞു.

കായംകുളത്തു രാജാവു സ്വല്പം വിശ്രമിച്ചതിന്റെശേഷം കുളിക്കാനായി കടവിലേക്കു പോയി. അകമ്പടിയായി കുരങ്ങന്മാരും പോയി.

രാജാവിനു തേച്ചുകുളിയായിരുന്നതിനാൽ കൈവിരലിൽ കിടന്ന രത്നഖചിതമായ മോതിരമൂരി കടവിൽ ഒരു കല്ലിന്മേൽവച്ചിട്ട് എണ്ണതേച്ചു രാജ്യഭൃത്യന്മാർ രാജാവിനെ കുളിപ്പിച്ചുകൊണ്ടു നിന്ന സമയം ഒരു പരുന്ത് ആ മോതിരത്തിൽ പതിച്ചിരുന്ന രത്നത്തിന്റെ ശോഭ കണ്ടു വല്ല ഭക്ഷണസാധനവുമായിരിക്കുമെന്നു വിചാരിച്ചിട്ടോ എന്തോ, പെട്ടെന്നു പറന്നുവന്ന് ആ മോതിരം റാഞ്ചിക്കൊണ്ടുപോയി. അതു കണ്ട് രാജ്യഭൃത്യന്മാർ "അയ്യോ! തിരുവാഴി കൊണ്ടുപോയല്ലോ" എന്നു പറഞ്ഞു. ആ മോതിരം വളരെ വില കൂടിയതായിരുന്നതിനാൽ അതു പോയതുകൊണ്ട് രാജാവിനും അത്യധികമായ മനസ്താപമുണ്ടായി. എങ്കിലും ഗംഭീരമാനസനായ അദ്ദേഹം അതു പുറത്തു കാണിച്ചില്ല. അദ്ദേഹം കുളിച്ചു ക്ഷേത്രത്തിൽ പോയി ദർശനം കഴിച്ചു കൊട്ടാരത്തിലേക്ക് പോയി. ആ സമയത്തും കുരങ്ങന്മാരുടെ അകമ്പടിയുണ്ടായിരുന്നു. എങ്കിലും അവരിൽ തലവനായ വലിയ കുരങ്ങൻ അപ്പോൾ ആ കൂട്ടത്തിലുണ്ടായിരുന്നില്ല. രാജാവു കൊട്ടാരത്തിലെത്തിയപ്പോഴേക്കും യൂഥനാഥനായ ആ വാനരവീരൻ മോതിരം തട്ടിക്കൊണ്ടുപോയ ആ പരുന്തിനെ അടിച്ചുകൊന്നു പിടിച്ചുവലിച്ച് അവിടെ കൊണ്ടുചെല്ലുകയും പരുന്തിന്റെ നഖത്തിൽ കോർത്തിരുന്ന മോതിരമെടുത്ത് രാജാവിന്റെ മുമ്പിൽ വച്ചു വന്ദിക്കുകയും ചെയ്തു. അതുകണ്ട് കായംകുളത്തു രാജാവ് വളരെ സന്തോഷിക്കുകയും തലവനായ ആ വാനരവീരന് 'സുഗ്രീവൻ' എന്നൊരു പേരു കൽപിച്ചു കൊടുക്കുകയും ചെയ്തു. ഉടനെ കുരങ്ങന്മാരെല്ലാം രാജാവിനെ വീണ്ടും വന്ദിച്ചിട്ടു കിഴക്കേ നടയിലേക്കും കായംകുളത്തു രാജാവ് പന്തളത്തുരാജാവിനോടുകൂടി ഊണു കഴിക്കാൻ അകത്തേക്കും പോയി.

രാജാക്കന്മാർ ഊണു കഴിഞ്ഞു പുറത്തുവന്നപ്പോൾ കുരങ്ങന്മാരെ കാണായ്കയാൽ "കുരങ്ങന്മാർ ഊണു കഴിഞ്ഞാൽ അവരുടെ സന്തോഷത്തെ ചില ശബ്ദങ്ങൾകൊണ്ട് അറിയിക്കാനായി ഇവിടെ വരാറുണ്ടായിരുന്നു. ഇന്നവരെ കാണാഞ്ഞതെന്താണാവോ?" എന്ന് പന്തളത്തു രാജാവു പറഞ്ഞു. അപ്പോൾ ക്ഷേത്രസന്നിധിയിൽ കുരങ്ങന്മാരുടെ കളകളശബ്ദം ഉച്ചത്തിൽ കേൾക്കുകയാൽ "അവിടെ ഇന്ന് എന്തോ വിശേഷമുണ്ടായിട്ടുണ്ടെന്നാണ് തോന്നുന്നത്. എന്താണെന്നു പോയി നോക്കട്ടെ" എന്നു പറഞ്ഞ് പന്തളത്തു രാജാവ് അങ്ങോട്ട് പുറപ്പെട്ടു. അദ്ദേഹത്തോടുകൂടി കായംകുളത്തു രാജാവും പോയി. രാജാക്കന്മാർ അങ്ങോട്ടു ചെന്നപ്പോഴേക്കും സുഗ്രീവാദികൾ അവർക്കു കൊടുത്ത ചോറ് പാത്രത്തോടുകൂടി പിടിച്ചുവലിച്ചു കൊണ്ടു ക്ഷേത്രത്തിൽനിന്നു കൊട്ടാരത്തിലേക്കുള്ള വഴിയിലോളം എത്തിയിരുന്നു.അവർ എന്താണ് ചെയ്യാൻ ഭാവിക്കുന്നതെന്നറിയാനായി രാജാക്കന്മാർ ആ വഴിയിൽത്തന്നെ നോക്കിക്കൊണ്ടു നിന്നു. കുരങ്ങന്മാർ ആ പാത്രം പിടിച്ചുവലിച്ചു കായംകുളത്തുരാജാവിന്റെ മുമ്പിൽകൊണ്ടുചെന്നു വച്ചിട്ട്

സുഗ്രീവൻ ആ പാത്രത്തിലുണ്ടായിരുന്ന ചോറും ഓരോ കുരങ്ങന്മാരെയും അവരുടെ വയറും തൊട്ടുകാണിച്ചുകൊണ്ടു ദുഃഖഭാവത്തോടുകൂടി രാജാവിന്റെ നേരെ നോക്കി. ബുദ്ധിമാനായ കായംകുളത്തു രാജാവിനു കാര്യം മനസ്സിലായി. അദ്ദേഹം സുഗ്രീവനോട് "നിങ്ങൾക്ക് എല്ലാവർക്കുംകൂടി ഈ ചോറുകൊണ്ടു മതിയാകുന്നില്ല അല്ലേ?" എന്നു ചോദിച്ചു. കാര്യം അതുതന്നെ എന്ന് സുഗ്രീവൻ ആംഗ്യം കാണിച്ചു. "ആട്ടെ, ഉള്ളതുകൊണ്ട് എല്ലാവരുംകൂടി ഊണു കഴിച്ചിട്ടു കൊട്ടാരത്തിൽ വരുവിൻ, സമാധാനമുണ്ടാക്കാം" എന്നുപറഞ്ഞിട്ടു കായംകുളത്തു രാജാവു പന്തളത്തു രാജാവിനോടുകൂടി കൊട്ടാരത്തിലേക്കു പോയി. ഊണു കഴിച്ചുകൊണ്ടു സുഗ്രീവപ്രഭൃതികളും അവിടെ ഹാജരായി വണക്കത്തോടുകൂടി നിരന്നുനിന്നു. കായംകുളത്തു രാജാവു നാളികേരം, ശർക്കര, പഴം മുതലായവ വരുത്തി അവർക്കു ധാരാളമായികൊടുത്തിട്ടു പ്രതിദിനം അവർക്കു മൂന്നുപറ അരിയുടെ ചോറുകൂടി കൊടുത്തുകൊള്ളുന്നതിനു കൽപന കൊടുക്കുകയും അപ്രകാരം കൽപിച്ചനുവദിച്ചിരിക്കുന്നതായി ഒരു ചെമ്പുതകിടിൽ എഴുതിച്ചു തുല്യം ചാർത്തി സുഗ്രീവന്റെ കൈയിൽ കൊടുക്കുകയും ചെയ്തു. കുരങ്ങന്മാർ ഒരു സന്തോഷശബ്ദം പുറപ്പെടുവിച്ചിട്ട് രാജാവിനെ വീണ്ടും വന്ദിച്ചുകൊണ്ടു നാലുപുറത്തേക്കും പാഞ്ഞുപോവുകയും അടുത്ത ദിവസംമുതൽ ദേവസ്വം പടിത്തരത്തിൽ ചേർത്ത് അവർക്കു മൂന്നുപറ ആറേകാലിടങ്ങഴി അരിയുടെ ചോറുവീതം കൊടുത്തുതുടങ്ങുകയും ചെയ്തു.

ഒരിക്കൽ കൊട്ടാരക്കര ഒരു നായർ കുടുംബത്തിലുണ്ടായിരുന്ന സ്ത്രീപുരുഷന്മാർ ഓരോരുത്തരായി ചത്തുകെട്ടുപോയിട്ട് ഒടുക്കം ഒരു സ്ത്രീമാത്രം ശേഷിച്ചു. ആ സ്ത്രീ നാൽപ്പത്തഞ്ചു വയസ്സുവരെ പ്രസവിക്കാതെയിരുന്നു. സന്താനാർത്ഥമായി അവർ അനേകം സത്കർമ്മങ്ങൾ ചെയ്തു. എങ്കിലും യാതൊരു ഫലവുമുണ്ടായില്ല. അതിനാൽ ആ സ്ത്രീ കേവലം വന്ധ്യയാണെന്നും അവർ പ്രസവിച്ചു സന്താനമുണ്ടാവുകയെന്നുള്ള കാര്യം അസാധ്യമാണെന്നും ആ കുടുംബം അന്യം നിന്നു പോവുകതന്നെ ചെയ്യുമെന്നും എല്ലാവരും തീർച്ചപ്പെടുത്തി. അങ്ങനെയിരുന്ന കാലത്തു ഭിക്ഷക്കാരനായ ഒരു സന്യാസി ആ കുടുംബത്തിൽ ചെല്ലുകയും ഭിക്ഷ വാങ്ങിയശേഷം ആ ദിവ്യൻ ആ കുടുംബനായികയോട് "അമ്മേ, നിങ്ങൾ ഒട്ടും വ്യസനിക്കേണ്ട.നിങ്ങൾ ശാസ്താങ്കോട്ടയിൽപോയി സ്വാമിദർശനം കഴിച്ചു വഴിപാടുകൾ പ്രാർത്ഥിച്ചാൽ നിങ്ങൾക്കു സന്തതിയുണ്ടാകും" എന്നു പറഞ്ഞിട്ട് ഇറങ്ങിപ്പോകുകയും ചെയ്തു. അതു കേട്ടിട്ട് ആ സ്ത്രീക്ക് ഈ ദിവ്യന്റെ വാക്ക് ഒരിക്കലും മിഥ്യയായിപ്പോവുകയില്ലെന്നു മനസ്സിൽത്തോന്നുകയും അടുത്ത ദിവസംതന്നെ അവർ അവരുടെ ഭർത്താവിനോടുകൂടി ശാസ്താങ്കോട്ടയിൽച്ചെന്നു കുളിച്ചുതൊഴുതു നടയിൽനിന്ന്, താൻ

പ്രസവിച്ച് ഒരു പെൺകുട്ടിയുണ്ടായാൽ സ്വാമിയുടെ നടയിൽ വച്ചു കുട്ടിക്കു ചോറു കൊടുക്കുകയും മൂന്നുപറ അരിയുടെ ചോറുകൊണ്ട് നാനാവിഭവങ്ങളോടുകൂടി കുരങ്ങന്മാർക്കു സദ്യ കഴിക്കുകയും മുന്നാഴി അരി ഏട്ടകൾക്കു കൊടുക്കുകയും ചെയ്യാമെന്നു പ്രാർത്ഥിക്കുകയും ചെയ്തുപോയി. അനന്തരം ഒരു മാസം കഴിയുന്നതിനുമുമ്പ് എന്തോ കാരണവശാൽ ആ സ്ത്രീയുടെ ഭർത്താവ് അവരോടു മുഷിഞ്ഞു സംബന്ധം മതിയാക്കിപ്പോവുകയും വേറെ ഒരാൾ അവർക്കു സംബന്ധം തുടങ്ങുകയും ഉടനെ ആ സ്ത്രീ ഗർഭം ധരിക്കുകയും അവർ യഥാകാലം സസുഖം പ്രസവിച്ച് ഒരു പെൺകുട്ടി ഉണ്ടാവുകയും ചെയ്തു.

ആറാം മാസത്തിൽ കുട്ടിക്കു ചോറു കൊടുക്കുന്നതിനായി ആ സ്ത്രീയും അവളുടെ ഭർത്താവുംകൂടി കുട്ടിയേയുംകൊണ്ടു ശാസ്താങ്കോട്ടയിലെത്തി. ക്ഷേത്രത്തിൽ വേണ്ടുന്ന വഴിപാടുകൾക്കെല്ലാം ഏർപ്പാടു ചെയ്തതിന്റെശേഷം അവർ പോയി കുളിച്ചുവന്നു സ്വാമിദർശനം കഴിച്ചു കിഴക്കേ നടയിൽ ഹാജരായി. ശാന്തിക്കാരൻ തീർത്ഥവും പ്രസാദവും ചോറും പായസവുമെല്ലാം അവിടെ കൊണ്ടുചെന്നു കൊടുത്ത് കുട്ടിക്ക് ചോറുകൊടുക്കാനായി നടയിൽ ഇലവെച്ചു ചോറും പായസവും വിളമ്പി. അപ്പോഴേക്കും കുട്ടി ആരോ അടിച്ചിട്ടെന്നപോലെ ഞെളിഞ്ഞുപിരിഞ്ഞ് ഉറക്കെക്കരഞ്ഞു തുടങ്ങി. ഒരുവിധത്തിലും ചോറു കൊടുക്കാൻ നിവൃത്തിയില്ലാതെയായിത്തീർന്നു. എടുത്താലും പിടിച്ചാലും കുട്ടി കയ്യിലിരിക്കാതെ കുതിച്ചുചാടിത്തുടങ്ങി. കുട്ടി കയ്യിൽ നിന്നു താഴെപ്പോകുമെന്നായപ്പോൾ ആ സ്ത്രീ ഒരു മുണ്ടുവിരിച്ചു കുട്ടിയെ അവിടെക്കിടത്തി. ആ സമയം വാനരകുലാധിപതിയായ സുഗ്രീവൻ ചാടിച്ചെന്നു കുട്ടിയെ എടുത്തുകൊണ്ടോടിപ്പോയി ഒരു വലിയ വൃക്ഷത്തിന്റെ മുകളിൽ കയറി ഇരിപ്പായി. സുഗ്രീവൻ എടുത്തപ്പോൾമുതൽ കുട്ടി കരച്ചിൽ നിർത്തി, ചിരിക്കുകയും കൈയും കാലും കുടഞ്ഞു കളിക്കുകയും ചെയ്തുതുടങ്ങി. ഇതുകേട്ടു കേട്ട് ആ ദിക്കിലുള്ളവരൊക്കെ അവിടെക്കൂടി. എല്ലാവരും വിസ്മയഭരിതരായിത്തീർന്നു. കുട്ടിയുടെ മാതാപിതാക്കന്മാർ വ്യസനപരവശരുമായിത്തീർന്നു. കുരങ്ങന്മാരെല്ലാം നടയിൽ കൂടി. ഏട്ടകളെല്ലാം വെള്ളത്തിൽ നിന്നു കരയ്ക്കു കയറി നടയിലെത്തി. ഈ അഭൂതപൂർവ്വമായ സംഭവത്തിന് എന്തോ കാരണമുണ്ടെന്നു ജനങ്ങൾ അഭിപ്രായപ്പെട്ടു. ഇങ്ങനെയുള്ള സന്ദർഭങ്ങളിൽ വിധി കല്പിക്കാനുള്ള അധികാരം ഉണ്ണിത്താനാണ്. അതിനാൽ ഉണ്ണിത്താൻ കുട്ടിയുടെ പിതാവിനെ വിളിച്ച് "നിങ്ങൾ ഈ കുരങ്ങന്മാർക്കും ഏട്ടകൾക്കും എന്തെങ്കിലും കൊടുക്കാമെന്നു പ്രാർത്ഥിച്ചിട്ടുണ്ടോ?" എന്നു ചോദിച്ചു. "എന്തോ എനിക്കു നിശ്ചയമില്ല" എന്ന് അയാൾ പറഞ്ഞു. പിന്നെ കുട്ടിയുടെ മാതാവിനോടു ചോദിച്ചപ്പോൾ ആ സ്ത്രീ "ഈ കുട്ടിയെ നടയിൽകൊണ്ടു വന്നു ചോറുകൊടുക്കുന്ന ദിവസം മൂന്നു പറ അരിയുടെ ചോറുകൊണ്ടു

നാനാവിഭവങ്ങളോടുകൂടി കുരന്മാർക്ക് ഒരു സദ്യ കഴിക്കുകയും മുന്നാഴി അരി ഏട്ടകൾക്കു കൊടുക്കുകയും ചെയ്യാമെന്നു ഞാൻ പ്രാർത്ഥിച്ചിട്ടുണ്ടായിരുന്നു. അതു ഞാൻ മറന്നുപോയിരുന്നു. ഇപ്പോളാണ് ഓർത്തത്" എന്നു പറഞ്ഞു. "എന്നാൽ കുരങ്ങന്മാർക്കു സദ്യയും ഏട്ടകൾക്ക് അരിയും കൊടുക്കൽ നാളെ നടത്തിക്കൊള്ളാമെന്നു പറഞ്ഞ് അതിലേക്കായി നൂറ്റൊന്നു പണം നിങ്ങൾ ഇപ്പോൾ നടയിൽവയ്ക്കണം. എന്നാൽ എല്ലാം ശരിയാകും. നാളെ വഴിപാടുകൾ നടത്തീട്ടേ നിങ്ങൾ പോകാവൂ. പണം ഇപ്പോൾ നിങ്ങളുടെ കൈവശമില്ലെങ്കിൽ ഞാൻ തരാം. താമസിയാതെ എത്തിച്ചുതന്നാൽ മതി" എന്ന് ഉണ്ണിത്താൻ പറഞ്ഞു. ആ സ്ത്രീ അപ്രകാരം സമ്മതിച്ചു നൂറ്റൊന്നു പണം ഉണ്ണിത്താനോടു കടമായി വാങ്ങി നടയിൽവച്ചു. തൽക്ഷണം സുഗ്രീവൻ കുട്ടിയെക്കൊണ്ടുവന്നു നടയിൽ കിടത്തിക്കൊടുത്തു. ഉടനെ ആ സ്ത്രീ കുട്ടിയെ എടുത്തു ചോറു കൊടുത്തു. ചോറൂണു കഴിഞ്ഞ ഉടനെ കുരങ്ങന്മാർ ഓരോ വൃക്ഷങ്ങളിലേക്കും ഏട്ടകൾ വെള്ളത്തിലേക്കും ജനങ്ങൾ അവരുടെ ഗൃഹങ്ങളിലേക്കും പിരിഞ്ഞുപോയി. കൊട്ടാരക്കരക്കാരായ ദമ്പതിമാർ പിറ്റേ ദിവസം കുരങ്ങന്മാർക്കു കേമമായി സദ്യ നടത്തുകയും ഏട്ടകൾക്ക് അരി കൊടുക്കുകയും കഴിച്ച് സ്വാമിയെ തൊഴുതു കുട്ടിയേയും കൊണ്ടു തിരിച്ചുപോവുകയും അടുത്ത ദിവസം തന്നെ ഉണ്ണിത്താന്റെ പണം എത്തിച്ചുകൊടുക്കുകയും ചെയ്തു.

കൊല്ലം 721-ാമാണ്ടു വൃശ്ചികമാസം 5-ാം തീയതി ജയസിംഹനാട്ടു (*ദേശിങ്ങനാട്ട്=കൊല്ലത്ത്*) നാടുവാണിരുന്ന ഉണ്ണികേരളവർമ്മ പണ്ടാരത്തിൽ എന്ന രാജാവു ശാസ്താങ്കോട്ടയിൽ വന്നു സ്വാമിദർശനം കഴിക്കുകയും 'അറുപറ' എന്നു പേരായ പ്രധാന വഴിപാടു നടത്തുകയും പ്രതിദിനം ഉഷഃപൂജയ്ക്ക് ഒന്നേ കാലിടങ്ങഴി അരി പതിവു വെക്കുകയും ചെയ്തതായി അവിടെ ഒരു ശിലാലിഖിതം ഇപ്പോഴും കാണുന്നുണ്ട്.

കൊല്ലം 933-ാമാണ്ടു നാടുനീങ്ങിയ (*തിരുവിതാംകൂർ*) മാർത്താണ്ഡവർമ്മ മഹാരാജാവു തിരുമനസ്സുകൊണ്ടു രാജദ്രോഹികളായ എട്ടുവീട്ടിൽപ്പിള്ളമാരെ ഭയപ്പെട്ടു വേഷപ്രച്ഛന്നനായി സഞ്ചരിച്ചിരുന്ന കാലത്ത് ഒരു ദിവസം മധ്യാഹ്ന സമയത്ത് കുന്നത്തൂർ താലൂക്കിൽ കണ്ണങ്കോട്ട് എന്ന ദേശത്തു ചെന്നെത്തി. അവിടെ വലിയ മാളികയും മറ്റുമുള്ള ഒരു വീടു കണ്ടു കയറിച്ചെന്ന്, "ഞാൻ ഇന്നലെത്തന്നെ ആഹാരമൊന്നും കഴിച്ചിട്ടില്ല. വിശപ്പും ദാഹവും വളരെ കലശലായിരിക്കുന്നു. അതിനാൽ ആഹാരത്തിനു വല്ലതും ഏർപ്പാടു ചെയ്തു തരണം" എന്നരുളിച്ചെയ്തു. അതുകേട്ട് അവിടെയുണ്ടായിരുന്ന ഗൃഹനായകൻ തന്റെ ഭൃത്യനെ വിളിച്ച് "എടാ, അയാൾക്ക് ഒരു ഉപ്പുമാങ്ങാ എടുത്തുകൊടുക്ക്" എന്നു പറഞ്ഞു. അതുകേട്ടു തിരുമനസ്സുകൊണ്ട് അവിടെനിന്നിറങ്ങി അതിനടുത്ത് ഒരു വീട്ടിൽക്കയറിച്ചെന്നു. അവിടെ പുരുഷന്മാരാരും ഉണ്ടായിരുന്നില്ല. ഒരു വൃദ്ധയായ സ്ത്രീ മുറ്റത്തു

നിൽക്കുന്നുണ്ടായിരുന്നു. തിരുമനസ്സുകൊണ്ട് ആ വൃദ്ധയെ അടുക്കൽ വിളിച്ചു മേല്പറഞ്ഞപ്രകാരം താൻ തലേദിവസംതന്നെ ആഹാരം കഴിച്ചിട്ടില്ലെന്നും വിശപ്പും ദാഹവും സഹിക്കവയ്യാതെയായിരിക്കുന്നുവെന്നും അതിനാൽ ആഹാരത്തിനു വല്ലതും ഏർപ്പാടുചെയ്തു കൊടുക്കണമെന്നും അരുളിച്ചെയ്തു. അതുകേട്ട് ആ വൃദ്ധ (*ഇതൊരു നമ്പൂരിയോ മറ്റോ ആണെന്നു വിചാരിച്ച്*) "ആഹാരത്തിന് അടിയങ്ങൾ വല്ലതും തന്നാൽ അവിടേക്ക് കൊള്ളുകയില്ലല്ലോ. അതിനാൽ ഇവിടെ അടുത്തുള്ള ബ്രാഹ്മണഗൃഹത്തിൽ ചട്ടംകെട്ടിത്തരാം. നീരാട്ടുകുളി കഴിഞ്ഞു ചെല്ലുമ്പോഴേക്കും ആഹാരത്തിനു തയ്യാറായിരിക്കും" എന്നു പറഞ്ഞു കുളവും ബ്രാഹ്മണഗൃഹവും കാണിച്ചുകൊടുക്കുന്നതിന് ഒരാളെ കൂടെയയച്ചു. ബ്രാഹ്മണഗൃഹത്തിൽ ഭക്ഷണം കൊടുക്കുന്നതിനും ചട്ടംകെട്ടി. തിരുമനസ്സുകൊണ്ടു നീരാട്ടുകുളിയും നിത്യകർമ്മാദികളും കഴിച്ചു ചെന്നപ്പോൾ ഊണിനെല്ലാം തയ്യാറായിരുന്നു. ഉടനെ അമൃതേത്തു കഴിച്ച് അവിടെനിന്നിറങ്ങി മേല്പറഞ്ഞ രണ്ടു വീട്ടുകാരുടെയും സ്ഥിതിയെപ്പറ്റിയും വീട്ടുപേരുകളും അന്വേഷിച്ചറിഞ്ഞു. തിരുമനസ്സുകൊണ്ട് ആദ്യം ചെന്നു കയറിയ വീട് 'ചിറ്റുണ്ടിയിൽത്തരകൻ' എന്ന ധനവാന്റേതായിരുന്നു. ആ വീട്ടുകാർ വലിയ ധനവാന്മാരായിരുന്നുവെങ്കിലും ആർക്കും പച്ചവെള്ളം പോലും കൊടുക്കാത്ത ദുഷ്ടന്മാരായിരുന്നു. രണ്ടാമതു കയറിയ വീടിന്റെ പേരു 'നെല്ലിമൂട്ടിൽ' എന്നായിരുന്നു. ആ വീട്ടുകാർ ഉപായകാലക്ഷേപക്കാരായിരുന്നുവെങ്കിലും ദയയും മര്യാദയുമുള്ള ധർമ്മിഷ്ഠന്മാരായിരുന്നു. ആ രണ്ടു വീട്ടുകാരും സുറിയാനി ക്രിസ്താനികളാണ്. തിരുമനസ്സുകൊണ്ട് ഈ വിവരങ്ങളെല്ലാം അന്വേഷിച്ചറിഞ്ഞിട്ട് അവിടം വിട്ടുപോവുകയും ചെയ്തു.

മാർത്താണ്ഡവർമ്മമഹാരാജാവു തിരുമനസ്സിലേക്കു തിരുമൂപ്പു സിദ്ധിക്കുകയും അവിടുന്നു രാജദ്രോഹികളെയെല്ലാം സംഹരിക്കുകയും കായംകുളം മുതലായ രാജ്യങ്ങൾ പിടിച്ചെടുക്കുകയും ചെയ്തതിന്റെ ശേഷം സാധുക്കളായ നെല്ലിമൂട്ടിൽ കുടുംബക്കാർക്കു കരമൊഴിവായി വളരെ വസ്തുക്കൾ കല്പിച്ചു പതിച്ചുകൊടുത്തതു കൂടാതെ 'മുതലാളി' എന്നൊരു സ്ഥാനവും കല്പിച്ചുകൊടുത്തു. ചിറ്റുണ്ടിയിൽത്തരകന്റെ സ്ഥാവരങ്ങളും ജംഗമങ്ങളുമായ സകലവസ്തുക്കളും കണ്ടുകെട്ടി ശാസ്താങ്കോട്ട ദേവസ്വത്തിൽ ചേർക്കുകയും ചെയ്തു. ആ വസ്തുക്കളിൽ നിന്നുള്ള ആദായംകൊണ്ടു ശാസ്താങ്കോട്ടയിൽ ശനിയാഴ്ചതോറും നാല്പത്തൊന്നു പറ അരികൊണ്ടു ധർമ്മക്കഞ്ഞിയും അഞ്ചുപറ അരികൊണ്ടു ക്ഷേത്രത്തിൽ ബ്രാഹ്മണഭോജനവും നടത്തുന്നതിനും ശേഷമുള്ളതു നിത്യനിദാനത്തിൽ കൂട്ടുന്നതിനുമാണ് കൽപിച്ചു വ്യവസ്ഥ ചെയ്തത്. ആ തിരുമനസ്സിലെ കാലാനന്തരമുണ്ടായ പരിഷ്കാരത്തിൽ ഈ പതിവു കുറച്ച് ധർമ്മക്കഞ്ഞിക്കു മൂന്നുപറ അഞ്ചിടങ്ങഴി അരിയും ബ്രാഹ്മണഭോജനംവകയ്ക്ക് ഒരു പറ എട്ടിടങ്ങഴി അരിയുമാക്കുകയും ശേഷമുള്ളതുകൊണ്ട് കൊല്ലത്ത്

ആനന്ദവല്ലീശ്വരം ക്ഷേത്രത്തിൽ നമസ്ക്കാര(*ബ്രാഹ്മണഭോജന*)വും ആശ്രാമത്ത് ഊട്ടും നടത്തുന്നതിന് ഏർപ്പാടുചെയ്യുകയും ചെയ്തു. ശാസ്താങ്കോട്ട ക്ഷേത്രത്തിലുള്ള ചില ഓട്ടുപാത്രങ്ങളിലും മറ്റും 'ചിറ്റു ണ്ടിയിൽത്തരകൻവക' എന്നു പേരു വെട്ടിയിരിക്കുന്നത് ഇപ്പോഴും കാൺമാനുണ്ട്.

ബ്രിട്ടീഷ് റസിഡണ്ടും തിരുവിതാംകൂർ ദിവാനുമായിരുന്ന മണ്ട്റോ സായ്പവർകൾ ദേവസ്വങ്ങൾ പരിഷ്കരിച്ചു പതിവുകളേർപ്പെടുത്തിയ കാലത്ത് ശാസ്താങ്കോട്ടയിൽ കുരങ്ങന്മാർക്കും മുതലയ്ക്കും ചോറും മത്സ്യങ്ങൾക്ക് അരിയും കൊടുക്കുന്നത് അനാവശ്യമാണെന്നു പറഞ്ഞ് ആവക ചെലവുകൾ നിർത്തലെഴുതിച്ചു. കുരങ്ങന്മാർക്കു ചോറു കിട്ടാ തായപ്പോൾ അവർ ക്ഷേത്രത്തിൽക്കടന്നു നിവേദ്യം കഴിക്കുമ്പോൾ അനുഭവക്കാരുടെയും വഴിപാടുകാരുടെയും ചോറെല്ലാം എടുത്തു തിന്നുകയും ശാന്തിക്കാരനെയും ദേവസ്വക്കാരനെയും അടിക്കുകയും കടിക്കുകയും മാന്തുകയും കീറുകയുംമറ്റും ചെയ്ത് ഉപദ്രവിക്കുകയും ചെയ്തു തുടങ്ങി. അനുഭവക്കാർക്കു ചോറു കിട്ടാതാവുകയും ദേവസ്വ ക്കാർക്ക് അവിടെച്ചെന്നു ജോലി ചെയ്വാൻ നിവൃത്തിയില്ലാതാവുകയും ചെയ്യുകയാൽ അവർ എല്ലാവരുംകൂടിപ്പോയി മണ്ട്റോസായ്പവർ കളെക്കണ്ടു വിവരം ബോധിപ്പിക്കുകയും സായ്പവർകൾ ഇതിന്റെ പരമാർത്ഥമറിയുന്നതിനായി ശാസ്താങ്കോട്ടയിൽ വരികയും ചെയ്തു. സായ്പവർകൾ വന്നു മതിൽക്കു വെളിയിൽ ഒരു സ്ഥലത്തു കസേരയിട്ട് ഇരുന്നു. അപ്പോൾ കുരങ്ങന്മാർ എല്ലാം അവിടെ ഹാജരായി കുനിഞ്ഞു സലാം ചെയ്തിട്ടു നിരന്നുനിന്നു. അപ്പോൾ സായ്പവർകൾ "നിങ്ങൾ ഈ അക്രമങ്ങൾ കാണിക്കുന്നതെന്താണ്?"എന്നു ചോദിച്ചു. അവർ അവരുടെ വയർതൊട്ടുകാണിച്ചും മറ്റും വിശപ്പു സഹിക്കാൻ വയ്യാ ഞ്ഞിട്ടാണെന്നു സായ്പവർകളെ ഗ്രഹിപ്പിച്ചു. ഉടനെ സായ്പവർകൾ "നിങ്ങൾക്ക് ഇവിടെ ചോറുപതിവുവച്ചത് ആരാണ്, എന്നാണ്, അതി ലേക്കു വല്ല ലക്ഷ്യവുമുണ്ടോ?"എന്നു ചോദിച്ചു. തത്ക്ഷണം സുഗ്രീവൻ തന്റെ വായിൽ കൈയിട്ട് ഒരു ചെമ്പുതകിടെടുത്തു തുടച്ചു നന്നാക്കി സായ്പവർകളുടെ മുമ്പിൽവച്ചു. അത് കായംകുളത്തുരാജാവു കൊടുത്ത ചെമ്പു തകിടായിരുന്നു. സായ്പവർകൾഅതെടുത്തു വായിച്ചുനോക്കി വളരെ സന്തോഷിക്കുകയും സമ്മതിക്കുകയും കുരങ്ങന്മാരുടെ ചോറും മറ്റും യഥാപൂർവ്വം കൊടുത്തുകൊള്ളുന്നതിന് അനുവദിക്കുകയും ചെമ്പു തകിട് സുഗ്രീവന്റെ കയ്യിൽത്തന്നെ കൊടുക്കുകയും ചെയ്തിട്ടു മടങ്ങി പ്പോവുകയും ചെയ്തു.

മുതലയ്ക്കു ചോറു കൊണ്ടുചെന്നു കൊടുക്കുന്നതിനുള്ള ചുമതല മാരാർക്കാണെന്നു മുമ്പു പറഞ്ഞിട്ടുണ്ടല്ലോ. ഒരു ദിവസം പതിവുകാരൻ മാരാർ എവിടെയോ പോയിരുന്നതിനാൽ അവരുടെ കുടുംബത്തിലു ണ്ടായിരുന്ന ഒരു ചെറുക്കനാണ് മുതലയ്ക്ക് ചോറു കൊണ്ടുചെന്നു കൊടുത്തത്. മുതല വന്നു ചോറു തിന്നുകൊണ്ടിരുന്ന സമയം ആ

ചെറുക്കൻ ഒരു വലിയ കല്ലെടുത്തു മുതലയുടെ തലയ്ക്ക് ഒരിടി കൊടുത്തു. ഇടികൊണ്ടു മുതല നിലവിളിച്ചു. ആ ശബ്ദംകേട്ടു ചിലർ കടവിൽ ഓടിച്ചെന്നു നോക്കിയപ്പോൾ മുതല ചത്തു വെള്ളത്തിലും മാരാച്ചെറുക്കൻ മരിച്ചു കരയ്ക്കും കിടക്കുന്നതായിക്കണ്ടു. അക്കാലം മുതൽ മുതലയ്ക്കുള്ള ചോറു നിർത്തലാവുകയും ചെയ്തു.

ശാസ്താങ്കോട്ടയിൽ താമസിച്ചിരുന്ന പന്തളത്തുരാജാവിന്റെ കാലാനന്തരം അവിടെ ദേവസ്വകാര്യങ്ങൾ അന്വേഷിച്ചിരുന്നത് ഉണ്ണിത്താന്റെ കുടുംബത്തിൽ അന്നന്നു മൂപ്പായിട്ടുള്ളവരായിരുന്നു. ആ കുടുംബത്തിലുള്ളവർ അക്കാലത്തു സ്വാമിയെക്കുറിച്ചു വളരെ ഭയവും ഭക്തിയും വിശ്വാസവുമുള്ളവരായിരുന്നു. അവർ രാവിലെ കുളിച്ചു സ്വാമിദർശനം കഴിക്കാതെ വെള്ളംകുടിക്കുകപോലും ചെയ്യാറില്ലായിരുന്നു. കാലക്രമേണ അതൊക്കെ കുറേശ്ശേ ഭേദപ്പെട്ടു തുടങ്ങി.

പന്തളത്തു രാജാവിന്റെ കാലം കഴിഞ്ഞതിന്റെശേഷം ഏട്ടകൾക്ക് അരി വാരിയിട്ടു കൊടുത്തിരുന്നത് ഉണ്ണിത്താനായിരുന്നു. ഒരിക്കൽ ഒരുണ്ണിത്താൻ ശരീരംശുദ്ധം മാറിക്കൊണ്ടു ചെന്ന് ഏട്ടകൾക്ക് അരി വാരിയിട്ടുകൊടുത്തു. ഏട്ടകൾ ആ അരി തിന്നില്ല. അന്നുമുതൽ ആ ഉണ്ണിത്താൻ അരി വാരിയിട്ടുകൊടുത്താൽ ഏട്ടകൾ ഒരിക്കലും തിന്നാതെയായി. അതിനാൽ ആവക അരിയും നിർത്തലെഴുതി.

ശാസ്താങ്കോട്ടയിലെ കുരങ്ങന്മാർ അബ്രാഹ്മണരുടെ ചോറോ മത്സ്യമാംസാദികളോ ഭക്ഷിക്കാറില്ല. അതിനാലാണ് അവർകൾക്ക് പതിവുള്ള ചോറ് ശാന്തിക്കാരൻ കൊണ്ടുചെന്നു കൊടുക്കണമെന്ന് ഏർപ്പാടുവച്ചത്.

ഒരിക്കൽ ഇവരിൽ ചില കുരങ്ങന്മാർ ക്ഷേത്രത്തിനു പടിഞ്ഞാറുഭാഗത്തായി താമസിച്ചിരുന്ന മരയ്ക്കാരന്മാരുടെ കുടികളിൽക്കയറി അവർ പാകംചെയ്തുവച്ചിരുന്ന മത്സ്യവും മാംസവും ചോറും മറ്റുമെടുത്തു ഭക്ഷിച്ചു. അതു ശേഷമുള്ള കുരങ്ങന്മാർക്ക് ഒട്ടും രസവും സമ്മതവുമായില്ല. പിറ്റേ ദിവസം പതിവുപോലെ ഉച്ചപ്പൂജ കഴിഞ്ഞപ്പോൾ എല്ലാ കുരങ്ങന്മാരും കിഴക്കെ നടയിൽകൂടി. പതിവുള്ള ചോറു ശാന്തിക്കാരൻ പാത്രത്തോടുകൂടിപ്പിടിച്ചു ഗോപുരത്തിനു വെളിയിൽ പതിവുസ്ഥലത്തു കൊണ്ടുചെന്നിട്ടു. മുക്കുവരുടെ ചോറും മാംസവും ഭക്ഷിച്ച കുരങ്ങന്മാർ തൊട്ട ചോറു ശേഷമുള്ള കുരങ്ങന്മാർ തിന്നുകയില്ലല്ലോ. അതിനാൽ മാംസം തിന്നവർ ചോറു തൊടാൻ മറ്റുള്ളവർ സമ്മതിച്ചില്ല. തങ്ങളെ കൂട്ടാതെ മറ്റവർ തനിച്ചു ചോറെടുത്തു ഭക്ഷിക്കാൻ മാംസം തിന്നവരും സമ്മതിച്ചില്ല. അതിനാൽ ആ രണ്ടു കൂട്ടക്കാരും തമ്മിൽ അവിടെവച്ചു ദേവാസുരയുദ്ധംപോലെ വലിയ യുദ്ധമുണ്ടായി. ഒടുക്കം രണ്ടുകൂട്ടർക്കും ഊണു കഴിക്കാൻ സാധിച്ചില്ല. ചോറ് അവിടെ കിടന്നു വെറുതെ പോയി. അങ്ങനെ രണ്ടു കൂട്ടരും തമ്മിൽ ഏകദേശം ഒരു മാസത്തോളം കാലം യുദ്ധമുണ്ടായി. അത്രയും

കാലം അവർക്കുണ്ടായിരുന്ന ചോറു വെറുതെ പോയതിനാൽ അക്കാലം മുതൽ ആ ചോറും നിറുത്തലായിപ്പോയി. എങ്കിലും കുരങ്ങന്മാർക്കു പതിവുണ്ടായിരുന്ന ചോറുംമത്സ്യങ്ങൾക്കു പതിവുണ്ടായിരുന്ന അരിയും ആണ്ടിലൊരിക്കൽ (പത്താമുദയദിവസം) ഇപ്പോഴും കൊടുത്തു വരുന്നുണ്ട്. മറ്റുള്ളദിവസങ്ങളിൽ സ്വാമിദർശനത്തിനായി അവിടെ ചെല്ലുന്നവർ വല്ലതും കൊടുത്തെങ്കിൽ മാത്രമേ കുരങ്ങന്മാർക്കും ഏട്ടകൾക്കും ഇപ്പോൾ ആഹാരത്തിനു മാർഗമുള്ളൂ. എങ്കിലും വഴിപാടുകൾ ഇപ്പോഴും അവിടെ ധാരാളമായി വന്നുകൊണ്ടിരിക്കുന്നതിനാൽ അവർക്ക് ഒരുദിവസവും ആഹാരത്തിനു മുട്ടുവരുന്നില്ല. യുദ്ധത്തിൽ ഒടുക്കം മാംസഭുക്കുകളായ കുരങ്ങന്മാർ തോറ്റുപോവുകയാൽ അവർ അക്കാലം മുതൽ അവിടം വിട്ട് സ്ഥിരവാസം ക്ഷേത്രത്തിനു പടിഞ്ഞാറ് ഇപ്പോൾ ചന്തയായിരിക്കുന്ന സ്ഥലത്തോടടുത്തുള്ള പ്രദേശങ്ങളിലാക്കി. അതിനാൽ വഴിപാടായി ലഭിക്കുന്ന ചോറും പഴവും മറ്റും മാംസഭോജികളല്ലാത്ത വാനരന്മാർക്ക് ഇപ്പോൾ നിർബാധമായി ഭക്ഷിക്കാം. ആരും ഒന്നും കൊടുക്കാത്ത ദിവസങ്ങളിൽ ക്ഷേത്രത്തിൽ ക്ഷേത്രസംബന്ധികളുടെയും മറ്റും ചോറ് ബലാൽ തട്ടിയെടുത്താണ് അവരിപ്പോൾ ഉപജീവനം കഴിച്ചുവരുന്നത്. അവർ ആ ക്ഷേത്രസന്നിധി വിട്ട് എങ്ങും പോകാറില്ല. മാംസഭോജികളായ കുരങ്ങന്മാർ ഇപ്പോൾ ഉപജീവിച്ചു വരുന്നത് മിക്കവാറും ചന്തകൊണ്ടാണ്. അവരും കച്ചവടക്കാരും തമ്മിൽ അവിടെ പലപ്പോഴും അടിയുംപിടിയും ശണ്ഠയുമുണ്ടാവാറുണ്ട്. വലിയ രാജാക്കന്മാരോ പ്രഭുക്കന്മാരോ സ്വാമിദർശനത്തിനായി ശാസ്താങ്കോട്ടയിൽച്ചെന്നാൽ അന്നു മാംസഭുക്കുകളായ കുരങ്ങന്മാരും ക്ഷേത്രസന്നിധിയിൽ ചെന്നുചേരും. എങ്കിലും അവർ ക്ഷേത്രത്തിൽ കടക്കാറില്ല. ഭ്രഷ്ടന്മാർക്കു ക്ഷേത്രം പാടില്ലല്ലോ. ഇപ്പോൾ രാജാക്കന്മാരുടെയും മറ്റും വഴിപാടായി രണ്ടുകൂട്ടം കുരങ്ങന്മാർക്കും ചോറോ പഴമോ കൊടുക്കുന്നുണ്ടെങ്കിൽ വെവ്വേറെ രണ്ടു പാത്രങ്ങളിലാക്കി കൊടുക്കണം. എന്നുമാത്രമല്ല മാംസഭുക്കുകളല്ലാത്ത കുരങ്ങന്മാർക്ക് ആദ്യം കൊടുക്കുകയും വേണം. അതു മറ്റവർക്കു കൊടുക്കുന്നതിലധികമുണ്ടായിരിക്കുകയും വേണം. അല്ലെങ്കിൽ യുദ്ധമുണ്ടാകുന്ന കാര്യം തീർച്ചയാണ്.

ശാസ്താങ്കോട്ടയിൽ സ്വാമിയുടെ ചൈതന്യവും കുരങ്ങന്മാരുടെ ദിവ്യത്വവും ഇപ്പോഴും കുറഞ്ഞിട്ടില്ല. ഇക്കാലത്തും അവിടെ ദർശനത്തിനായിട്ടും ഭജനത്തിനായിട്ടും പ്രതിദിനം അസംഖ്യമാളുകൾ വരുന്നുണ്ട്. അവിടെ ഭജനമിരുന്നാൽ ഒഴിയാത്ത ബാധയും ഭേദമാകാത്ത രോഗവും വഴിപാടു പ്രാർത്ഥിച്ചാൽ സാധിക്കാത്ത കാര്യവുമില്ല. മനുഷ്യർ നിവസിക്കുന്ന ഗൃഹങ്ങളിലും മറ്റും ചിലപ്പോൾ ഉറുമ്പിന്റെ ഉപദ്രവം കലശലായി ത്തീരുന്നതു സാധാരണമാണല്ലോ. ആ അവസരങ്ങളിൽ നാഴി അരിയിൽ ഒരു നാളികേരം ചിരകിയിട്ടിളക്കി ഏട്ടകൾക്കു കൊടുത്താൽ

ഉറുമ്പിന്റെ ഉപദ്രവം നിശ്ശേഷം നീങ്ങിപ്പോകും. ഈ സംഗതിയിൽ കൊല്ലം, തിരുവനന്തപുരം മുതലായ സ്ഥലങ്ങളിൽ അനുഭവസ്ഥരായി ഇപ്പോഴും പലരുമുണ്ട്. ഉറുമ്പിന്റെ ഉപദ്രവം ശമിക്കാനായി ഇപ്പോഴും പലരും ഇപ്രകാരം ചെയ്തുവരുന്നുമുണ്ട്. ഇവയ്ക്കെല്ലാം ദൃഷ്ടാന്തങ്ങളായിട്ട് അനേകം ഐതിഹ്യങ്ങളുണ്ട്. കുരങ്ങന്മാരുടെ മാഹാത്മ്യം സംബന്ധിച്ചും അസംഖ്യം കഥകൾ ഇനിയും പറയാനുണ്ട്. വിസ്തരഭയത്താൽ അവയൊന്നും ഇവിടെ വിവരിക്കുന്നില്ല. അടുത്ത കാലത്ത്, അതായത് ഒരു മുപ്പതുകൊല്ലം മുമ്പുണ്ടായതായ ഒരു സംഗതികൂടി പറഞ്ഞിട്ട് ഈ ഉപന്യാസത്തെ അവസാനിപ്പിക്കാമെന്നു വിചാരിക്കുന്നു.

കൊല്ലം 1065-ാമാണ്ടിടയ്ക്ക് ദൂരസ്ഥന്മാരായ അഞ്ചുപേരൊരുമിച്ച് ശാസ്താങ്കോട്ടയിൽ സ്വാമിദർശനത്തിനായി വന്നിരുന്നു. അവരിൽ നാലുപേർ സ്വാമിക്കു വഴിപാടിനും കുരങ്ങന്മാർക്കു ചോറു കൊടുക്കുന്നതിനും ഏട്ടകൾക്ക് അരി കൊടുക്കുന്നതിനും മറ്റും ഉണ്ണിത്താന്റെ പക്കൽ കൊടുത്തേൽപിച്ചു. ഒരാൾ മാത്രം വഴിപാടിനും മറ്റും ഒന്നും കൊടുത്തില്ല. അതിനാൽ അയാളോടു മറ്റവർ "എന്താ താൻ വഴിപാടിനൊന്നും കൊടുക്കുന്നില്ലേ?" എന്നു ചോദിച്ചു. "ഇല്ല. ഞാൻ കുളിച്ചു തൊഴണമെന്നു മാത്രമേ വിചാരിക്കുന്നുള്ളൂ. ഈശ്വരന്മാർക്കു ഞാൻ കൈക്കൂലി കൊടുക്കാറില്ല. എന്നുതന്നെയല്ല, കുരങ്ങന്മാർക്കു ചോറും മത്സ്യങ്ങൾക്ക് അരിയും കൊടുക്കുന്നതു കേവലം മൂഢത്വമാണെന്നാണ് എന്റെ വിശ്വാസം" എന്നു പറഞ്ഞു. "എന്നാൽ വേണ്ടാ. എന്തോ ഇതൊരാപത്താണ്" എന്നു മറ്റവരും പറഞ്ഞു.

അഞ്ചുപേരും കൂടി കുളിക്കാൻപോയി. അഞ്ചുപേരും മടിശ്ശീല കടവിൽ ഒരു കല്ലിന്മേൽ വച്ചിട്ടു കുളിക്കാനിറങ്ങി. അപ്പോൾ ഒരു വാനരവീരൻ പെട്ടെന്ന് ചാടിച്ചെന്ന് വഴിപാടിനു കൊടുക്കാത്ത ആ മനുഷ്യന്റെ മടിശ്ശീലമാത്രം എടുത്തുകൊണ്ട് ഓടിപ്പോയി ഒരു വൃക്ഷത്തിന്റെ മുകളിൽ കയറിയിരുന്നു. മടിശ്ശീല കൊണ്ടുപോയപ്പോൾ അതിന്റെ ഉടമസ്ഥനു വലിയ വ്യസനമായി. അയാൾ പ്രാണനെക്കാൾ പണത്തെ സ്നേഹിക്കുന്ന ഒരാളാണ്. അയാൾ ഒരു കല്ലെടുത്ത് ആ കുരങ്ങനെ എറിഞ്ഞു. കുരങ്ങൻ ആ കല്ലും ചാടിപ്പിടിച്ച് അതുകൊണ്ടു തന്നെ ആ മനുഷ്യനെയുമെറിഞ്ഞു. ആ ഏറുകൊണ്ട് ആ മനുഷ്യന്റെ തലപൊട്ടിച്ചോരയൊലിച്ചു. പിന്നെ ആ കുരങ്ങൻ മടിശ്ശീലയഴിച്ച് അതിലുണ്ടായിരുന്ന പണമെടുത്ത് ഓരോന്നായി കായലിലേക്കിട്ടു. ഗത്യന്തരമില്ലായ്കയാൽ പണത്തിന്റെ ഉടമസ്ഥൻ അതുകണ്ടു വ്യസനിച്ചുകൊണ്ടു നിന്നു. പണം മുഴുവനും തീർന്നപ്പോൾ കുരങ്ങൻ മടിശ്ശീല ചുരുട്ടിക്കൂട്ടി ഉടമസ്ഥന്റെ മുഖത്തേക്ക് ഒരേറുകൊടുത്തു. അപ്പോൾ ആ മനുഷ്യന്റെ കൂട്ടുകാർ "എന്താ തൃപ്തിയായില്ലേ? ഈശ്വരന്മാർക്കു കൈക്കൂലി കൊടുക്കാഞ്ഞിട്ടു പണമൊക്കെ ഇപ്പോൾ ലാഭമായല്ലോ. തല പൊട്ടിയതുമാത്രം ലാഭം. എന്തെങ്കിലും ആപത്തുണ്ടാകുമെന്നു

ഞങ്ങൾ മുമ്പുതന്നെ പറഞ്ഞുവല്ലോ. ഇനി നടയിൽച്ചെന്നു സമസ്താപരാധങ്ങൾ ക്ഷമിക്കുന്നതിനു പ്രാർത്ഥിക്കൂ. അല്ലെങ്കിൽ തനിക്ക് ഇവിടെ നിന്നുപോയിപ്പിഴയ്ക്കാനൊക്കുമെന്നു തോന്നുന്നില്ല" എന്നു പറഞ്ഞു.

അവർ അഞ്ചുപേരും കുളിച്ചു നടയിൽച്ചെല്ലുകയും വഴിപാടു കഴിക്കാത്തയാൾ ഏറ്റവും പശ്ചാത്താപത്തോടുകൂടി മേൽപ്പറഞ്ഞപ്രകാരം പ്രാർത്ഥിക്കുകയും ചെയ്തു. അപ്പോൾ ഒരാൾ അവിടെച്ചെന്നു സംഗതികളെല്ലാം ചോദിച്ചറിയുകയും കായലിൽപ്പോയപണമെല്ലാം സ്വാമിക്കു വഴിപാടായിട്ടുംകുരങ്ങന്മാർക്കു ചോറും ഏട്ടകൾക്ക് അരിയും കൊടുക്കുന്നതിനായിട്ടും കൊടുത്തയയ്ക്കാമെന്നു നിശ്ചയിക്കാൻ അവരോടു പറയുകയും പണത്തിന്റെ ഉടമസ്ഥൻ അപ്രകാരം സമ്മതിച്ചു പറഞ്ഞു സ്വാമിയെ പ്രാർത്ഥിക്കുകയും ചെയ്തു. അപ്പോൾ ആ കുരങ്ങന്മാർ കായലിൽച്ചെന്നു മുങ്ങി ഒരു ചെരട്ട എടുത്തുകൊണ്ടുവന്നു നടയിൽ വച്ചു. കായലിലിട്ട പണം അതിലുണ്ടായിരുന്നു. എണ്ണിനോക്കിയപ്പോൾ അതു നൂറ്റൊന്നു പണമായിരുന്നുവെന്ന് ഉടമസ്ഥൻ പറഞ്ഞു. ആ പണം മുഴുവനും സ്വാമിക്കു വഴിപാടിനും മറ്റുമായി ഉടമസ്ഥൻ ദേവസ്വത്തിൽ ഏല്പിച്ചു. ദേവസ്വക്കാർ അതിൽ പകുതിപ്പണംകൊണ്ടു സ്വാമിക്കു വഴിപാടുകൾ നടത്തുകയും ശേഷംകൊണ്ടു കുരങ്ങന്മാർക്കു ചോറും ഏട്ടകൾക്ക് അരിയും കൊടുപ്പിക്കുകയും ചെയ്തു. എങ്കിലും ആ കുരങ്ങന്മാർ ആ ചോറും ഏട്ടകൾ ആ അരിയും തിന്നില്ല. മനസ്സില്ലാത്തവർ നിവൃത്തിയില്ലാഞ്ഞിട്ടു കൊടുത്ത സാധനങ്ങൾ അവർ സ്വീകരിക്കാറില്ല.

ആ കായലിന്റെ തീരപ്രദേശത്തു സ്ഥിരവാസക്കാരായ അനേകം മുക്കുവരുണ്ട്. അവർ ആ കായലിൽനിന്നു മത്സ്യങ്ങളെ പിടിച്ചു വിറ്റും തിന്നും ഉപജീവിക്കുന്നുവരാണ്. എങ്കിലും അവർ ഏട്ടകളെ പിടിക്കുകയോ ഏട്ടകൾ അവരുടെ വലയിൽ അകപ്പെടുകയോ ചെയ്യാറില്ല. ഏട്ടകളെ അവർ സ്വാമിയുടെ 'തിരുമക്കൾ' എന്നാണ് പറയുന്നത്.

ഇപ്പോൾ (1925-ൽ) തിരുവനന്തപുരത്തു വലിയകൊട്ടാരം മാനേജരായിത്താമസിക്കുന്ന ശങ്കരൻതമ്പി അവർകളുടെ ഉത്സാഹവും പ്രവേശവും നിമിത്തം ശാസ്താങ്കോട്ടക്കു പൂർവ്വാധികം തെളിച്ചവും പരിഷ്കാരവും സിദ്ധിച്ചിട്ടുള്ള വാസ്തവം കൂടി പ്രസ്താവിച്ചുകൊണ്ട് ഈ ഉപന്യാസത്തെ സമാപിപ്പിച്ചുകൊള്ളുന്നു.

6. മുഴമംഗലത്തു നമ്പൂരി

ചിലർ മഴമംഗലത്തു നമ്പൂരിയെന്നും മറ്റു ചിലർ മഹിഷമംഗലത്തു നമ്പൂരിയെന്നും പറഞ്ഞുവരുന്ന മുഴമംഗലത്തു നമ്പൂരിയെ, അദ്ദേഹത്തിന് ആഭിജാത്യവും വേദശാസ്ത്രാദികളിലുള്ള അഭിജ്ഞതയും സ്വൽപം കുറവായിരുന്നതിനാൽ, ഒരു യാഗശാലയിൽനിന്നു ബഹിഷ്കരിക്കുകയും അദ്ദേഹം അവിടെനിന്നു പരദേശത്തുപോയി ശ്രുതിസ്മൃത്യാദികളെല്ലാം പഠിച്ചു തിരിച്ചുവന്നതിന്റെശേഷം ഒരു യാഗസ്ഥലത്തു പോയി യാഗശാലയുടെ പുറത്തു നിൽക്കുകയും ആ സമയം അകത്തു വപ ഹോമിക്കുന്നതിനുള്ള മന്ത്രം പിഴച്ചു ചൊല്ലുന്നതായി കേട്ട് പെട്ടെന്നു യാഗശാലയ്ക്കകത്തു കടന്നു തന്റെ കയ്യിലുണ്ടായിരുന്ന വീശുപാള ഹോമകുണ്ഡത്തിന്റെ മീതെ പിടിച്ചുകൊണ്ട്"മംഗലം യാഗശാലയിൽ കടന്നാൽ പ്രായശ്ചിത്തം മതി; വപ പിഴച്ചാൽ പ്രായശ്ചിത്തമില്ല; യാഗം നിഷ്ഫലമായിപ്പോകും"എന്നുപറയുകയും പിന്നെ അദ്ദേഹം ആ മന്ത്രം ശരിയായി ചൊല്ലിക്കൊടുത്ത് ഹോമം നടത്തുകയും അന്നുമുതൽ മറ്റുള്ള നമ്പൂരിമാർ യാഗമുള്ള സ്ഥലങ്ങളിലെല്ലാം അദ്ദേഹത്തെ കൂടി ക്ഷണിച്ചു യാഗശാലയ്ക്കകത്ത് ഒരു മാന്യസ്ഥാനത്തു പലക കൊടുത്തിരുത്തിത്തുടങ്ങുകയും ചെയ്തു എന്നും ഇപ്പോഴും യാഗമുള്ള സ്ഥലങ്ങളിലെല്ലാം ഒരു മാന്യസ്ഥലത്തു 'മഴമംഗലത്തിന്' എന്നു പറഞ്ഞ് ഒരു പലക വയ്ക്കുക പതിവുണ്ടെന്നും മറ്റുമുള്ള കഥ പ്രസിദ്ധമാണല്ലോ.

മഴമംഗലത്തു നമ്പൂരി മേൽപ്പറഞ്ഞ പ്രകാരം സർവ്വമാന്യനായിത്തീർന്നതിന്റെ ശേഷം, ചില പോറ്റിമാരുടെ പൗരോഹിത്യം വഹിച്ചുകൊണ്ടു തിരുവിതാംകൂറിൽ തിരുവല്ല, ചെങ്ങന്നൂർ മുതലായ ദേശങ്ങളിൽ, കുറച്ചുകാലം താമസിച്ചിരുന്നു. അക്കാലത്തു ചെങ്ങന്നൂരു 'വാഴമാവേലി' എന്നില്ലപ്പേരായ ഒരു പോറ്റിയുടെ മഠത്തിൽ നിത്യശ്രാദ്ധമുണ്ടുകൊണ്ട് അദ്ദേഹത്തിന് ഒരു കൊല്ലം താമസിക്കേണ്ടതായി വന്നു. അതിനിടയ്ക്ക് ഒരു ദിവസം വാഴമാവേലിപ്പോറ്റിയുടെ പുത്രനും പ്രധാനശിഷ്യനുമായ കൃഷ്ണൻ എന്ന ശൂദ്രയുവാവ് ഏകദേശം

സന്ധ്യയാകാറായ സമയം ആ മഠത്തിന്റെ മുറ്റത്തിറങ്ങി പടിഞ്ഞാട്ടു നോക്കി നിന്നുകൊണ്ട് അമാവാസിനാൾ ചന്ദ്രനെക്കണ്ടാലുള്ള ഫലമെന്താണ് എന്ന് മുഴമംഗലത്തു നമ്പൂരിയോടു ചോദിച്ചു. അതിനുത്തരമായി നമ്പൂരി, "എനിക്ക് നിശ്ചയമില്ല" എന്നു പറഞ്ഞുകൊണ്ടു ചന്ദ്രനെക്കാണാനായി മുറ്റത്തിറങ്ങി പടിഞ്ഞാട്ടു നോക്കി. അപ്പോൾ ആ ശൂദ്രയുവാവു കൈകൊട്ടിച്ചിരിച്ചു. അപ്പോഴാണ് നമ്പൂരിക്കു കാര്യം മനസ്സിലായത്! ശ്രുതിസ്മൃതികളും മറ്റും പഠിച്ചിട്ടുണ്ടായിരുന്നുവെങ്കിലും അദ്ദേഹത്തിനു ജ്യോതിശ്ശാസ്ത്രത്തിന്റെ ഗന്ധംപോലുമുണ്ടായിരുന്നില്ല. പോറ്റി ജ്യോതിശ്ശാസ്ത്രത്തിൽ അതിനിപുണനായിരുന്നു. അദ്ദേഹം ആ പുത്രനെയും ആ ശാസ്ത്രം നല്ലപോലെ പഠിപ്പിച്ചിരുന്നു. നമ്പൂരി ആ വിഷയത്തിൽ അനഭിജ്ഞനായിരുന്നതിനാൽ അദ്ദേഹത്തെ പരിഹസിക്കാനായിട്ടാണ് ആ യുവാവ് അമാവാസിനാളത്തെ ചന്ദ്രദർശനമെന്താണെന്നു ചോദിച്ചത്. അയാൾ ചിരിച്ചു തുടങ്ങിയപ്പോൾ മാത്രമേ നമ്പൂരിക്ക് ഈ കളവു മനസ്സിലായുള്ളൂ. കറുത്തവാവുനാൾ ചന്ദ്രനെക്കാണാനായി നോക്കിയതും വലിയ ഭോഷത്വമായിപ്പോയല്ലോ. ആകെപ്പാടെ നമ്പൂരി ഏറ്റവും വിഷണ്ണനായി. അപ്പോൾ അദ്ദേഹത്തിന് ഒരു വാശി തോന്നുകയും 'ഇനി ജ്യോതിശ്ശാസ്ത്രം പഠിച്ച് ഈ വിഷയത്തിൽ ഇവനെ(*പോറ്റിയുടെപുത്രനെ*)മടക്കിയല്ലാതെ മറ്റൊരു കാര്യമില്ല' എന്ന് അദ്ദേഹം മനസ്സുകൊണ്ടു തീർച്ചപ്പെടുത്തുകയും ചെയ്തു.

അടുത്തദിവസംതന്നെ നമ്പൂരി തന്നെക്കൂടി ജ്യോതിശ്ശാസ്ത്രം പഠിപ്പിക്കണമെന്നു പോറ്റിയോടപേക്ഷിക്കുകയും പോറ്റി അപ്രകാരം ചെയ്യാമെന്നുസമ്മതിക്കുകയും ഒരു സന്മുഹൂർത്തത്തിൽ അദ്ദേഹം നമ്പൂരിയെ പഠിപ്പിച്ചുതുടങ്ങുകയും ചെയ്തു.

നമ്പൂരി ഏറ്റവും ബുദ്ധിമാനും നല്ല വ്യുൽപന്നനുമായിരുന്നതിനാൽ ജ്യോതിശ്ശാസ്ത്രം പഠിക്കുന്നതിന് അദ്ദേഹത്തിന് അധികം ബുദ്ധിമുട്ടോ കാലതാമസമോ വേണ്ടിവന്നില്ല. കുറച്ചു ദിവസത്തെ പരിശ്രമംകൊണ്ട് അദ്ദേഹം ആ വിഷയത്തിൽ അതിനിപുണനായിത്തീർന്നു എന്നു മാത്രമല്ല, അദ്ദേഹത്തിനു പോറ്റിയെക്കാൾ യുക്തിയും ബുദ്ധിയുമുണ്ടായിരുന്നതിനാൽ 'തിരിയിൽനിന്നു കൊളുത്തിയ പന്തം പോലെ' അദ്ദേഹം ആ വിഷയത്തിൽ ഗുരുവിനെക്കാളധികം പ്രകാശിച്ചു. പഴയ സമ്പ്രദായത്തിൽ വളരെ ക്രിയകൾ ചെയ്യേണ്ടതായ സംഗതികൾ നമ്പൂരി സ്വയമേവ എളുപ്പത്തിലുള്ള ചില വഴികൾ കണ്ടുപിടിക്കുകയും അതിലേക്കു പുതിയതായി ചില പ്രമാണങ്ങൾ ഉണ്ടാക്കിത്തുടങ്ങുകയും ചെയ്തു. ഇത്രയുമായപ്പോഴേക്കും പോറ്റിക്കു നമ്പൂരിയെക്കുറിച്ചു വളരെ ബഹുമാനം തോന്നിത്തുടങ്ങി. പോറ്റിയുടെ പുത്രന് താൻ നമ്പൂരിയെ മുമ്പു പരിഹസിച്ചതിനു പകരം അദ്ദേഹം തന്നെ ജ്യോതിശ്ശാസ്ത്രവിഷയത്തിൽ എങ്ങനെയെങ്കിലും

അവമാനിക്കാതെയിരിക്കയില്ലെന്നുള്ള വിചാരം നിമിത്തം മനസ്സിൽ ഭയം ജനിക്കുകയും ആ വിവരം അയാൾ അയാളുടെ പിതാവും ഗുരുവുമായ പോറ്റിയെ ഗ്രഹിപ്പിക്കുകയും ചെയ്തു.

പോറ്റിയുടെ സംവത്സരദീക്ഷ കഴിഞ്ഞപ്പോഴേക്കും നമ്പൂരിയുടെ ജ്യോതിശ്ശാസ്ത്രപഠനവും കഴിഞ്ഞു. ഉടനെ നമ്പൂരി പോറ്റിക്കു ഗുരുദക്ഷിണ കഴിക്കാനായി നിശ്ചയിച്ചു വിവരം പോറ്റിയോടു പറഞ്ഞു. അപ്പോൾ പോറ്റി "അങ്ങ് എനിക്കു ദക്ഷിണയായി ഒന്നും തരണമെന്നില്ല. എന്റെ പ്രിയപുത്രനെ അങ്ങ് അവമാനിക്കാതിരിക്കുകമാത്രം ചെയ്താൽമതി. അതിലധികം സന്തോഷകരമായി എനിക്കു മറ്റൊന്നുമില്ല" എന്നു പറഞ്ഞു. ഉടനെ നമ്പൂരി, "എന്നാൽ ഞാൻ ഇത്ര പ്രയാസപ്പെട്ട് ഈ ശാസ്ത്രം പഠിച്ചതെന്തിനാണ്? എന്റെ പ്രയത്നത്തിന്റെ പ്രധാനോദ്ദേശ്യം ഇയ്യാളെ അവമാനിക്കയെന്നുള്ളതാണ്. അതിനാൽ അതിലേക്ക് അവിടുന്നു സദയം അനുവദിക്കണമെന്നു ഞാൻ അപേക്ഷിക്കുന്നു" എന്നു പറഞ്ഞു. ഇതിനുത്തരമായി പോറ്റി, "അങ്ങ് ഇത് പഠിച്ചത് ഈ ഉദ്ദേശ്യത്തോടുകൂടിയായിരിക്കാം. എന്നാൽ ഞാൻ പഠിപ്പിച്ചത് അങ്ങയുടെ പഠിത്തം ജനോപകാരകരമായി വരണമെന്നു വിചാരിച്ചാണ്. അതിനാൽ അത് അങ്ങനെയാക്കിത്തീർക്കാനായിട്ടാണ് അങ്ങു ശ്രമിക്കേണ്ടത്" എന്നു പറഞ്ഞു. അപ്പോൾ നമ്പൂരി, "അതങ്ങനെയാവാം. എന്നാൽ അങ്ങയുടെ മകന്റെ പഠിത്തം ജനോപദ്രവകരമാകാതെയിരിക്കത്തക്കവിധത്തിലാക്കണമെന്നുകൂടി എനിക്കാഗ്രഹമുണ്ട്. അതിനെങ്കിലും അവിടുന്നനുവദിക്കണം" എന്നു പറഞ്ഞു. ഇതു കേട്ടപ്പോൾ പോറ്റി, "ഓഹോ; അങ്ങനെ ചെയ്യുന്നതിന് എനിക്കു വിരോധമില്ല" എന്നു സമ്മതിച്ചു പറഞ്ഞു. ഉടനെ നമ്പൂരി "എന്നാൽ അങ്ങയുടെ മകൻ ഗണിച്ചുണ്ടാക്കി, എഴുതിവച്ചിരിക്കുന്ന പഞ്ചാംഗത്തിൽ ചില അബദ്ധങ്ങളുണ്ട്. അവ ജനോപദ്രവകരങ്ങളായിത്തീരുന്നതാകയാൽ ആ പഞ്ചാംഗം ചുട്ടുകളയണമെന്നാണ്എന്റെ ആഗ്രഹം"എന്നു പറഞ്ഞു. അപ്പോൾ പോറ്റി "അതില്ല; അവന്റെ പഞ്ചാംഗത്തിൽ അബദ്ധമൊന്നും കാണാനിടയില്ല. അതു ഞാൻകൂടി പരിശോധിച്ചിട്ടുള്ളതാണ്" എന്നു പറഞ്ഞു. ഉടനെ നമ്പൂരി, "ആരെല്ലാം പരിശോധിച്ചതായാലും ആ പഞ്ചാംഗത്തിലബദ്ധമുണ്ട്" എന്നു പറഞ്ഞു. "എന്താണബദ്ധം?" എന്നുപോറ്റി ചോദിച്ചതിനു നമ്പൂരി "മുഹൂർത്തങ്ങൾക്ക് ഇടിമുഴക്കമുണ്ടാകും. അതു തന്നെ" എന്നുത്തരം പറഞ്ഞു.

പിന്നെ ഇടിമുഴക്കമുണ്ടാവുകയില്ലെന്നും ഉണ്ടാകുമെന്നും അവർ തമ്മിൽ വളരെ വാദിച്ചതിന്റേശേഷം എന്നാൽ അതൊന്നു പരീക്ഷിച്ചു നോക്കണമെന്നു പോറ്റിയും അങ്ങനെതന്നെ എന്നു നമ്പൂരിയും പറഞ്ഞു സമ്മതിച്ചു. അപ്രകാരം പോറ്റിയുടെ മകന്റെ മുഹൂർത്തച്ചാർത്തനുസരിച്ച് ഒരു ക്രിയ നടത്തുന്ന ഒരു സ്ഥലത്ത് പോറ്റിയും

നമ്പൂരിയും ചെന്നുചേർന്നു. അപ്പോൾ വർഷകാലമല്ലായിരുന്നു. ഇടി മുഴക്കമുണ്ടാകുന്നതിനുള്ള ലക്ഷണമൊന്നും മുഹൂർത്തമാകുന്നതുവരെ കണ്ടിരുന്നുമില്ല. എങ്കിലും മുഹൂർത്ത സമയമായപ്പോൾ പെട്ടെന്ന് ഒരിടി മുഴക്കമുണ്ടായി. അതു കേട്ട് അദ്ഭുതപരവശനായ വാഴമാവേലിപ്പോറ്റി 'അമ്പാ!' മുഴക്കമംഗലമേ' എന്നു പറഞ്ഞു. ഇതു നിമിത്തം നമ്പൂരിക്കു 'മുഴക്കമംഗലം' എന്നു പേരു സിദ്ധിച്ചു. അദ്ദേഹത്തിന്റെ പുരാതനമായ ഇല്ലപ്പേരു 'മംഗലം' എന്നു മാത്രമായിരുന്നു. മുഴക്കമംഗലമെന്നുള്ളതു കാലക്രമേണ മുഴമംഗലമെന്നായി. വടക്കരായ ചില നമ്പൂരിമാർ 'മുഴാ മംഗലം' എന്നും പറയാറുണ്ട്.

ഇടിമുഴക്കമുണ്ടായതിനാൽ ആ ക്രിയ മുടങ്ങുകയും അവിടെക്കൂടി യിരുന്നവരെല്ലാംകൂടി പോറ്റിയുടെ മകന് 'അബദ്ധപഞ്ചാംഗക്കാരൻ' എന്നു പേരിടുകയും അങ്ങനെ മഴമംഗലത്തു നമ്പൂരിയുടെ ആഗ്രഹം പരിപൂർണ്ണമായി സാധിക്കുകയും ചെയ്തു. അനന്തരം മുഴമംഗലത്തു നമ്പൂരിയുടെ ആഗ്രഹ പ്രകാരം വാഴമാവേലിപ്പോറ്റി തന്റെ പുത്രൻ ഗണിച്ചുണ്ടാക്കിവച്ചിരുന്ന നൂറുസംവത്സരത്തെ പഞ്ചാംഗവും എടുത്തു ചുട്ടുകളയുകയും അതിനു പകരം പഞ്ചാംഗം ഗണിച്ചുണ്ടാക്കിക്കൊടു ക്കണമെന്നു നമ്പൂരിയോടാവശ്യപ്പെടുകയും നമ്പൂരി ഇടിമുഴക്കമുണ്ടാ കാത്ത മുഹൂർത്തങ്ങളോടുകൂടി ആയിരം സംവത്സരത്തെ പഞ്ചാംഗം ഗണിച്ചുണ്ടാക്കിക്കൊടുക്കുകയും ചെയ്തു. ആ പഞ്ചാംഗം ഇപ്പോഴും വാഴമാവേലിപ്പോറ്റിയുടെ മഠത്തിലിരിക്കുന്നുണ്ടെന്നാണ് കേൾവി.

മുഴമംഗലത്തു നമ്പൂരി ജനോപകാരാർത്ഥമായി കാലദീപം മുത ലായ ജ്യോത്സ്യഗ്രന്ഥങ്ങൾകൂടാതെ ആശൗചം, പ്രായശ്ചിത്തം മുതലാ യവയ്ക്കുള്ള അനേകം പ്രമാണഗ്രന്ഥങ്ങളും നൈഷധചമ്പു മുതലായ വളരെ ഭാഷാഗ്രന്ഥങ്ങളും ഭാണം, കൊടിയവിരഹം മുതലായ പല സംസ്കൃതഗ്രന്ഥങ്ങളുമുണ്ടാക്കിയിട്ടുണ്ട്. അവയിൽ പലതും അച്ചടി ക്കുകയും വളരെ പ്രചാരം സിദ്ധിക്കുകയും ചെയ്തിട്ടുള്ളവയാകയാൽ അവയുടെ ഗുണപൗഷ്ക്കല്യത്തെപ്പറ്റി ഒന്നുംതന്നെ പറയുന്നില്ല.

മുഴമംഗലത്തു നമ്പൂരി സംസ്കൃതത്തിലും ഭാഷയിലും ഓരോ ആശൗച ഗ്രന്ഥങ്ങളുണ്ടാക്കിയിട്ടുണ്ട്. ആശൗചഗ്രന്ഥങ്ങൾ വേറെയും പല മഹാന്മാരുമുണ്ടാക്കീട്ടുണ്ടെങ്കിലും അവയിലൊന്നും മുഴമംഗലത്തു നമ്പൂരിയുടെ ആശൗചഗ്രന്ഥങ്ങളോളം സർവ്വസമ്മതത്വവും പ്രചാരവും സിദ്ധിച്ചിട്ടില്ല. ആകെപ്പാടെ നോക്കിയാൽ അദ്ദേഹം ഒരു സരസകവിയും നല്ല വിദ്വാനുമായിരുന്നു എന്നുതന്നെ വിചാരിക്കേണ്ടിയിരിക്കുന്നു.

7. വയസ്ക്കരകുടുംബവും അവിടുത്തെ ശാസ്താവും

പണ്ട് പന്ത്രണ്ട് കൊല്ലം കൂടുമ്പോൾ തിരുനാവായ മണൽപുറത്തു വച്ച് ഒരു മാമാങ്കം നടത്തുകയും അതിനു സകല നാട്ടുരാജാക്കന്മാരും അവിടെ ചെന്നുകൂടുകയും ചെയ്തിരുന്നു എന്നുള്ളതു പ്രസിദ്ധ മാണല്ലോ. മാഘമാസത്തിലെ വെളുത്തപക്ഷത്തിൽ വരുന്ന മകം നക്ഷത്രം സംബന്ധിച്ചാണ് ഈ അടിയന്തിരം നടത്തിവരുന്നത്. അതി നാൽ ഇതിനു 'മാഘമകം' എന്നു നാമം സിദ്ധിച്ചു. അതു ലോപിച്ചു മഹാമകം എന്നും മാമകം എന്നും ഒടുക്കം 'മാമാങ്ക'മെന്നുമായിത്തീർന്നു.

ഒരിക്കൽ മാമാങ്കത്തിൽ സംബന്ധിക്കാനായിപ്പോയ തെക്കുംകൂർ വലിയ രാജാവിനു മദ്ധ്യേമാർഗ്ഗം ഒരു പരു(*കുരു*)വിന്റെ ഉപദ്രവം കലശലായിത്തീർന്നു. രാജധാനിയിൽനിന്നു പുറപ്പെട്ടപ്പോൾത്തന്നെ അദ്ദേഹത്തിന് ഈ പരുവിന്റെ അസഹ്യത കുറേശ്ശെ ഉണ്ടായിരുന്നു. എങ്കിലും അതു സാരമില്ല എന്നും അടിയന്തിരത്തിനു പോകാതിരി ക്കാൻ നിവൃത്തിയില്ലല്ലോ എന്നും വിചാരിച്ചാണ് അദ്ദേഹം പോയത്. പരു എന്നു പറഞ്ഞാൽ അതുകേവലം നിസ്സാരമായ ഒരു പരുവല്ലായി രുന്നു. പ്രമേഹക്കുരുവെന്നും ആയിരക്കണ്ണി എന്നും മറ്റും പറയുന്ന വലിയ വക പരുവായിരുന്നു. ഒന്നുരണ്ടു ദിവസത്തെ യാത്ര കഴിഞ്ഞപ്പോ ഴേക്കും പരു മുതുകത്ത് ഒരു ചങ്ങഴി കമിഴ്ത്തിയിടത്തോളം വലുതാ വുകയും വേദന സഹിക്കാൻ വയ്യാതെയായിത്തീരുകയും ചെയ്തു. അങ്ങനെ പോയി ഒരുവിധം ആലത്തൂർ നമ്പിയുടെ ഇല്ലത്തു ചെന്നു ചേർന്നു. എന്നുമാത്രമല്ല, അന്നത്തെ നമ്പി സുപ്രസിദ്ധനായ നല്ല വൈദ്യനും ആയിരുന്നു. ആഗതനായ അതിഥി തെക്കുംകൂർ വലിയ രാജാവാണെന്നറിഞ്ഞപ്പോൾ നമ്പി വളരെ ആദരവോടുകൂടി അദ്ദേ ഹത്തെ സല്ക്കരിച്ചിരുത്തുകയും സബഹുമാനം കുശലപ്രശ്നം ചെയ്കയും ചെയ്തതിന്റെ ശേഷം ആഗമനപ്രയോജനം എന്തെന്നു ചോദിക്കുകയും ചെയ്തു. അപ്പോൾ രാജാവ്, താൻ മാമാങ്കത്തിൽ സം ബന്ധിക്കാനായിട്ടാണ് പുറപ്പെട്ടതെന്നും മദ്ധ്യേമാർഗം പിടകവ്യാധി

ബാധിതനായിത്തീർന്നുവെന്നും വേദന ദുസ്സഹമായിരിക്കുന്നുവെന്നും അതിനാൽ ഉടനെ ദീനം ദേഭമാക്കി തിരുനാവായ്ക്ക് അയയ്ക്കണ മെന്നും പറഞ്ഞു. നമ്പി പരുവിന്റെ സ്ഥിതി നോക്കിയതിന്റെ ശേഷം “ഇതു ഭേദമായിട്ടു മാമാങ്കത്തിനു പോവുകയെന്നുള്ളത് അസാദ്ധ്യ മാണ്. ഒരു മാസം ഇവിടെ താമസിക്കാമെന്നുണ്ടെങ്കിൽ ഞാൻ ദീനം ഭേദമാക്കി അയയ്ക്കാം. അതിൽക്കുറഞ്ഞ കാലംകൊണ്ട് എന്നാൽ അതു സാധ്യമല്ല” എന്നു പറഞ്ഞു. നമ്പിയെക്കാൾ യോഗ്യനായ ഒരു വൈദ്യൻ ഭൂലോകത്തിലില്ലെന്ന് അക്കാലത്തു പ്രസിദ്ധമായിരിക്കുന്നതി നാൽ അദ്ദേഹം പറഞ്ഞതിനെ രാജാവു സമ്മതിച്ചു. നമ്പി രാജാവിനു താമസിക്കുവാൻ തന്റെ പത്തായപ്പുരമാളിക ഒഴിഞ്ഞുകൊടുക്കുകയും മുറയ്ക്കു ചികിത്സ ആരംഭിക്കുകയും ചെയ്തു.

അങ്ങനെ ഏകദേശം ഒരു മാസം കഴിഞ്ഞപ്പോഴേക്കും പരു നല്ല പോലെ പഴുത്തു. പിന്നെ, അതൊന്നു കീറണമെന്നു നമ്പി നിശ്ചയിച്ചു. ചെറുപ്പത്തിൽ ശസ്ത്രക്രിയയ്ക്ക് അതിസമർത്ഥനായിരുന്നുവെങ്കിലും പ്രായാധിക്യംനിമിത്തം കൈയ്ക്ക് ഒരു വിറയൽ ബാധിച്ചിരുന്നതിനാൽ അക്കാലത്തു നമ്പിക്ക് അത് ഏറ്റവും ദുസ്സാധ്യമായിരുന്നു. അദ്ദേഹ ത്തിന്റെ പുത്രന്മാർ അപ്പോൾ കേവലം കുട്ടികളുമായിരുന്നു. അതിനാൽ നമ്പി തന്റെ കൂടെ പഠിച്ചു താമസിച്ചിരുന്ന പ്രധാന ശിഷ്യനായ വരിക്കു മാശ്ശേരി നമ്പൂരിപ്പാടിനോട് “എന്താ നമ്പൂരിക്ക് ഈ കുരുവൊന്നു കീറുക വയ്യേ?” എന്നു ചോദിച്ചു. നമ്പൂരിപ്പാടു ശാസ്ത്രപരിജ്ഞാനംകൊണ്ടും ചികിത്സകൾ ചെയ്തുള്ള പരിചയംകൊണ്ടും പഴക്കംകൊണ്ടും കൈപ്പുണ്യംകൊണ്ടും നല്ല വൈദ്യനെന്നുള്ള ഒരു പേരു സമ്പാദിച്ചി രുന്നു. എങ്കിലും അദ്ദേഹം അതുവരെ ശസ്ത്രക്രിയയൊന്നും ചെയ് തിരുന്നില്ല. എന്നുവരുകിലും ബുദ്ധിമാനും സമർത്ഥനുമായ അദ്ദേഹ ത്തിന് ഇത് ദുഷ്കരമായിത്തോന്നിയില്ല. “ഗുരുനാഥൻ അടുക്കലിരുന്ന് അനുഗ്രഹപൂർവം പറഞ്ഞു തന്നാൽ ഞാനിതുചെയ്യാം” എന്ന് അദ്ദേഹം മറുപടി പറയുകയും അപ്രകാരം തന്നെ നമ്പിയുടെ സാന്നിധ്യത്തോടു കൂടി പരു കീറുകയും നമ്പി പിന്നെയും യഥാവിധി ചികിത്സകൾ ചെയ്യു കയും ആകെ മൂന്നു മാസംകൊണ്ടു രാജാവു പൂർണ്ണ സുഖത്തെ പ്രാ പിക്കുകയും ചെയ്തു. ഈ കാലത്തിനിടയ്ക്കു മാമാങ്കം കഴിഞ്ഞു പോ വുകയാൽ രാജാവു നമ്പിക്കും നമ്പൂരിപ്പാട്ടിലേക്കും പലവിധ സമ്മാന ങ്ങളും മറ്റും കൊടുത്തു സന്തോഷിപ്പിച്ചിട്ടു സ്വരാജ്യത്തിലേക്കുതന്നെ മടങ്ങി. അന്നു തെക്കുംകൂർ രാജാക്കന്മാരുടെ രാജധാനി ഇപ്പോൾ തിരുവിതാംകൂറിലുൾപ്പെട്ടിരിക്കുന്ന ‘തളി’ എന്ന സ്ഥലത്തായിരുന്നു.

തെക്കുംകൂർ രാജാവു സ്വദേശത്തേക്കു മടങ്ങിയതിന്റെശേഷം ഏതാനും ദിവസം കഴിഞ്ഞപ്പോൾ വാരിക്കുമാശ്ശേരി നമ്പൂരിപ്പാട്ടിലേക്ക് അച്ഛന്റെ ശ്രാദ്ധമായി. അതു സഹോദരന്മാരോടുകൂടി വേണ്ടതാകയാൽ

നമ്പിയോട് അനുവാദം വാങ്ങിക്കൊണ്ട് അദ്ദേഹം ഇല്ലത്തേക്കുപോയി. അദ്ദേഹം ഇല്ലത്തുചെന്നപ്പോൾ അദ്ദേഹത്തിന്റെ ജ്യേഷ്ഠൻ അദ്ദേഹത്തോട് “താൻ ശസ്ത്രക്രിയ ചെയ്തതുകൊണ്ടു തന്നോടുകൂടി ഞാനും അനുജന്മാരും ശ്രാദ്ധമൂട്ടാൻ പാടില്ലെന്നും തന്നോടുകൂടി ഞങ്ങൾ ബലി നടത്തുകയാണെങ്കിൽ ശ്രാദ്ധത്തിന് ആരും വരികയില്ലെന്നും നമ്മുടെ സ്വജനങ്ങൾ പറഞ്ഞിരിക്കുന്നു. അവർ അപ്രകാരം പറഞ്ഞതു ന്യായവുമാണല്ലോ. ബ്രാഹ്മണരിൽ അഷ്ടവൈദ്യന്മാർക്കല്ലാതെ ശസ്ത്രക്രിയ വിധിച്ചിട്ടുണ്ടോ? അതിനാൽ താനങ്ങനെ ചെയ്തതു തെറ്റുതന്നെയാണെന്നാണ് വാദ്ധ്യാന്മാർ, വൈദികന്മാർ മുതലായവരുടെയും അഭിപ്രായം. ഞാനവരോടു ചോദിക്കുകയും ചെയ്തു. ഒരുമിച്ച് ശ്രാദ്ധമൂട്ടാമെന്ന് ആരും പറഞ്ഞില്ല” എന്നു പറഞ്ഞു. അതുകേട്ടു വൈദ്യൻ നമ്പൂരിപ്പാട് “അങ്ങനെയാണ് അവരൊക്കെ പറയുന്നതെങ്കിൽ ഒരുമിച്ചു ശ്രാദ്ധമൂട്ടണമെന്നില്ല. ഞാൻ ഇപ്പോൾത്തന്നെ ഗുരുനാഥന്റെ ഇല്ലത്തേക്കു പോകുന്നു” എന്നു പറഞ്ഞ് അപ്പോൾത്തന്നെ അവിടെനിന്ന് ഇറങ്ങിപ്പോവുകയും നമ്പിയുടെ അടുക്കലെത്തി വിവരമെല്ലാം പറയുകയും ചെയ്തു. ഇതു കേട്ടപ്പോൾ താൻനിമിത്തം തന്റെ പ്രിയശിഷ്യന് ഇപ്രകാരം ഒരു സ്വജനശാസ്യത്തിന് ഇടയായല്ലോ എന്നു വിചാരിച്ച് ശിഷ്യവത്സലനായനമ്പിക്കു വളരെ കുണ്ഠിതമുണ്ടായി. എങ്കിലും അദ്ദേഹം അതു പുറത്തു കാണിക്കാതെ ധൈര്യസമേതം “ഇതുകൊണ്ടു നമ്പൂരി ഒട്ടും വിഷാദിക്കേണ്ട; നമ്പൂരി ഇവിടെ താമസിച്ചുകൊള്ളൂ. ഞാൻ പറഞ്ഞതു കേട്ടതുകൊണ്ടു നമ്പൂരിക്കു മേലാൽ ശ്രേയസ്സല്ലാതെ ദോഷം വരികയില്ല. ഗുരുത്വമുള്ളവർക്കു ദോഷം വരണമെങ്കിൽ ഈശ്വരൻ ഇല്ലെന്നു വരണം. നമ്പൂരിയുടെ ഇല്ലം ഇതു തന്നെ എന്നു വിചാരിച്ചുകൊള്ളൂ. ഈ കുടുംബമുള്ള കാലത്ത് നമ്പൂരിക്ക് ഇവിടെ യാതൊരു സ്വാതന്ത്ര്യക്കുറവും വരികയില്ല” എന്നു പറഞ്ഞു. “ഗുരുനാഥൻ പറഞ്ഞതു പോലെയൊക്കെത്തന്നെയാണ് എന്റെ വിശ്വാസവും”എന്നു നമ്പൂരിപ്പാടും പറഞ്ഞു. അന്നുമുതൽ അദ്ദേഹം ആ ഇല്ലത്തെ ഒരാളെപ്പോലെ അവിടെത്തന്നെ സ്ഥിരതാമസമാക്കുകയും ശ്രാദ്ധദിവസം നമ്പി ഒരു നമ്പൂരിയെ വരുത്തി ശ്രാദ്ധം നടത്തിച്ചു കൊടുക്കുകയും ചെയ്തു.

അനന്തരം അധികം താമസിയാതെ നമ്പി നമ്പൂരിപ്പാട്ടിലേക്കു പറ്റിയ ദുർഘട സംഗതിയും അദ്ദേഹം നമ്പിയുടെ ഇല്ലത്തുതന്നെ താമസിച്ചുവരുന്ന വിവരവും കാണിച്ച് ഒരെഴുത്തെഴുതി ഒരു ദൂതന്റെ പക്കൽ കൊടുത്തു തെക്കുംകൂർ വലിയ രാജാവിന്റെ അടുക്കലയച്ചു. നമ്പിയുടെ എഴുത്തു ദൂതൻ കൊണ്ടുചെന്നു രാജാവിനു കൊടുത്തത് ഒരു നല്ല അവസരത്തിലായിരുന്നു. അക്കാലത്തു വയസ്ക്കരയില്ലത്തു പുരുഷന്മാരില്ലാതെയായിത്തീരുകയും ഒരു കന്യകമാത്രം ശേഷിക്കുകയും

ചെയ്യുകയാൽ ആ കന്യകയെ സർസ്വദാനമായി വിവാഹം കഴിപ്പിച്ചു ദത്തുകയറ്റുവാൻ ആരെയാണ് വേണ്ടതെന്നു രാജാവു വേണ്ടത്തക്ക ആളുകളുമായി ആലോചിച്ചുകൊണ്ടിരുന്ന സമയത്താണ് നമ്പിയുടെ ഭൃത്യൻ എഴുത്തുകൊണ്ടു ചെന്നു രാജാവിനു കൊടുത്തത്. എഴുത്തു വായിച്ചു കേട്ടപ്പോൾ ഇതൊരു ശുഭലക്ഷണമാണെന്നും ഈ നമ്പൂരിപ്പാട്ടിലേക്കൊണ്ടുതന്നെ ആ കന്യകയെ വിവാഹം കഴിപ്പിച്ച് വയസ്ക്കരയില്ലത്തു ദത്തുകയറ്റണമെന്നു രാജാവിനും അവിടെ കൂടിയിരുന്ന ഇതര ജനങ്ങൾക്കും തോന്നുകയും ആ വിവരത്തിനു രാജാവ് ഒരെഴുത്തെഴുതി നമ്പിയുടെ അടുക്കലേക്ക് ആ ഭൃത്യന്റെ പക്കൽത്തന്നെ കൊടുത്തയ്ക്കുകയും ചെയ്തു.

രാജാവിന്റെ എഴുത്തു കണ്ടപ്പോൾ നമ്പിക്ക് അപരിമിതമായ സന്തോഷമുണ്ടായി എന്നുള്ളത് വിശേഷിച്ചു പറയണമെന്നില്ലല്ലോ. നമ്പി ആ എഴുത്തു നമ്പൂരിപ്പാട്ടിലേക്കു കാണിക്കുകയും പോകാൻ മനസ്സുണ്ടോ എന്നു ചോദിക്കുകയും ചെയ്തു. അതിനു നമ്പൂരിപ്പാട്, “ഗുരുനാഥൻ പറഞ്ഞാൽ എവിടെ പോകുന്നതിനും എനിക്കു സമ്മതമാണ്. വിശേഷിച്ച്, ധാരാളം വസ്തുവകകളും പ്രശസ്തിയും വൈദ്യപാരമ്പര്യവുമുള്ള വയസ്ക്കരയില്ലത്തിന്റെ ഉടമസ്ഥനും തെക്കുംകൂർ രാജാവിന്റെ പ്രിയവൈദ്യനുമായിത്തീരുന്ന കാര്യത്തിൽ എനിക്കു വളരെ സന്തോഷമുണ്ട്. എങ്കിലും ചമ്രവട്ടത്തെ തിങ്കൾഭജനം മുടക്കുന്ന കാര്യത്തിൽ എനിക്കു വളരെ മനസ്താപമുണ്ട്. അതു ഞാൻ വളരെക്കാലമായി നിർവിഘ്നം നടത്തിപ്പോരുന്നതാണല്ലോ”എന്നാണ് മറുപടി പറഞ്ഞത്. “ആലോചിച്ച് ഇഷ്ടംപോലെ ചെയ്യുക. എനിക്കു നിർബന്ധമില്ല. നമ്പൂരി എന്റെ അടുക്കൽത്തന്നെ താമസിക്കുന്നതാണ് എനിക്കു സന്തോഷമായിട്ടുള്ളത്. നമ്പൂരിക്കു മേലാൽ ശ്രേയസ്കരമായിരിക്കുന്നതു രാജാവിന്റെ ഹിതാനുവർത്തിയായി കോട്ടയത്തു പോയി താമസിക്കുന്നതായിരിക്കും. അതുകൊണ്ടു പറഞ്ഞു എന്നേ ഉള്ളൂ” എന്നു നമ്പിയും പറഞ്ഞു.

നമ്പൂരിപ്പാട്ടിലെ ഹൃദയം ആകപ്പാടെ അത്യന്തം സംശയഗ്രസ്തമായിത്തീർന്നു. പോയാൽക്കൊള്ളാമെന്നുള്ള ആഗ്രഹം അതികലശലായി വർദ്ധിച്ചു. മാസത്തിലൊരിക്കൽ ചമ്രവട്ടത്തുപോയി ദർശനം കഴിക്കുകയെന്നുള്ള പതിവു മുട്ടിക്കുക എന്നുള്ള കാര്യം അത്യന്തം വ്യസനകരമായിത്തീർന്നു. നമ്പൂരിയുടെ ഇല്ലത്തെ താമസം എന്നും സുഖമായിരിക്കാൻ തരമില്ലല്ലോ. ഗുരുനാഥന്റെ കാലം കഴിഞ്ഞാൽപ്പിന്നെ ശേഷമുള്ളവർക്കു നമ്പൂരിപ്പാട്ടിലെ പേരിൽ അത്രയും സ്നേഹവും വാത്സല്യവുമുണ്ടാകുമോ? അപ്പോൾ ‘കടിച്ചതുമില്ല, പിടിച്ചതുമില്ല’ എന്ന സ്ഥിതിയിലായിത്തീരും. അതിൽഭേദം ദൈവഗത്യാ ലഭിച്ച ഭാഗ്യത്തെ ഉപേക്ഷിക്കാതെയിരിക്കയാണല്ലോ. ആകപ്പാടെ

നമ്പൂരിപ്പാട്ടീന്ന് ഏറ്റവും കുഴങ്ങിവശായി. ഉടനെ അദ്ദേഹം ചമ്രവട്ടത്തേക്ക് പോയി. അവിടെച്ചെന്നു കുളിച്ചുതൊഴുത് “എല്ലാം വേണ്ടതുപോലെ ആക്കിത്തരണം” എന്നു സ്വാമിസന്നിധിയിൽ ഭക്തിപൂർവ്വം പ്രാർത്ഥിച്ചു. അന്നു നമ്പൂരിപ്പാട്ടീന്ന് അത്താഴം കഴിഞ്ഞു കിടന്നുറങ്ങിയപ്പോൾ ഒരാൾ അദ്ദേഹത്തിന്റെ അടുക്കൽച്ചെന്ന് “ഹേ! അങ്ങ് ഒട്ടും വ്യസനിക്കേണ്ട. തെക്കോട്ടു പോയ്ക്കൊള്ളൂ. അങ്ങേക്ക് എന്നെക്കാണുന്നതിനു ഞാൻ അവിടെ വന്നുകൊള്ളാം” എന്നു പറഞ്ഞതായി അദ്ദേഹത്തിനു തോന്നി. ഉടനെ അദ്ദേഹമുണർന്നു കണ്ണുതുറന്നു നോക്കിയപ്പോൾ അവിടെയെങ്ങും ആരെയും കണ്ടതുമില്ല. എങ്കിലും ഭക്തവത്സലനായ ചമ്രവട്ടത്തു ശാസ്താവുതന്നെയാണ് തന്റെ അടുക്കൽ വന്ന് ഇപ്രകാരം പറഞ്ഞതെന്നു നമ്പൂരിപ്പാടു ദൃഢമായി വിശ്വസിക്കുകയും പിറ്റേദിവസം രാവിലെ ഈ വിവരം നമ്പിയോടു പറയുകയും ചെയ്തു. അപ്പോൾ നമ്പിക്കും വളരെ സന്തോഷമായി.

അടുത്തദിവസംതന്നെ നമ്പി നമ്പൂതിരിപ്പാടോടുകൂടി കോട്ടയത്തേക്കു പുറപ്പെടുകയും യാഥാകാലം തെക്കുംകൂർ രാജാവിന്റെ അടുക്കലെത്തി സംഗതികളെല്ലാം ധരിപ്പിക്കുകയും ചെയ്തു. അനന്തരം അധികം താമസിയാതെ ഒരു മുഹൂർത്തത്തിൽ വയസ്ക്കരയില്ലത്തെ കന്യകയെ നമ്പൂതിരിപ്പാട്ടിലെക്കൊണ്ടു വേളി കഴിപ്പിച്ച് അദ്ദേഹത്തെ അവിടെ ദത്തു കയറ്റി. രാജാവുകൂടി ചെന്നിരുന്നാണ് ഈ അടിയന്തിരം നടത്തിയത്. പിന്നെ ആ അടിയന്തിരം വളരെ കേമമായിരുന്നു എന്നു പറയേണ്ടതില്ലല്ലോ. ഈ അടിയന്തിരം സംബന്ധിച്ച് ഏഴു ദിവസം കെങ്കേമമായ സദ്യയും സംഘക്കളി മുതലായ ആഘോഷങ്ങളുമുണ്ടായിരുന്നു. അത്രയും ദിവസം രാജാവും അവിടെത്തന്നെ എഴുന്നള്ളിത്താമസിക്കുകയും ചെയ്തു.

അതിനിടയ്ക്ക് ഒരു ദിവസം സദ്യയ്ക്കു കറിക്കുവെട്ടു തുടങ്ങിയപ്പോൾ ചേന സ്വൽപം പോരാതെ വന്നു. അന്നു വയസ്ക്കരയില്ലത്തിനു തെക്കുവശത്ത് (*ഇപ്പോൾ അമ്പലമിരിക്കുന്ന സ്ഥലത്ത്*) ഇല്ലത്തെ വാലിയക്കാരൻ ധാരാളമായി ചേന കൃഷി ചെയ്തിരുന്നതിനാൽ അവിടെനിന്നു രണ്ടു മൂന്നു ചേനകൂടി പറിച്ചുകൊണ്ടുവരുവാനായി ഒരു ഭൃത്യൻ ഒരു തൂമ്പയുമെടുത്തുംകൊണ്ട് ഓടിപ്പോയി. അവൻ ചേന പറിക്കാനായി ഒരു ചേനയുടെ ചുവട്ടിൽ ഒന്നു വെട്ടിയപ്പോൾ അവിടെനിന്നു രക്തം പ്രവഹിച്ചുതുടങ്ങി. രക്തപ്രവാഹം കണ്ടുഭയപ്പെട്ട് ആ ഭൃത്യൻ ഓടിച്ചെന്നു വിവരം കറിക്കുവെട്ടുകാരെ അറിയിച്ചു. അപ്പോഴേക്കും ഈ വർത്തമാനം അവിടെയൊക്കെപ്പരന്നു. ഉടനെ രാജാവും ആലത്തൂർ നമ്പി മുതലായവരും ആ സ്ഥലത്തെത്തി മണ്ണു മാറ്റിച്ചു നോക്കിയപ്പോൾ അവിടെ ശിവലിംഗംപോലെ ഒരു ശിലാബിംബം മുളച്ചിരിക്കുന്നതായി കണ്ടു. വരിക്കുമാശ്ശേരി നമ്പൂരിപ്പാട്ടിലേക്കു

ചമ്രവട്ടത്തയ്യപ്പന്റെ ദർശനമുണ്ടായിട്ടുള്ള വിവരം മുൻപേതന്നെ എല്ലാവരുമറിഞ്ഞിരുന്നതിനാൽ ഇതു ചമ്രവട്ടത്തയ്യപ്പൻ ഇളകൊണ്ടിരിക്കുന്നതാണെന്നു സർവ്വജനങ്ങളും തീർച്ചപ്പെടുത്തുകയും പ്രശ്നക്കാർ അപ്രകാരംതന്നെ വിധിക്കുകയും ചെയ്തു. ആ വിഗ്രഹം കാണപ്പെട്ട ഉടനെ ഒരു നമ്പൂരിയെക്കൊണ്ടു പൂജ നടത്തിച്ചു. അപ്പോൾ നിവേദ്യത്തിന് ഉപയോഗിച്ചത് അവിടത്തെ അന്തർജ്ജനമുണ്ടാക്കിയ വൽസൻ (*അട*)ആണ്. അതിനാൽ വയസ്ക്കരശാസ്താവിനു വൽസൻവഴിപാടു പ്രധാനമായിത്തീർന്നു. പിന്നീട് അവിടെ ക്ഷേത്രംപണി മുതലായവ നടത്തുകയും വയസ്ക്കര ശാസ്താവെന്നുള്ള പ്രസിദ്ധി ലോകത്തിൽ പരക്കുകയും ആ ശാസ്താവു വയസ്ക്കരയില്ലത്തെ കുടുംബപരദേവതയായിത്തീരുകയും ചെയ്തു. രോഗശമനത്തിനായും മറ്റും ഇപ്പോൾ അവിടെ പലരും വത്സൻവഴിപാടു നടത്തിവരുന്നുണ്ട്. ഇപ്രകാരമാണ് വയസ്ക്കരശാസ്താവിന്റെ ആഗമം.

വയസ്ക്കര കുടുംബക്കാരെ മുൻകാലങ്ങളിൽ 'പോറ്റി' എന്നാണ് പറഞ്ഞുവന്നിരുന്നത്. വരിക്കുമാശ്ശേരിനമ്പൂരിപ്പാട് അവിടെ ദത്തുകയറുകയും അദ്ദേഹത്തിന്റെ സന്താനപരമ്പരാജാതന്മാർ അവിടെ കുടുംബനാഥന്മാരായിത്തീരുകയും ചെയ്തിട്ടും ആ പേരിനു മാറ്റം വന്നില്ല. പിന്നീടു കൊല്ലം 995-ാമാണ്ടായപ്പോഴേക്കും അവിടെ ആ പരമ്പരയും അവസാനിച്ചു യഥാപൂർവ്വം ഒരു കന്യക ശേഷിച്ചു. ആ കന്യകയെ പിലാമന്തോൾ മൂസ്സ് സർവ്വസ്വദാനമായി വിവാഹം കഴിച്ച് അവിടെ ദത്തുകയറി. അക്കാലം മുതൽക്കാണ് ആ കുടുംബക്കാർക്കു 'മൂസ്സ്' എന്നുള്ള പേരു സിദ്ധിക്കുകയും പ്രസിദ്ധമായിത്തീരുകയും ചെയ്തത്. ഇപ്പോഴും വയസ്ക്കരക്കുടുംബത്തിലുള്ളത് ആ പുലാമന്തോൾ മൂസ്സിന്റെ സന്താനപരമ്പരാജാതന്മാരാണ്-അതായത്, ആ പുലാമന്തോൾ മൂസ്സിന്റെ പൗത്രന്റെ പുത്രന്മാരും തത്പുത്രന്മാരും.

8. കായംകുളത്തു രാജാവിന്റെ ശ്രീചക്രം

കായംകുളം രാജ്യം പിടിച്ചടക്കണമെന്നുള്ള ഉദ്ദേശ്യത്തോടുകൂടി രാമയ്യൻദളവ തിരുവിതാംകൂർ(*മാർത്താണ്ഡവർമ്മ*)മഹാരാജാവിന്റെ ചാരത്വം സ്വീകരിച്ചുകൊണ്ട് ഒരിക്കൽ വേഷംമാറി കായംകുളത്തു ചെന്നുചേർന്നു. ഗൂഢമായി അവിടുത്തെ സ്ഥിതിഗതികൾ അന്വേഷിച്ചപ്പോൾ രാജ്യവും വംശവും നശിക്കത്തക്കവണ്ണമുള്ള ചില ദുർന്നടപ്പുകൾ രാജാവിനുള്ളതായി ദളവയ്ക്ക് അറിവുകിട്ടി. എങ്കിലും അവിടെ ഐശ്വര്യം ഉപര്യുപരി വർദ്ധിച്ചുകൊണ്ടുതന്നെ ഇരിക്കുന്നതായിക്കണ്ട് അതിന്റെ കാരണമെന്താണെന്ന് അദ്ദേഹം വീണ്ടും അന്വേഷിച്ചു. അപ്പോൾ രാജാവിന്റെ തേവാരപ്പുരയിൽ ഒരു ശ്രീചക്രം ഇരിക്കുന്നുണ്ടെന്നും അതു സർവ്വലക്ഷണങ്ങളും ഒത്തതാണെന്നും അതിന്റെ പൂജ പ്രതിദിനം അവിടെ ശരിയായി നടന്നുവരുന്നുണ്ടെന്നും അതവിടെ ഇരിക്കുന്ന കാലത്ത് ആ രാജ്യത്തിനും രാജവംശത്തിനും ഐശ്വര്യാഭിവൃദ്ധിയല്ലാതെ നാശം ഒരിക്കലും ഉണ്ടാകുന്നതല്ലെന്നും അദ്ദേഹത്തിനു മനസ്സിലാവുകയും ഏതവിധവും ഈ ശ്രീചക്രം തട്ടിയെടുത്തുകൊണ്ടു പോകണമെന്ന് അദ്ദേഹം തീർച്ചയാക്കുകയും ചെയ്തു.

അനന്തരം ദളവ ഒരു ഭ്രാന്തന്റെ വേഷം ധരിച്ചു തേവാരപ്പുരയുടെ അടുക്കൽചെന്നുകൂടി. വല്ലതുമൊക്കെ അസംബന്ധങ്ങൾ പുലമ്പിക്കൊണ്ടിരിക്കുമെന്നല്ലാതെ അദ്ദേഹം അവിടെ ഉപദ്രവമൊന്നും ചെയ്തിരുന്നില്ല. എന്നുമാത്രമല്ല, അതിരാവിലെ കുളിച്ചു ഭസ്മക്കുറിയിട്ടു പൂക്കളൊരുക്കിക്കൊടുക്കുക, പൂജാപാത്രങ്ങൾ തേച്ചു മുക്കിക്കൊടുക്കുക മുതലായ ചില ഉപകാരങ്ങൾ ചെയ്തും പോന്നു. ഇങ്ങനെ കുറച്ചു ദിവസം കഴിഞ്ഞപ്പോൾ "ഈ സാധുമനുഷ്യനു ഭ്രാന്തുണ്ടെങ്കിലും ഈയാൾ ഉപദ്രവിയല്ല" എന്നൊരു വിശ്വാസം അവിടെ എല്ലാവർക്കുമുണ്ടായിത്തീർന്നു.

പൂജക്കാർ രാവിലെ കുളിച്ചുവന്നു നിർമ്മാല്യം (*തലേദിവസം പൂജിച്ച പൂവ്*)വാരി പുറത്തിട്ടാലുടനെ ഈ ഭ്രാന്തൻ അതെല്ലാം വാരി ഒരു വട്ടിയിലാക്കി തലയിൽവച്ചുകൊണ്ടു കോട്ടവാതിൽക്കൽച്ചെന്ന് അവിടെ കാവൽനിൽക്കുന്ന പട്ടാളക്കാരോട് "ഇതാ ശ്രീചക്രം ഞാൻ കൊണ്ടുപോകുന്നു; വേണമെങ്കിൽ പിടിച്ചുകൊൾവിൻ. അല്ലെങ്കിൽ ഞാൻ

കൊണ്ടുപോകും" എന്നു പറയും. അപ്രകാരംതന്നെ രാജാവിരിക്കുന്ന മാളികയുടെ ചുവട്ടിലും ചെന്നു നിന്ന് "ഇതാ ശ്രീചക്രം ഞാൻ കൊണ്ടു പോകുന്നു; ഇവിടുത്തെ ചോറു തിന്നുന്ന പട്ടാളക്കാർ നന്ദിയില്ലാത്തവരാണ്; അവരോടു ഞാൻ വിവരം പറഞ്ഞിട്ട് അവർ എന്നെ പിടിച്ചില്ല. അവിടുന്നും മൗനമവലംബിച്ചുകൊണ്ടിരിക്കുകയാണെങ്കിൽ ശ്രീചക്രം പോകും; ഇവിടം നശിക്കുകയും ചെയ്യും. പിന്നെ വിചാരിച്ചാൽ ഫലമൊന്നുമുണ്ടാവുകയില്ല" എന്നു വിളിച്ചു പറയും. ഇതുകേട്ടു പട്ടാളക്കാരും രാജാവിന്റെ ആൾക്കാരും രണ്ടുമൂന്നു ദിവസം ഭ്രാന്തന്റെ വട്ടി പരിശോധിച്ചു. അതിൽ പൂക്കളല്ലാതെ ഒന്നും കണ്ടില്ല. അതിനാൽ ഇയ്യാൾ വെറുതെ ഭ്രാന്തു പറയുകയാണെന്ന് എല്ലാവരും തീർച്ചയാക്കി. പിന്നെ അയാൾ വിളിച്ചുപറഞ്ഞാൽ, "ഓഹോ, കൊണ്ടു പൊയ്ക്കൊള്ളൂ. ഇവിടെ ആർക്കും ശ്രീചക്രം വേണ്ടാ" എന്ന് എല്ലാവരും പറയുക പതിവായി. ഇങ്ങനെ ഏകദേശം ആറു മാസത്തോളം കാലം പതിവായി ചെയ്തതിന്റെശേഷം ഒരു ദിവസം തേവാരപ്പുരയിൽ പൂജക്കാരനില്ലാതിരുന്ന തക്കം നോക്കി രാമയ്യൻദളവ ശ്രീചക്രമെടുത്തു വട്ടിയിലാക്കി അതിന്റെ മീതെ പൂക്കളും വാരിയിട്ടു തലയിൽവച്ചു പതിവുപോലെ കോട്ട വാതിൽക്കലെത്തി പട്ടാളക്കാരെ വിളിച്ച് "ഇതാ ശ്രീചക്രം ഞാൻ കൊണ്ടുപോകുന്നു; ഇത്രനാളും പറഞ്ഞതുപോലെയല്ല; ഇന്നു സത്യമായിട്ടു ശ്രീചക്രം എന്റെ വട്ടിയിലുണ്ട്" എന്നു പറഞ്ഞു. എങ്കിലും ഇയ്യാൾ പതിവുപോലെ ഭ്രാന്തു പറയുകയാണെന്നു വിചാരിച്ചു പട്ടാളക്കാർ ചിരിച്ചുകൊണ്ട് "എന്നാൽ കൊണ്ടുപൊയ്ക്കൊള്ളൂ" എന്നു പറഞ്ഞതല്ലാതെ രാമയ്യനെ പിടിക്കുന്നതിനോ വട്ടി പരിശോധിക്കുന്നതിനോ ചെന്നില്ല. രാമയ്യൻ പിന്നെ രാജാവിരിക്കുന്ന മാളികയുടെ ചുവട്ടിലും ചെന്നു നിന്നു പതിവുപോലെ വിളിച്ചുപറഞ്ഞു. അതുകേട്ടിട്ടു രാജാവും ചിരിച്ചുകൊണ്ടിരുന്നതേയുള്ളൂ. ഉടനെ രാമയ്യൻനേരെ തെക്കോട്ടുവച്ചടിച്ചു. കുറച്ചു സമയം കഴിഞ്ഞു പൂജക്കാരൻ തേവാരപ്പുരയിൽചെന്ന സമയം അവിടെ ശ്രീചക്രം കാണായ്കയാൽ പരിഭ്രമിച്ചു വിവരം ഗാട്ടുനിന്നിരുന്ന പട്ടാളക്കാരെ അറിയിച്ചു. അപ്പോഴേക്കും അവിടെ വലിയ ബഹളമായി. സംഗതി രാജാവുവരെ എല്ലാവരുമറിഞ്ഞു. ഭ്രാന്തനെ അന്വേഷിച്ചു പിടിക്കുന്നതിനായി രാജഭടന്മാർ നാലുദിക്കിലേക്കും ഓട്ടംതുടങ്ങി. അപ്പോഴേക്കും ഭ്രാന്തൻ വേഷംമാറി പമ്പ കടന്നിരുന്നതിനാൽ ഭടന്മാരെല്ലാം ഇച്ഛാഭംഗത്തോടുകൂടി മടങ്ങിപ്പോന്നു. ഭ്രാന്തനെ എങ്ങും കാൺമാനില്ലെന്നു രാജസന്നിധിയിലറിയിച്ചു. ആ ശ്രീചക്രം പോയതിനാൽ രാജാവിനും രാജ്യവാസികൾക്കും വളരെ മനസ്താപമുണ്ടായി. അവിടെ പിന്നെയും പലവിധത്തിൽ അതിനെപ്പറ്റി അന്വേഷണങ്ങൾ നടത്തി; ഒരു തുമ്പുമുണ്ടായില്ല. അധികം താമസിയാതെ കായംകുളം രാജ്യം തിരുവിതാംകൂറിൽ ചേരുകയും ചെയ്തു. ആ ശ്രീചക്രം ഇപ്പോഴും തിരുവനന്തപുരത്തു തേവാരപ്പുരയിൽ ഇരിക്കുന്നുണ്ടെന്നാണു കേൾവി.

9. കുളപ്പുറത്തു ഭീമൻ

മീനച്ചിൽ താലൂക്കിൽ കയ്യൂർ ദേശത്തു കുളപ്പുറത്ത് എന്ന നായർ ഗൃഹത്തിൽ കൊല്ലവർഷം ഒൻപതാം ശതകത്തിൽ ജീവിച്ചിരുന്ന ഒരു മനുഷ്യന്റെ പേരാണ് മുകളിൽ പറഞ്ഞിരിക്കുന്നത്. ഈ മനുഷ്യന്റെ സാക്ഷാൽ പേര് എന്തായിരുന്നു എന്ന് നിശ്ചയമില്ല. അമാനുഷബലവാനായിരുന്ന ഈ ആളിനു ഭീമൻ എന്നുള്ള പേര് അദ്ദേഹത്തിന്റെ അദ്ഭുതകർമ്മങ്ങൾ നിമിത്തം ജനങ്ങൾ കൊടുത്തിട്ടുള്ളതാണ്. കുളപ്പുറത്തു ഭീമന്റെ അദ്ഭുതകർമ്മങ്ങൾ പറയുകയെന്നുവച്ചാൽ അവസാനമില്ലാത്തതാണ്. അവയിൽ ചിലതു മാത്രമേ ഇവിടെ വിവരിക്കുന്നുള്ളൂ.

ആജാനുബാഹുവും സ്ഥൂലശരീരനും ഉന്നതകായനുമായിരുന്ന ഭീമൻ കാഴ്ചയിൽ ഒരു ഭീമൻ തന്നെയായിരുന്നുവെങ്കിലും ഒട്ടും വിരൂപനായിരുന്നില്ല. "വ്യൂഢോരസ്കോവൃഷസ്കന്ധസ്സാലപ്രാംശുർമ്മഹാഭുജഃ'' എന്നു കാളിദാസൻ ദിലീപരാജാവിനെ വർണ്ണിച്ചിട്ടുള്ളതു നമ്മുടെ ഭീമനും നല്ലപോലെ ചേരുമായിരുന്നു. എന്നാൽ നമ്മുടെ ഭീമനു ചെറുപ്പത്തിൽ മതിയാകത്തക്കവണ്ണമുള്ള ആഹാരം സ്വഗൃഹത്തിൽനിന്നു ലഭിച്ചിരുന്നില്ല. ഭീമനു ഭക്ഷണം സാധാരണ മനുഷ്യരെപ്പോലെ ആയാൽ മതിയാവുകയില്ലെന്ന് അറിഞ്ഞിരുന്നതുകൊണ്ട് അയാൾക്കു പതിവായി കാലത്തു കഞ്ഞിക്കു മുന്നേകാലും അത്താഴത്തിന് ആറേകാലും ഇടങ്ങഴി അരിവീതമാണ് പതിവുവച്ചിരുന്നത്. അതുകൊണ്ട് നമ്മുടെ ഭീമന് ഒട്ടും മതിയായിരുന്നില്ല. അതിനാൽ അയാൾ സമീപത്തുള്ള കാടുകളിൽ കയറി ഉടുമ്പ്, മുയൽ മുതലായവയെ പിടിച്ചുകൊണ്ടുവന്നു ചുട്ടുതിന്നുകൂടിയാണ് ചെറുപ്പത്തിൽ ജീവിച്ചിരുന്നത്. കാരണവർ മരിക്കുകയും തനിക്കു തറവാട്ടിൽ കാരണവസ്ഥാനവും സ്വാതന്ത്ര്യവും ലഭിക്കുകയും ചെയ്ത കാലംമുതൽ ഭീമൻ തന്റെ ഭക്ഷണത്തിനുള്ള പതിവു ഭേദപ്പെടുത്തി. കാലത്തുകഞ്ഞിക്ക് ഇരുപത്തഞ്ചേകാലിടങ്ങഴി അരിയും അതിനു ചേർന്ന പുഴുക്കും അത്താഴത്തിനു മൂന്നു പറ അരിയും അതിനു ചേർന്ന മറ്റു വിഭവങ്ങളുമാണ് ഭീമൻ സ്വയമേവ നിശ്ചയിച്ച പതിവ്. ഈ പതിവ് അയാളുടെ പതിനാറാമത്തെ വയസ്സിൽ നിശ്ചയിച്ചതാണ്. അതിനെ പിന്നെ ഒരിക്കലും അയാൾ ഭേദപ്പെടുത്തിയിരുന്നില്ല. എന്നാൽ ഇത്രയുംകൊണ്ട് അയാൾക്കു മതിയായിരുന്നു

എന്ന് ആരും വിചാരിച്ചുപോകരുത്. അയാൾ കാരണവരായപ്പോൾ തറവാട്ടിൽ അധികച്ചെലവുണ്ടാക്കി എന്നുള്ള ദുഷ്പേരു തനിക്കുണ്ടാകരുതല്ലോ എന്നു വിചാരിച്ചും ഇതിലധികം ചെലവു ചെയ്യാൻ മുതലില്ലാതെയിരുന്നതുകൊണ്ടും ഇത്രയും മതിയെന്നു നിശ്ചയിച്ചു എന്നേയുള്ളൂ. പോരാത്തതു യഥാപൂർവ്വം വന്യമൃഗങ്ങളെക്കൊണ്ടുതന്നെയാണ് അയാൾ നികത്തിപ്പോന്നത്. പക്ഷേ, പ്രായത്തിനും സ്ഥിതിക്കും തക്കവണ്ണം അയാൾ അതൊന്നു പരിഷ്കരിച്ചിരുന്നു. ചെറുപ്പത്തിൽ ഉടുമ്പ്, മുയൽ മുതലായവയെ പിടിച്ചു ചുട്ടു തിന്നുകയാണല്ലോ അയാൾ ചെയ്തിരുന്നത്. യൗവനമായപ്പോൾ മാൻ, പന്നി മുതലായവയെ പിടിച്ചു കൊണ്ടുവന്നു കാലുകൾ കെട്ടി വലിയ ചെമ്പിലോ വാർപ്പിലോ ഇട്ട് അടുപ്പത്തുവച്ചു വെള്ളമൊഴിച്ചു വേവിച്ചെടുത്തു തോൽ പൊളിച്ചാണ് അയാൾ തിന്നിരുന്നത്. അതും ഒരു വിശേഷ രീതിയിലായിരുന്നു. ഭീമനു പകൽ സമയം കിടക്കുന്നതിന് ഒരു തൂക്കുവഞ്ചി(*ഊഞ്ഞാൽക്കട്ടിൽ*) ഒരു മുറിക്കകത്തു തൂക്കിയിരുന്നു. ഇതിന്റെ തലയ്ക്കലായി മാൻ, പന്നി മുതലായവയുടെ വേവിച്ച മാംസം പൊക്കംപാകത്തിനു കെട്ടിത്തൂക്കും. പിന്നെ ഊഞ്ഞാൽക്കട്ടിലിൽ മലർന്നുകിടന്ന് ആടിക്കൊണ്ടു കടിച്ചു കടിച്ചു തിന്നും. ഇങ്ങനെയാണ് പതിവ്. കഞ്ഞിയും ചോറും കറികളും കൂടാതെ രണ്ടു പന്നിയേയും ഒരു മാനിനെയും അയാൾ പ്രതിദിനം ഇങ്ങനെ ഭക്ഷിച്ചിരുന്നു.

നമ്മുടെ ഭീമൻ ഗംഭീരനായിരുന്നുവെങ്കിലും ഒരു വിനോദശീലനുമായിരുന്നു. അയാൾ മാനിനെയും പന്നിയേയും മറ്റും പിടിക്കാൻ കാട്ടിൽ പോകുമ്പോൾ ചില ദിവസങ്ങളിൽ നാലും അഞ്ചും പുലിക്കുട്ടികളെയും പിടിച്ചുകൊണ്ടുപോരും. അവയെ വീട്ടിൽ കൊണ്ടുവന്നു പൂച്ചക്കുട്ടികളെപ്പോലെ വളർത്തി, ചില കളികൾ പഠിപ്പിച്ചു സർക്കസ്സുകാരെപ്പോലെ കളിപ്പിക്കുക പതിവായിരുന്നു. ഒരിക്കൽ ഭീമൻ കാട്ടിൽ ചെന്നപ്പോൾ ഒരു വലിയ കടുവയെ കണ്ടു. അതിനെയും അയാൾ പിടിച്ചു വീട്ടിൽ കൊണ്ടുവന്നു. ശ്രീകൃഷ്ണൻ ഉരൽ വലിച്ചുകൊണ്ടു ചെന്ന വഴിയിൽ നിന്നിരുന്ന കകുഭദ്രുമങ്ങൾ പോലെ രണ്ടു മരങ്ങൾ അടുത്തടുത്തു കുളപ്പുറത്തു പുരയിടത്തിൽ നിൽക്കുന്നുണ്ടായിരുന്നു. ഭീമൻ ആ കടുവായെ ആ മരങ്ങളുടെ ഇടയ്ക്കു കയറ്റി ഒന്നമർത്തി അവിടെ നിറുത്തി. കടുവാ കാലുകൾ നിലത്തു തൊടാതെയും വായ്പൊളിച്ചും നാക്കുനീട്ടിയും കണ്ണുകൾ മിഴിച്ചും മുൻപോട്ടും പുറകോട്ടും പോകാൻ നിവൃത്തിയില്ലാതെയും അവിടെ നിലയായി. അതിനാൽ ആ ദിക്കുകാർക്കു ജീവനോടു കൂടിയ കടുവയെ നിർഭയമായി അടുത്തു കാണുന്നതിന് അന്നു തരപ്പെട്ടു.

ഒരിക്കൽ ഭീമൻ കാട്ടിൽ ചെന്നപ്പോൾ ഒരു കാട്ടുപോത്ത് അയാളെ വെട്ടാനായി ചാടിച്ചെന്നു. പോത്തിനെ കണ്ടപ്പോൾ അയാൾക്കു സ്വൽപം ഭയമുണ്ടായി. എങ്കിലും അയാൾ ധൈര്യസമേതം അതിന്റെ കൊമ്പുകളിൽപ്പിടിച്ചു തല കുനിച്ചു മോന്ത നിലത്തിട്ട് ഉരച്ചുതുടങ്ങി. അങ്ങനെ

കുറച്ചുനേരം കഴിഞ്ഞപ്പോൾ പോത്തിന്റെ മുൻവശത്തുണ്ടായിരുന്ന പല്ലു കളെല്ലാം രക്ത പ്രവാഹത്തോടുകൂടി നിലത്തു വീണു. ഭീമനെ കൊല്ലാനായി വന്ന പോത്തിന്റെ വിചാരം അപ്പോൾ താൻ ചാകാതെ വല്ലപ്രകാരവും പോയിപ്പിഴച്ചാൽ മതിയെന്നായി. ആ സമയം ഭീമൻ പോത്തിനെ പുറകോട്ടൊന്നു തള്ളുകയും പോത്ത് അവിടെ മറിഞ്ഞുവീഴുകയും ആ തരത്തിനു ഭീമൻ ഓടി വീട്ടിലേക്കും പോത്ത് ഒരുവിധം എഴുന്നേറ്റ് കാട്ടിലേക്കും പോവുകയും ചെയ്തു.

ഭീമൻ ജീവിച്ചിരുന്ന കാലത്തു കയ്യൂർ ദേശത്തും സമീപപ്രദേശങ്ങളിലും കച്ചവടസ്ഥലങ്ങൾ ഉണ്ടായിരുന്നില്ല. അതിനാൽ ആ ദേശക്കാർക്ക് ഉപ്പ് എട്ടുപത്തു നാഴിക കിഴക്ക് ഈരാറ്റുപേട്ട എന്ന സ്ഥലത്തു പോയി വാങ്ങിക്കൊണ്ടുവരേണ്ടിയിരുന്നു. കുളപ്പുറത്തു വീട്ടിലേക്കു ഭീമൻ തന്നെ പോയി അഞ്ചാറു പറ ഉപ്പ് ഒരുമിച്ചു വാങ്ങിക്കൊണ്ടു പോരുകയാണ് പതിവ്. ഭീമൻ ഉപ്പുവാങ്ങാൻ പോകുന്ന സമയം അയൽ വീട്ടുകാരും അവരവർക്ക് ആവശ്യമുള്ള ഉപ്പിനു വേണ്ടുന്ന പണവും പാത്രവും അയാളെ ഏൽപ്പിച്ചയയ്ക്കുക പതിവാണ്. അക്കാലത്ത് ഇപ്പോഴത്തെപ്പോലെ ചാക്കു സുലഭമല്ലാതിരുന്നതിനാൽ ഉപ്പും മറ്റും വാങ്ങിക്കൊണ്ടുപോരുന്നതു നെപ്പട്ടിയിലായിരുന്നു. ഒരു നെപ്പട്ടിൽ ആറു പറ ഉപ്പുകൊള്ളും. അതിനാൽ ഒരു ചുമടുപ്പ് എന്നു പറഞ്ഞാൽ ആറു പറ ഉപ്പെന്നു കണക്കാക്കാം. ഒരിക്കൽ ഭീമൻ പോയി തനിക്കും അയൽ വീട്ടുകാർക്കും കൂടി ആറു ചുമടുപ്പു വാങ്ങിക്കെട്ടി മീതെയ്ക്കു മീതെയായി തലയിൽക്കയറ്റിക്കൊണ്ട് ഈരാറ്റുപേട്ടയിൽനിന്നു സ്വദേശത്തേക്കു പുറപ്പെട്ടു. അങ്ങനെ ഏകദേശം നാലുനാഴിക ദൂരം പോയപ്പോൾ കുറേശ്ശേ മഴ ആരംഭിച്ചു. ഉപ്പു നനഞ്ഞാൽ നഷ്ടപ്പെട്ടുപോകുമല്ലോ. അതു നനയ്ക്കാതെ കൊണ്ടുപോകാൻ എന്താണ് കൗശലമെന്ന് വിചാരിച്ചു നോക്കിയപ്പോൾ വഴിക്കടുത്തുതന്നെ ഒരു ആഞ്ഞിലത്തടി കാമരം കേറ്റിയറുത്തു നടുപൊളിച്ചിട്ടു വച്ചിരിക്കുന്നതായിക്കണ്ടു. ഭീമൻ അതിലൊരു പൊളിപ്പെടുത്തു ചുമടുകളുടെ മീതെ വച്ചുകൊണ്ട് ഉപ്പു നനയ്ക്കാതെ കൊണ്ടുപോയി. വീട്ടിലെത്തിയപ്പോഴേക്കും മഴ മാറിയതിനാൽ അയാൾ ആ തടിയെടുത്ത് ഒരു മാവിന്മേൽ ചാരിവച്ചിട്ട് ചുമടുകൾ ഓരോന്നായി താഴെ ഇറക്കി വയ്ക്കുകയും അയൽക്കാർക്കുള്ളതു കൊടുക്കുകയും തനിക്കുള്ളതു വീട്ടുകാരെ ഏൽപ്പിക്കുകയും ചെയ്തു. പിന്നെ ഭീമൻ തന്റെ പുരപൊളിച്ചു പണി കഴിച്ചപ്പോൾ അന്നു മാവിന്മേൽ ചാരിവച്ചിരുന്ന തടികൂടി എടുത്തുപയോഗിച്ചു. ഇരുപത്തൊമ്പതുകോൽ പതിനാറുകണക്കിൽ പണിയിച്ച തായിപ്പുരയുടെ പടി (*നെടിയതും കുറിയതും*)നാലും ആ ഒരു പൊളിപ്പുകൊണ്ടു തീർന്നു. പടി ഒന്നേകാൽക്കോൽ ചതുരമായിരുന്നു. അതുകൊണ്ട് ആ തടിയുടെ വലിപ്പം എത്രമാത്രമുണ്ടായിരുന്നു എന്ന് ഊഹിക്കാമല്ലോ. ആ പുരയും പടിയും കണ്ടിട്ടുള്ളവരിൽ പലർ ഇപ്പോഴും ആ ദേശത്തു ജീവിച്ചിരിക്കുന്നുണ്ട്.

മീനച്ചിൽ മുതലായ സ്ഥലങ്ങളിൽ പ്രധാനമായി നെൽക്കൃഷി ചെയ്യുന്നതു മലകളിലാണല്ലോ. മലകളിൽ നെൽകൃഷി ചെയ്യുന്നതു പത്തും പന്ത്രണ്ടും കൊല്ലങ്ങൾ കൂടുമ്പോൾ മാത്രമേ പതിവുള്ളൂ. അതിനാൽ ഒരു സ്ഥലത്തു വലിയ മരങ്ങളും കാടുകളും നിറഞ്ഞിരിക്കും. വിതയ്ക്കുന്ന കാലത്തിനു രണ്ടുമൂന്നു മാസം മുൻപേ ഉടമസ്ഥന്മാർ ആ മരങ്ങളും കാടുകളുമെല്ലാം കൂലിക്കാരെക്കൊണ്ടു വെട്ടിച്ചിടും. അതിന് ഉഴവുവെട്ട് എന്നാണ് പേർ പറഞ്ഞുവരുന്നത്. ആ മരങ്ങളും കാടുകളുമെല്ലാം ഉണങ്ങിക്കഴിയുമ്പോൾ ഉടമസ്ഥന്മാർ കൂലിക്കാരെയും ആനകളെയുംകൊണ്ട് ആ സ്ഥലത്തുചെന്ന് വേലിക്കാവശ്യമുള്ള തടികൾ പിടിപ്പിച്ചു വിതയ്ക്കാനുള്ള സ്ഥലത്തിന്റെ നാലരികുകളിലും വെയ്പിക്കുകയും അധികമുള്ള തടികൾ പിടിപ്പിച്ചു കൃഷിസ്ഥലത്തിനു പുറത്താക്കുകയും ഉണങ്ങിക്കിടക്കുന്ന കാടുകളും മറ്റും തീയിട്ടു ചുടുകയും ചെയ്യും. അതിന് ഉഴവുചുടുക എന്നാണ് കൃഷിക്കാർ പറയുന്നത്. ഇത്രയും കഴിഞ്ഞാൽപ്പിന്നെ നിലം ഉഴുതും കിളച്ചും കല്ലും കട്ടകളും പെറുക്കിമാറ്റിയും പുല്ലും മറ്റും പറിച്ചും പെറുക്കിയും കളഞ്ഞും വെടിപ്പാക്കും. അതിന് ഉഴവൊരുക്കുക എന്നാണ് പറയുന്നത്. ഈ പണികളിൽ പ്രധാനമായും പ്രയാസമേറിയതും ഉഴവു ചുടുക എന്നുള്ളതാണ്. എന്നാൽ അതിനു നമ്മുടെ ഭീമന് ഒരു പ്രയാസവുമുണ്ടായിരുന്നില്ല. ഭീമൻ ഉഴവുചുടാൻ പോകുമ്പോൾ അയാൾക്കു സഹായത്തിനു കൂലിക്കാരും ആനകളും ഒന്നും വേണ്ടാ. അയാൾ ഉഴവുചുടാൻ പോകുന്ന സമയം വയറു നിറച്ച് ആഹാരം കഴിച്ചുപോയാൽ ആ ജോലി മുഴുവനും തീർത്തു തിരിയെ വീട്ടിൽ വന്നിട്ടല്ലാതെ കഞ്ഞിയും ചോറുമൊന്നും കഴിക്കാറില്ല. ആ ജോലിക്കിടയിൽ അയാൾ കാച്ചിലും കിഴങ്ങും ചേനയും മറ്റും ധാരാളമായി ചുട്ടുതിന്നും. മലയിലേക്കു പോകുന്ന സമയം തന്നെ ചുട്ടുതീറ്റിക്കുള്ള സാമാനങ്ങൾകൂടി അയാൾ കൊണ്ടുപോകും; അങ്ങനെയാണ് പതിവ്. ഭീമൻ ഉഴവുസ്ഥലത്തു ചെന്നാലുടനെ വേലിക്ക് ആവശ്യമുള്ള തടികൾ പെറുക്കിയെടുത്തു നാലരികുകളിലും അടുക്കിവയ്ക്കും. പിന്നെ ഒരു തടി കയ്യിലെടുത്ത് അതുകൊണ്ട് ശേഷമുള്ള തടികൾ നാലു വശത്തേക്കും തോണ്ടി എറിയും. ആ തടികൾ അയൽവസ്തുക്കളിൽ ചെന്നുവീഴും. അതിനാൽ ഭീമൻ ഉഴവുചുടുന്ന സ്ഥലത്തിനു സമീപം ചുറ്റുമുള്ള വസ്തുക്കളിൽ ആരും കൃഷി നടത്താറില്ല. ഭീമൻ തോണ്ടിയെറിയുന്ന തടികൾ ആനകളെക്കൊണ്ടല്ലാതെ മാറ്റാൻ സാധിക്കുകയില്ലല്ലോ. അതിനുള്ള പ്രയാസം കൊണ്ടാണ് അയൽവസ്തുക്കളുടെ ഉടമസ്ഥന്മാർ കൃഷി വേണ്ടെന്നു വയ്ക്കുന്നത്. തടികളെല്ലാം മാറ്റിക്കഴിഞ്ഞാൽപ്പിന്നെ ഭീമൻ ഉണങ്ങിക്കിടക്കുന്ന കാടിനു തീവയ്ക്കും. ആ തീയിലിട്ടാണ് അയാൾ കാച്ചിൽ, കിഴങ്ങു മുതലായവ ചുട്ടു തിന്നുന്നത്.ആ സമയം മുയൽ, പന്നി മുതലായവയെയും അനായാസേന ലഭിച്ചാൽ അയാൾ ഉപേക്ഷിക്കാറില്ല.

അവയെല്ലാം അയാൾ ചുട്ടുതിന്നുക തന്നെ ചെയ്യും. ഇപ്രകാരമെല്ലാമായിരുന്നു ഭീമന്റെ ഉഴവുചുടൽ.

അടുത്തുള്ള പൂഞ്ഞാർ എന്ന സ്ഥലത്ത് ഒരു വീട്ടുകാർ കിണർ കുഴിപ്പിച്ചു. കുഴിച്ച് അടിയിൽച്ചെന്നപ്പോൾ അവിടെ ഒരു വലിയ പാറ കാണപ്പെട്ടു.ആ പാറയുടെ അടിയിൽ ധാരാളം വെള്ളവുമുണ്ടായിരുന്നു. എങ്കിലും ആ പാറ എടുത്തു മാറ്റാതെ വെള്ളം കോരിയെടുക്കാൻ നിവൃത്തിയില്ലായിരുന്നു. വെള്ളത്തിനു മീതെ ആ പാറ ഒരടപ്പു പോലെയാണ് കിടന്നിരുന്നത്. അതിനാൽ ആ പാറ എടുത്തു മാറ്റുന്നതിനായി വലിയ വടങ്ങളും ചങ്ങലകളുമിട്ടു കെട്ടി അനേകമാളുകൾകൂടി പിടിക്കുകയും ആനകളെക്കൊണ്ടു പിടിപ്പിക്കുകയും ചെയ്തു നോക്കീട്ടും ആ പാറ ഇളക്കാൻപോലും സാധിച്ചില്ല. ഒടുക്കം ആ വീട്ടുകാർ ഈ കാര്യം നമ്മുടെ ഭീമനെക്കൊണ്ടു കഴിപ്പിക്കണമെന്നു നിശ്ചയിച്ച് ഒരു സദ്യയ്ക്കു വട്ടുംകൂട്ടി. ഭീമനെ ക്ഷണിച്ചുവരുത്തി കേമമായി ഭക്ഷണം കഴിപ്പിച്ചു. ഭീമൻ ഊണും കഴിഞ്ഞ് എഴുന്നേറ്റപ്പോൾ ആ വീട്ടുകാർ അയാളോടു "കൈകഴുകുവാൻ വെള്ളം കിണറ്റിലാണ്. വെള്ളം കോരിയെടുത്ത് കൈ കഴുകിക്കൊള്ളണം" എന്നു പറഞ്ഞ്, ഒരു പാളയും കയറും എടുത്തു കൊടുത്തു. ഭീമൻ പാളയും കയറും ഇടത്തുകൈകൊണ്ട് എടുത്തുകൊണ്ടുപോയി. കിണറ്റിൽ നോക്കിയപ്പോൾ അതിൽ ഒരു വലിയ പാറയും അതിന്മേൽ ചില വടങ്ങളും ചങ്ങലകളുമിട്ടു കെട്ടിയിരിക്കുന്നതും കണ്ടു. ഉടനെ അയാൾ പാളയും കയറും അവിടെ വെച്ചിട്ട് ഇടത്തുകൈകൊണ്ടുതന്നെ വടങ്ങളിൽ പിടിച്ചുവലിച്ചു നിഷ്പ്രയാസം പാറ കരയ്ക്കെടുത്തിടുകയും പാളയും കയറുമെടുത്തു വെള്ളംകോരി കൈകഴുകുകയും ചെയ്തു. ഇതു കണ്ടിട്ട് ആ വീട്ടുകാർക്കും അന്യന്മാർക്കുമുണ്ടായ സന്തോഷവും വിസ്മയവും സീമാതീതമായിരുന്നുവെന്നുള്ളതു പറയണമെന്നില്ലല്ലോ.

നമ്മുടെ ഭീമൻ പൂഞ്ഞാറിൽത്തമ്പുരാക്കന്മാരുടെ ഒരു ഇഷ്ടനായിരുന്നു. അയാൾ തമ്പുരാക്കന്മാരുടെ ആവശ്യപ്രകാരം കൂടക്കൂടെ അവിടെപ്പോവുകയും മനുഷ്യർക്കു ദുസ്സാധ്യങ്ങളായ അനേകം കാര്യങ്ങൾ സാധിച്ചുകൊടുക്കുകയും തമ്പുരാക്കന്മാർ സന്തോഷിച്ച് ഇയാൾക്ക് ചില സമ്മാനങ്ങൾ കൊടുക്കുകയും സാധാരണമായിരുന്നു. അങ്ങനെ ഉണ്ടായിട്ടുള്ളവയിൽ ഒരു സംഗതിമാത്രം താഴെ കുറിക്കുന്നു.

ഒരിക്കൽ പാണ്ടിക്കാരായ മറവരും മുഹമ്മദീയരുംകൂടി പൂഞ്ഞാർ ദേശത്തെ ആക്രമിക്കുവാൻ വരുന്നതായിക്കേട്ടു പൂഞ്ഞാറ്റിൽ വലിയ തമ്പുരാൻ ആ വിവരം കുളപ്പുറത്തു ഭീമനെ അറിയിച്ചു. ഉടനെ ഭീമൻ ആളയച്ചു തന്റെ സ്നേഹിതനായ മന്ദത്തുപണിക്കരെയും കുളപ്പുറത്തു വരുത്തി. പണിക്കർ കുളപ്പുറത്തു ഭീമനോളം തന്നെ ദേഹപുഷ്ടിയും കായബലവുമുള്ള ആളല്ലായിരുന്നുവെങ്കിലും ഒരു ചെറിയ ഭീമൻ തന്നെയായിരുന്നു. അയാൾക്കു കാലത്തെ കഞ്ഞിക്കു പന്ത്രണ്ടേകാലിടങ്ങഴി അരിയും അതിനു ചേർന്ന പുഴുക്കുമേ പതിവുണ്ടായിരുന്നുള്ളൂ.

അവർ തമ്മിൽ ആലോചിച്ച് ഉടനെ പൂഞ്ഞാറ്റിലേക്ക് പോകണമെന്നു തീർച്ചപ്പെടുത്തീട്ടു രണ്ടുപേരും കൂടി ഉണ്ണാനിരുന്നു. ഊണ് ഏകദേശം പകുതിയായപ്പോൾ ഒരാൾ ഓടിവന്നു "മറവരും മുഹമ്മദീയരും വന്നടുത്തിരിക്കുന്നു. ഉടനെ വരണമെന്നു തമ്പുരാൻ കൽപിച്ചിരിക്കുന്നു'' എന്നു പറഞ്ഞു. അതുകേട്ട"എന്നാലിനി പോയിവന്നിട്ട് ഊണു മുഴുവനാക്കാം" എന്നു പറഞ്ഞ് രണ്ടുപേരും എഴുന്നേറ്റ് കൈകഴുകി. അപ്പോൾ തക്കതായ ആയുധമൊന്നും കാണാഞ്ഞിട്ടു രണ്ടുപേരും ഓരോ കൊന്നത്തെങ്ങു ചുവടോടെ പറിച്ചെടുത്തുകൊണ്ട് ഓടിപ്പോയി. ഭീമനും പണിക്കരും കൊന്നത്തെങ്ങുമായി ചെല്ലുന്നതു കണ്ടപ്പോൾത്തന്നെ മറവരും മുഹമ്മദീയരും പേടിച്ചോടി പമ്പ കടന്നൊളിച്ചു. ഊണു മുഴുവനാക്കണമല്ലോ എന്നു വിചാരിച്ചു ഭീമനും പണിക്കരും അപ്പോൾത്തന്നെ തിരിച്ചുപോരുകയും ചെയ്തു.

ഈ സംഗതി നടന്നത് ഒരു വെള്ളപ്പൊക്കക്കാലത്തായിരുന്നു. ഇവർ അങ്ങോട്ടു പോയപ്പോൾ വെള്ളം ആറു നിറഞ്ഞിരുന്നതേയുള്ളൂ. ഇവർ ഇങ്ങോട്ടു വന്നപ്പോഴേക്ക് ആ വെള്ളം കരകവിഞ്ഞൊഴുകി ഇരുകരയിലും സാധാരണമനുഷ്യർക്കു നിലയില്ലാതെയായിരുന്നു. എങ്കിലും ഭീമന് അരയോളവും പണിക്കർക്കു മുലയോളവും മാത്രമേ വെള്ളമുണ്ടായിരുന്നുള്ളൂ. അവർ ആ വെള്ളത്തിൽക്കൂടിയാണ് നടന്നുപോന്നത്. അവർ അങ്ങനെ പോന്നപ്പോൾ ഒരു വീട്ടിന്റെ ഇറയത്ത് ഒരു പത്തായമിരിക്കുന്നതു കണ്ടു. ആ വീട്ടിനകത്തും വെള്ളം കയറിയിരുന്നതിനാൽ അവിടെപ്പാർത്തിരുന്നവരെല്ലാം പ്രാണരക്ഷാർത്ഥം ഓടിപ്പോയിരുന്നതുകൊണ്ട് ആ വീടു കേവലം നിർജ്ജനമായിരുന്നു; പത്തായവും ഇളകിപ്പോകാറായിരുന്നു. ആർക്കും ഉപയോഗപ്പെടാതെ വെറുതെ പോകേണ്ടാ എന്നു വിചാരിച്ച് ഭീമൻ അതെടുത്തു തലയിൽ വച്ചുകൊണ്ടു നടന്നു. സ്വഗൃഹത്തിലെത്തി പത്തായം താഴെ ഇറക്കിവച്ചു. അതിലുണ്ടായിരുന്ന നെല്ല് വാരിയിട്ട് അളന്നുനോക്കീട്ടു നൂറു പറയുണ്ടായിരുന്നു. നെല്ലു തിരിയെ പത്തായത്തിൽത്തന്നെ ആക്കിക്കഴിഞ്ഞപ്പോഴേക്കും പണിക്കരും അവിടെയെത്തി. പിന്നെ രണ്ടുപേരും കൂടി പകുതിയാക്കി വച്ചിരുന്ന ഭക്ഷണം മുഴുവനാക്കുകയും പണിക്കർ അപ്പോൾത്തന്നെ യാത്ര പറഞ്ഞ് അയാളുടെ വീട്ടിലേക്കു പോകയും ഭീമൻ അവിടെത്തന്നെ കിടന്നുറങ്ങുകയും ചെയ്തു.

നമ്മുടെ ഭീമന്റെ കഥകൾ ഇനിയും വളരെ പറയാനുണ്ട്. എങ്കിലും വിസ്താരഭയം നിമിത്തം അതിനായി തുനിയുന്നില്ല. ഇത്രയും പറഞ്ഞതുകൊണ്ടുതന്നെ നമ്മുടെ കഥാനായകൻ ഒരസാമാന്യ മനുഷ്യനായിരുന്നു എന്നു സ്പഷ്ടമാകുന്നുണ്ടല്ലോ.

നമ്മുടെ ഭീമന് ഈശ്വരഭക്തി, സത്യം മുതലായ സൽഗുണങ്ങൾ ധാരാളമായിട്ടുണ്ടായിരുന്നു. "ബ്രാഹ്മേ മുഹൂർത്ത ഉത്തിഷ്ഠേൽ സ്വസ്ഥേ രക്ഷാർത്ഥമായുഷഃ" എന്നുള്ള പ്രമാണത്തെ അയാൾ ആജീവനാന്തം ശരിയായി ആചരിച്ചിരുന്നു. അതിനാൽ അയാൾ നൂറു വയസ്സു

തികഞ്ഞതിന്റെ ശേഷമാണ് ചരമഗതിയെ പ്രാപിച്ചത്. അതും അനായാസേന തന്നെയായിരുന്നു. നമ്മുടെ കഥാനായകനു രോഗപീഡ നിമിത്തവും മറ്റു ഒരു ദിവസംപോലും കിടന്നു കഷ്ടപ്പെടേണ്ടതായി വന്നില്ല.

ഭീമൻ മരിച്ചതിന്റെശേഷം അയാളുടെ പ്രേതം (*പരേതാത്മാവ്*) ആ വീട്ടുകാരെയും മറ്റും അസാമാന്യമായി ഉപദ്രവിച്ചുകൊണ്ടിരുന്നു. അത് അയാളുടെ അപരക്രിയകൾ ആരും വേണ്ടതുപോലെ ചെയ്യാഞ്ഞിട്ടായിരിക്കാം.

"ആബ്ദദീക്ഷാദിലോപേന
പ്രേതാ യാന്തി പിശാചതാം
സ്വജനാൻ ബാധമാനാസ്തേ
വിചരന്തി മഹീതലേ" എന്നുണ്ടല്ലോ.

ആ ഉപദ്രവം ഈ പ്രേതത്തിന്റേതാണെന്നും മറ്റും അറിയാതെ തന്നെ വളരെക്കാലം കഴിഞ്ഞു. ക്രമേണ ആ ഉപദ്രവം ദുസ്സഹമായിത്തീരുകയാൽ ഈ അടുത്ത കാലത്തു പ്രശ്നംവെപ്പിച്ചു നോക്കിക്കുകയും അപ്പോൾ അത് ഈ ഭീമന്റെ ഉപദ്രവമാണെന്നും ഭീമൻ സാധാരണമനുഷ്യനല്ലായിരുന്നുവെന്നും അയാൾ ദേവാംശമായിട്ടുള്ള ഒരു അവതാരപുരുഷനായിരുന്നുവെന്നും അയാളുടെ വിഗ്രഹമുണ്ടാക്കിച്ചു പ്രേതത്തെ ആ വിഗ്രഹത്തിന്മേലാവാഹിച്ചു പ്രതിഷ്ഠ കഴിപ്പിക്കുകയും ആണ്ടുതോറും മുടങ്ങാതെ പൂജ നടത്തിക്കുകയും ചെയ്തല്ലാതെ ഉപദ്രവം നീങ്ങുകയില്ലെന്നും കാണുകയാൽ ആ വീട്ടുകാർ അപ്രകാരമൊക്കെ ചെയ്യിച്ചു. പൂജ ആണ്ടുതോറും ഇപ്പോഴും നടത്തിവരുന്നുണ്ട്. പ്രതിഷ്ഠ കുളപ്പുറത്തു പരുയിടത്തിന്റെ കന്നിപദത്തിൽ ഭദ്രകാളിമറ്റപ്പിള്ളി നമ്പൂരിപ്പാട്ടിലേക്കൊണ്ടാണ് നടത്തിച്ചത്. പ്രതിഷ്ഠ കഴിഞ്ഞതിൽപ്പിന്നെ ഭീമന്റെ ഉപദ്രവം ആ വീട്ടിലെന്നല്ല ആ ദേശത്തു തന്നെ എങ്ങും ഉണ്ടാകാറില്ല. പ്രതിഷ്ഠിക്കപ്പെട്ടിരിക്കുന്ന വിഗ്രഹം കണ്ടാൽ ഭീമന്റേതാണെന്നുതന്നെ തോന്നും. അതിന്റെ സ്ഥൗല്യം അത്രയ്ക്കു മാത്രമുണ്ട്. അവിടെ സാന്നിദ്ധ്യത്തിനു ഒട്ടും കുറവില്ല. ചില കാര്യങ്ങൾ സാധിക്കുന്നതിനുവേണ്ടി പലരും ഭീമനു വഴിപാടുകൾ കഴിക്കുകയും ചിലർക്കു ചിലതു സാധിക്കുകയും ചെയ്യുന്നുണ്ട്. അവിടെ സാധാരണ വഴിപാടു കരിക്കും പഴവും നിവേദിക്കുകയാണ്. ചിലർ അപ്പം, അട, കൊഴുക്കട്ട മുതലായവ ഉണ്ടാക്കിച്ചു നിവേദിപ്പിക്കുകയും ചെയ്യുന്നുണ്ട്. അവയ്ക്ക് അരി ഒന്നേകാലിടങ്ങഴിവരെ നടപ്പുണ്ട്. അവിടെ പ്രതിഷ്ഠ ഒരു മേടമാസം പതിനാലാം തീയതിയായിരുന്നതിനാൽ ആണ്ടുതോറും വിശേഷദിവസമായി ആചരിച്ചുവരുന്നത് ആ ദിവസമാണ്.

10. മണ്ണടിക്കാവും കാമ്പിത്താനും

തിരുവിതാംകൂറിൽ കൊല്ലം ഡിവിഷനിൽച്ചേർന്ന കുന്നത്തൂർ താലൂക്കിൽ കണ്ണാടി എന്ന ദേശത്തുള്ള സുപ്രസിദ്ധമായ ഭദ്രകാളിക്ഷേത്രത്തെയാണ് 'മണ്ണടിക്കാവെ'ന്നു പറയുന്നത്. ഭദ്രകാളീക്ഷേത്രത്തിൽ ഒരു വെളിച്ചപ്പാടുണ്ടായിരിക്കുക സാധാരണമാണല്ലോ. ചില ദിക്കുകളിൽ വെളിച്ചപ്പാടിനെ 'കോമര'മെന്നും പറയുന്നതായി കേട്ടിട്ടുണ്ട്. എന്നാൽ മണ്ണടിക്കാവിലെ വെളിച്ചപ്പാടിനെ 'കാമ്പിത്താ'നെന്നാണ് പറയുക പതിവ്. മണ്ണടിക്കാവിൽ ഭഗവതി സ്വയംഭൂവാണ്. ആ ക്ഷേത്രം പണ്ടുകാലത്ത് ഒരു വിധിപ്രകാരം അതു 'മംഗലത്തു പണിക്കർ' എന്നൊരു നായരുടെ വകയാണെന്നു തീർച്ചപ്പെട്ടിട്ടുണ്ടത്രേ.

പണ്ടു വാക്കുവഞ്ഞിപ്പുഴപ്പണ്ടാരത്തിൽ മണ്ണടിദേശത്തിന്റെ അധിപനായിരുന്ന കാലത്ത് അവിടത്തെ വകയായി ഒരു ചെറിയ സൈന്യശേഖരമുണ്ടായിരുന്നു. ആ സൈനികന്മാരെ ആയോധനവിദ്യ അഭ്യസിപ്പിക്കുകയും സൈന്യത്തിന്റെ ആധിപത്യം വഹിക്കുകയും ചെയ്തിരുന്നത് മംഗലത്തു പണിക്കരുടെ തറവാട്ടിൽ അന്നന്നു മൂപ്പായിരിക്കുന്നവരായിരുന്നു. അന്നു സൈന്യങ്ങളെ അഭ്യസിപ്പിച്ചിരുന്ന കളരിയും ആ കളരിയിൽ ചില പരദേവതമാരുടെ വിഗ്രഹങ്ങളും മംഗലത്തു പണിക്കരുടെ ഗൃഹത്തിനടുത്ത് ഇപ്പോഴും കാൺമാനുണ്ട്.

ഇങ്ങനെ വാക്കുവഞ്ഞിപ്പുഴപ്പണ്ടാരത്തിൽ ദേശാധിപതിയും മംഗലത്തു പണിക്കർ സേനാനായകനുമായിരുന്ന കാലത്ത് ഒരു ദിവസം കൃഷിയിറക്കുന്നതിനു കാടു വെട്ടിത്തെളിയിക്കാനായി ചില പുലയർ മംഗലത്തു പണിക്കരുടെ ഭവനത്തിനു സമീപം ഒരു കാട്ടിൽ വന്നു ചേർന്നു. അവരുടെ കൂട്ടത്തിലുണ്ടായിരുന്ന ഒരു പുലയക്കള്ളി (പുലയസ്ത്രീ) അവിടെക്കണ്ട ഒരു കല്ലിന്മേൽ അരിവാൾ തേച്ചപ്പോൾ ആ ശിലയിൽനിന്നു രക്തം പ്രവഹിക്കുകയാൽ അതുകണ്ടു പുലയർ ഭയാദ്ഭുതപരവശന്മാരായി ഉറക്കെ നിലവിളിച്ചു. നിലവിളികേട്ടു മംഗലത്തുപണിക്കർ മുതലായ സമീപസ്ഥർ ഉടൻ സ്ഥലത്തെത്തി സംഗതി മനസ്സിലാക്കുകയും വിവരം വാക്കുവഞ്ഞിപ്പുഴപ്പണ്ടാരത്തിലെ

അടുക്കൽ അറിയിക്കുകയും ചെയ്തു. അതുകേട്ടപ്പോൾ അന്നത്തെ മൂത്ത പണ്ടാരത്തിൽ "രക്തം കണ്ടുവെങ്കിൽ അതൊരു ദേവബിംബമായിരിക്കണം. ഇപ്രകാരം സ്വയംഭൂവായ ദേവബിംബം കണ്ടാൽ ഉടനെ അതിനൊരു നിവേദ്യം കഴിച്ചില്ലെങ്കിൽ അതു മറഞ്ഞുപോകുമെന്നു കേട്ടിട്ടുണ്ട്. അതിനാൽ പണിക്കർ ഈ മലരും പഴവും അവിടെക്കൊണ്ടുപോയി വയ്ക്കുകയും ആ പുലയരെ അവിടെനിന്നു മാറ്റുകയും ചെയ്യണം. ഞാനൊന്നു കുളിച്ചിട്ടു ക്ഷണത്തിൽ അങ്ങോട്ടു വന്നേക്കാം" എന്നു പറഞ്ഞു കുറെ മലരും പഴവും കൊടുത്തു മംഗലത്തു പണിക്കരെ മുൻപെ അയച്ചിട്ടു പണ്ടാരത്തിൽ കുളിക്കാൻപോയി. പണിക്കർ മലരും പഴവും എടുത്തു ബിംബത്തിന്റെ അടുക്കൽ കൊണ്ടുചെന്നു വച്ചു. അപ്പോഴേക്കു പുലയരെല്ലാം അവിടെനിന്നു ദൂരെ മാറി കഴിഞ്ഞിരുന്നു. ഉടനെ പണ്ടാരത്തിൽ കുളിയും കഴിഞ്ഞ് പരിവാരസമേതം ഒരു വിളക്കുമായി അവിടെയെത്തി. ദേശക്കാരെല്ലാവരും അപ്പോൾ അവിടെ വന്നുകൂടി. ആ സമയം ഒരു ഊരാളി (*മണ്ണാനെന്നും വണ്ണാനെന്നും പരവനെന്നും മറ്റുംകൂടി പേരുള്ള ഒരു ജാതിക്കാരൻ*) തുള്ളിക്കൊണ്ടു അവിടെ വരുകയും "ഈ കാണപ്പെട്ടിരിക്കുന്ന ബിംബം ഭദ്രകാളിയുടേതാണ്. ഇവിടെ നിവേദ്യവും പൂജയുമൊന്നും വേണ്ടാ. അവിൽ, മലർ, പഴം മുതലായ സാധനങ്ങൾ ബിംബസന്നിധിയിൽ കൊണ്ടുചെന്നുവയ്ക്കുകയും കുറച്ചുസമയം കഴിയുമ്പോൾ എടുത്തുകൊണ്ടുപോവുകയും ചെയ്താൽമതി. അങ്ങനെ ചെയ്താൽ നിവേദ്യം കഴിച്ചാലെന്നപോലെ ദേവിക്കു തൃപ്തിയാകും. മലരും പഴവും മറ്റുംകൊണ്ടു ചെന്നുവയ്ക്കുന്നതു മംഗലത്തു പണിക്കർ തന്നെവേണം. ബ്രാഹ്മണരുടെ പൂജയും മറ്റും ഇവിടെ വേണ്ടാ" എന്നു പറഞ്ഞു. ഇതു കേട്ടിട്ട് ആരും വിശ്വസിച്ചില്ല. ഇവനിങ്ങനെ പറയുന്നതു പണിക്കരുടെ സേവയ്ക്കുവേണ്ടിയോ സ്വകാര്യമായി പണിക്കർ ചട്ടം കെട്ടീട്ടോ ആയിരിക്കുമെന്നാണ് എല്ലാവരും വിചാരിച്ചത്. അതിനാൽ ആ ഊരാളി, "എന്താ ഞാൻ പറഞ്ഞത് നിങ്ങൾക്കാർക്കും വിശ്വാസമായില്ല, അല്ലേ? ആട്ടേ ഞാൻ നിങ്ങളെ വിശ്വസിപ്പിക്കാം" എന്നു പറഞ്ഞിട്ട് അവിടെ നിന്ന് ഓടിപ്പോയി. ഉത്സാഹശാലികളായ ചില ജനങ്ങളും അവന്റെ പിന്നാലെ ഓടി. അവൻ ഓടിച്ചെന്ന് 'കുടപ്പാറ'യുടെ മുകളിൽക്കയറിനിന്നു. കുടപ്പാറ സ്ഥിതിചെയ്യുന്നത് മണ്ണടിയിൽ നിന്ന് ആറേഴു നാഴിക കിഴക്കുവടക്കായി പത്തനാപുരം താലൂക്കിൽ കലഞ്ഞൂർ എന്ന ദേശത്ത് ഒരു മലയുടെ മുകളിലാണ്. ആ പാറ കുടയുടെ ആകൃതിയിൽ മേൽഭാഗം വൃത്താകാരമായി പരന്നും അതിന്റെ മധ്യത്തിങ്കൽ ഒരു കാലുമായിട്ടാണിരിക്കുന്നത്. അതിനാൽ അതിന്റെ മുകളിൽ കയറുകയെന്നുള്ളത് മനുഷ്യർക്ക് അസാധ്യമാണ്. ആ ഊരാളി ഏഴു പ്രവാശ്യം അതിന്റെ മുകളിൽ കയറുകയുമിറങ്ങുകയും ചെയ്തു. ആ പാറയുടെ ചുറ്റും വലിയ കാടായിരുന്നതിനാൽ ഊരാളിയുടെ പിന്നാലെ ഓടിച്ചെന്നവർക്ക് അടുത്തുചെല്ലുവാൻ

സാധിച്ചില്ല. പാറ ഒരുയർന്ന സ്ഥലത്തായിരുന്നതിനാൽ അവൻ അതിന്മേൽ കയറുകയും ഇറങ്ങുകയും ചെയ്തത് അവർ ദൂരെ നിന്നു കാണുക മാത്രമേ ചെയ്തുള്ളൂ. പന്ത്രണ്ടുകോലിൽ കുറയാതെ പൊക്കമുള്ള ആ പാറ ഇപ്പോഴും അവിടെക്കാൺമാനുണ്ട്.

ആ ഊരാളി കുടപ്പാറയുടെ മുകളിൽനിന്നിറങ്ങി, കാട്ടിൽനിന്നു വെളിയിൽ വന്നതു നാലഞ്ചു കടുവാക്കുട്ടികളെയും പിടിച്ചുകൊണ്ടാണ്. അവൻ ആ കടുവാക്കുട്ടികളെയുംകൊണ്ട് മണ്ണിടിയിൽ ബിംബം കണ്ട സ്ഥലത്തെത്തി. അതുകണ്ട് എല്ലാവരും ഭയപ്പെടുകയും അവൻ പറഞ്ഞതും പ്രവർത്തിച്ചതുമെല്ലാം ദേവിയുടെ അധിവാസമുണ്ടായിട്ടാണെന്ന് എല്ലാവരും വിശ്വസിക്കുകയും ചെയ്തു. അതിനാൽ അവൻ കടുവാക്കുട്ടികളെയെല്ലാം വിട്ടയയ്ക്കുകയും അതോടുകൂടി അവന്റെ കലി അടങ്ങുകയും ചെയ്തു.

ഊരാളി പറഞ്ഞതെല്ലാം എല്ലാവരും വിശ്വസിച്ചുവെങ്കിലും പണ്ടാരത്തിലും മംഗലത്തു പണിക്കരും ദേശക്കാരുംകൂടി സർവ്വസമ്മതനായ ഒരു പ്രശ്നക്കാരനെക്കൊണ്ടു പിന്നെ പ്രശ്നംവെപ്പിച്ചുനോക്കിക്കുക കൂടി ചെയ്തു. ഊരാളി പറഞ്ഞതെല്ലാം ശരിയാണെന്ന് പ്രശ്നക്കാരനും പറയുകയാൽ പണ്ടാരത്തിലെ ആജ്ഞപ്രകാരം ദേശക്കാരുടെ സഹായസഹകരണങ്ങളോടുകൂടി മംഗലത്തു പണിക്കർ അവിടെ ക്ഷേത്രം പണി നടത്തിക്കുകയും നിത്യനിദാനം മുതലായവയ്ക്കു പതിവുകൾ നിശ്ചയിക്കുകയും ചെയ്തു. ഇപ്രകാരമാണ് മണ്ണടിക്കാവുണ്ടായത്. അവിടെ ഇപ്പോഴും അരിവച്ചു നിവേദ്യവും ബ്രാഹ്മണരുടെ പൂജയും പതിവില്ല. മലർ, പഴം മുതലായവ ബിംബസന്നിധിയിൽ കൊണ്ടുചെന്നു വയ്ക്കുകയും കുറച്ചുസമയം കഴിയുമ്പോൾ എടുത്തുകൊണ്ടുപോവുകയും മാത്രമേ പ്രതിദിനം ഇപ്പോഴും ചെയ്തുവരുന്നുള്ളൂ. മലരും പഴവും മറ്റും കൊണ്ടുചെന്നു വയ്ക്കുന്നത് ഇപ്പോഴും മംഗലത്തു പണിക്കർ തന്നെയാണ്. ഇനി കാമ്പിത്താനെക്കുറിച്ചുകൂടി പറയാം.

മണ്ണടിക്കാവു ക്ഷേത്രമുണ്ടായതിന്റെ ശേഷം ഏതാനും കൊല്ലങ്ങൾ കഴിഞ്ഞപ്പോൾ വാക്കുവഞ്ചിപ്പുഴപ്പണ്ടാരത്തിലേക്കു പുത്രസന്താനമില്ലാതെയായിത്തീർന്നു. പണ്ടാരത്തിൽ സന്താനാർത്ഥമായി അനേകം സത്കർമ്മങ്ങൾ ചെയ്തിട്ടും യാതൊരു ഫലമുണ്ടാകായ്കയാൽ ഒടുക്കം ഭഗവതി തന്നെ ഇതിനൊരു നിവൃത്തിയുണ്ടാക്കണമെന്നു പ്രാർത്ഥിച്ചുകൊണ്ട് പണ്ടാരത്തിൽ അന്തർജ്ജനസമേതം മണ്ണടിക്കാവിൽ ഭജനമിരുന്നു. ഭജനം ദൃഢഭക്തിയോടും പൂർണ്ണവിശ്വാസത്തോടും കഠിന നിഷ്ഠയോടും കൂടിയായിരുന്നു. അങ്ങനെ ഏകദേശം അരമണ്ഡലം (*ഇരുപത്തിയൊന്നുദിവസം*)കഴിഞ്ഞപ്പോൾ പണ്ടത്തെ ഊരാളി(*ബിംബം കാണപ്പെട്ട സമയം തുള്ളിക്കൊണ്ടു വന്ന ഊരാളി തന്നെ*) തുള്ളിക്കൊണ്ടു നടയിൽ വരുകയും കൽപന കേൾക്കാനായി പണ്ടാരത്തിൽ അവിടെച്ചെന്നു നിൽക്കുകയും ചെയ്തു. അപ്പോൾ ഊരാളി "ഒട്ടും

വ്യസനിക്കേണ്ടാ. ഇന്നേക്കു മൂന്നാം ദിവസം ഒരാൾ ഇവിടെ വരും. ഭഗവതിയുടെ അധിവാസമുണ്ടായിട്ട് അയാൾ പറയുന്നതുപോലെ ചെയ്താൽ താമസിയാതെ സന്തതിയുണ്ടാവും" എന്നു പറഞ്ഞിട്ടു കലിയടങ്ങി മടങ്ങിപ്പോയി.

ഊരാളി പറഞ്ഞതുപോലെ മൂന്നാം ദിവസം ഒരാൾ അവിടെച്ചെന്നു. അയാൾ ഒരു വിദേശീയനും ഭിക്ഷ യാചിച്ചുകൊണ്ടു നടന്ന പാവപ്പെട്ട ഒരു ശൂദ്രനുമായിരുന്നു. അയാൾ അവിടെയെത്തിയ ഉടനെ കൈയിലുണ്ടായിരുന്ന കുടയും വടിയും മാറാപ്പും ദൂരെ വലിച്ചെറിഞ്ഞിട്ടു ക്ഷേത്രത്തിൽ തെക്കുവശത്തുള്ള ആറ്റിൽച്ചാടിക്കുളിച്ചു കയറി തുള്ളിക്കൊണ്ടു നാലു നടയിലും ചെന്നുനിന്ന് അത്യുച്ചത്തിൽ മൂന്നു പ്രാവശ്യം വീതം അട്ടഹസിച്ചു. മുൻകൂട്ടി ഊരാളി പറഞ്ഞിരുന്നതിനാലും അട്ടഹാസം കേൾക്കുകകൊണ്ടും പണ്ടാരത്തിലും മംഗലത്തു പണിക്കരും ദേശക്കാരുമെല്ലാം ക്ഷണത്തിൽ അവിടെയെത്തി. അപ്പോൾ തുള്ളിക്കൊണ്ടുനിന്ന ആ മുനഷ്യൻ പണ്ടാരത്തിലെ നേരെ നോക്കി "ഒട്ടും വ്യസനിക്കേണ്ടാ. എനിക്ക് ഒരു 'ഉച്ചബലി'* നടത്തിയാൽ ഉടനെ സന്താനമുണ്ടാകും" എന്നും ഉച്ചബലി നടത്തേണ്ടുന്ന ക്രമങ്ങളും പറഞ്ഞു. ഉടനെ കലിയടങ്ങുകയും ചെയ്തു. ആ മനുഷ്യൻ പറഞ്ഞതെല്ലാം ഭഗവതി അരുളിച്ചെയ്തതായിത്തന്നെ എല്ലാവരും വിശ്വസിക്കുകയും പണ്ടാരത്തിൽ ഉച്ചബലി എന്ന അടിയന്തിരം വഴിപാടായി നടത്തുകയും താമസിയാതെ അവിടേക്കു പുത്രസന്താനമുണ്ടാവുകയും ചെയ്തു. ഉച്ചബലി കഴിച്ചാൽ ഉണ്ണിയുണ്ടാകുമെന്നു തുള്ളിപ്പറഞ്ഞ ആ മനുഷ്യനെ പണ്ടാരത്തിൽ ചെലവിനു വേണ്ടതെല്ലാം കൊടുത്ത് അവിടെത്തന്നെ താമസിപ്പിക്കുകയും ആ മനുഷ്യൻ ഭഗവതിയെ ഭജിച്ചുകൊണ്ട് സന്യാസവൃത്തിയോടുകൂടി അവിടെത്തന്നെ താമസിക്കുകയും ചെയ്തു. പണ്ടാരത്തിലേക്ക് ഉണ്ണിയുണ്ടായപ്പോഴേക്കും ജനങ്ങൾക്ക് ആ മനുഷ്യനെക്കുറിച്ചുള്ള വിശ്വാസവും ഭക്തിയും വളരെ വർദ്ധിക്കുകയും കൽപനകൾ കേൾക്കാനായി പലവിധത്തിലുള്ള സങ്കടക്കാർ മണ്ണടിക്കാവിൽച്ചെന്നു മുട്ടുപാടിരിക്കുകയും ആ മനുഷ്യൻ പറയുന്നതെല്ലാം ശരിയായിത്തീരുകയും ചെയ്യുകയാൽ പണ്ടാരത്തിലും പണിക്കരുംദേശക്കാരുംകൂടി അയാളെ ആ കാവിലെ കാമ്പിത്താനായി സ്ഥിരപ്പെടുത്തുകയും അയാൾക്ക് ചില സ്ഥാനമാനങ്ങളെല്ലാം നിശ്ചയിക്കുകയും തുള്ളുമ്പോൾ ഉപയോഗിക്കാനായി വാൾ, ശൂലം, അരമണി, ചിലമ്പ് മുതലായവ കൊടുക്കുകയും ചെയ്തു. മണ്ണടിക്കാവിലെ ആദ്യത്തെ കാമ്പിത്താൻ അയാളാണ്. അയാളുടെ വാക്കുകളും പ്രവൃത്തികളും അദ്ഭുതപ്പെടുത്തക്കവയായിരുന്നു. അയാൾ തുള്ളിപ്പറഞ്ഞിട്ടുള്ളവയിൽ ഒന്നു പോലും ഒക്കാതെയിരുന്നില്ല.

* ഉച്ചബലിയുടെ ക്രമങ്ങളും ചടങ്ങുകളും പിന്നാലെ വിവരിക്കാം.

ഈ കാമ്പിത്താന്റെ കാലത്തു കായംകുളത്തു രാജാവിനു സന്തതിയില്ലാതാവുകയും കൽപന കേൾക്കാനായി കായംകുളത്തു രാജാവ് അവിടെച്ചെല്ലുകയും കാമ്പിത്താൻ തുള്ളി, "എനിക്കു തരാമെന്നു നിശ്ചയിച്ചിട്ടുള്ളത് നിശ്ചിതകാലത്തു തരണം, വിശേഷാൽ ഒരു ഉച്ചബലി കൂടി നടത്തിക്കണം.ഉച്ചബലി കഴിച്ചാൽ ഒരു വത്സരം തികയുന്നതിനു മുമ്പു സന്തതിയുണ്ടാകും" എന്നു കൽപിച്ചു. സന്തതിയുണ്ടായാൽ ആ കുട്ടിയുടെ അന്നപ്രാശനം കഴിഞ്ഞാലുടനെ മണ്ണടിക്കാവിൽ കൊണ്ടുചെന്നു തൊഴീക്കയും രത്നഖചിതമായ ഒരു പൊൻമുടി നടയ്ക്കു വയ്ക്കുകയും ചെയ്യാമെന്നായിരുന്നു രാജാവ് നിശ്ചയിച്ചിരുന്നത്. ഈ സംഗതി മനസ്സിൽ വിചാരിച്ചതല്ലാതെ അവിടുന്ന് ആരോടും പറഞ്ഞിരുന്നില്ല. ഇതു കാമ്പിത്താൻ കൽപിച്ചുകേട്ടപ്പോൾ കായംകുളത്തു രാജാവ് ഏറ്റവും വിസ്മയിക്കുകയും കൽപനപോലെയെല്ലാം ചെയ്യാമെന്നു സമ്മതിക്കുകയും അധികം താമസിയാതെ ഉച്ചബലി നടത്തിക്കുകയും ഒരു കൊല്ലം കഴിയുന്നതിനുമുമ്പ് അവിടെ സന്തതിയുണ്ടാവുകയും ആ കുട്ടിയുടെ അന്നപ്രാശനം കഴിഞ്ഞയുടനെ ആ കുട്ടിയെ മണ്ണടിക്കാവിൽ കൊണ്ടുപോയി തൊഴീക്കുകയും അമൂല്യങ്ങളായ അനേകം രത്നങ്ങൾ പതിച്ച ഒരു പൊൻമുടി രാജാവു നടയ്ക്കു വയ്ക്കുകയും ചെയ്തു. മംഗലത്തു പണിക്കരുടെ കളരിയിൽവച്ചു സൂക്ഷിച്ചിരുന്നതും ഈ അടുത്ത കാലത്തു തസ്കരന്മാർ തട്ടിക്കൊണ്ടുപോയതുമായ പൊൻമുടി ഇതുതന്നെയാണത്രേ.

കായംകുളത്തു രാജാവു മനസ്സിൽ വിചാരിച്ച വഴിപാടുകാമ്പിത്താൻ തുള്ളി ചോദിച്ചു മേടിച്ചുവെന്നും മറ്റുള്ള വർത്തമാനം അന്നു മധുരയിൽ വാണിരുന്ന പാണ്ഡ്യരാജാവു കേട്ടിട്ട് സ്വർണ്ണത്തിലും വെള്ളിയിലുമായി രണ്ടു കൂട്ടം വാളും ചിലമ്പുമുണ്ടാക്കിച്ചുവയ്ക്കുകയും ഇതറിഞ്ഞ് കാമ്പിത്താൻ തുള്ളിക്കൽപിച്ച് ആളയയ്ക്കുകയാണെങ്കിൽ വെള്ളി കൊണ്ടുള്ള വാളും ചിലമ്പും കൊടുത്തയയ്ക്കുകയും കമ്പിത്താൻ തന്നെ വരുകയാണെങ്കിൽ സ്വർണ്ണംകൊണ്ടുള്ള വാളും ചിലമ്പും തന്നെ കൊടുത്തയയ്ക്കാമെന്നു മനസ്സിൽ വിചാരിക്കുകയും ചെയ്തു.

ഒരു ദിവസം എന്തോ ചില സംഗതികൾക്കു കൽപന കേൾക്കാനായി പണ്ടാരത്തിലും പണിക്കരും ദേശക്കാരും മണ്ണടിക്കടവിൽ കൂടുകയാൽ സന്ധ്യാസമയമായപ്പോൾ കാമ്പിത്താൻ തുള്ളുകയും തുള്ളി നടയിൽ വന്നയുടനെ "എനിക്ക് ഒരാൾ ചില സമ്മാനങ്ങൾ തരാൻ നിശ്ചയിച്ചിരിക്കുന്നു. ഞാൻ പോയി അതുവാങ്ങിക്കൊണ്ടു ക്ഷണത്തിൽ വരാം" എന്നു പറഞ്ഞിട്ട് അവിടെനിന്ന് ഓടിപ്പോവുകയും ചെയ്തു. എങ്ങോട്ടാണ് പോകുന്നതെന്നറിയാനായി ചിലർ കാമ്പിത്താന്റെ പിന്നാലെ ഓടി. കുറച്ചുദൂരം ചെന്നപ്പോൾ കാമ്പിത്താൻ അദൃശ്യനായിത്തീരുകയാൽ പിന്നാലെ ഓടിയവർ മടങ്ങിപ്പോന്നു. രാത്രി മൂന്നേ മുക്കാൽ നാഴികയായപ്പോൾ കാമ്പിത്താൻ മധുരയിൽ

പാണ്ഡ്യരാജാവിന്റെ അടുക്കലെത്തി. "എനിക്കു തരാനായി വച്ചിരിക്കുന്നതു വേഗത്തിൽ തരണം. താമസിക്കാനിടയില്ല" എന്നു പറഞ്ഞു. ആയുധങ്ങളും വേഷവും വാക്കും എല്ലാം കണ്ടുംകേട്ടും ഈ വന്നിരിക്കുന്നതു കാമ്പിത്താൻ തന്നെയാണെന്ന് നിശ്ചയിച്ചു. പാണ്ഡ്യരാജാവു വെള്ളികൊണ്ടുള്ള വാളും ചിലമ്പും കൊടുക്കാനായി എടുത്തുകൊണ്ടു ചെന്നു. അപ്പോൾ കാമ്പിത്താൻ, "ഇതല്ലല്ലോ എനിക്കു തരാമെന്നു വിചാരിച്ചിരുന്നത്. ഞാൻ ആളയയ്ക്കുകയായിരുന്നുവെങ്കിൽ ഇതു മതിയായിരുന്നു. ഇപ്പോൾ ഞാൻ തന്നെയാണല്ലോ വന്നിരിക്കുന്നത്. അതിനാൽ ആദ്യം വിചാരിച്ചതുതന്നെ തരണം. അല്ലെങ്കിൽ ഒന്നും വേണ്ടാ. താമസിയാതെ ഞാൻ ഒന്നിനു രണ്ടുവീതം എന്റെ സ്ഥലത്തു വരുത്തി വാങ്ങിക്കൊള്ളാം" എന്നു പറഞ്ഞു. ഇതുകേട്ട് പാണ്ഡ്യരാജാവ് ഭയാദ്ഭുതപരവശനായി അകത്തുപോയി സ്വർണ്ണം കൊണ്ടുള്ള വാളും ചിലമ്പും തന്നെ എടുത്തുകൊണ്ടുചെന്നു കൊടുക്കുകയും താൻ പ്രവർത്തിക്കാൻ ഭാവിച്ച തെറ്റിനു ക്ഷമായാചനം ചെയ്യുകയും ചെയ്തു. കാമ്പിത്താൻ ആ വാളും ചിലമ്പും വാങ്ങിക്കൊണ്ട് അപ്പോൾത്തന്നെ തിരികെപ്പോരുകയും, ഏഴര നാഴിക രാച്ചെന്നപ്പോഴേക്കും മണ്ണടിക്കാവിലെത്തുകയും അവിടെക്കൂടിയിരുന്നവർ ആവശ്യപ്പെട്ട കൽപനകൾ യഥോചിതം കൊടുക്കുകയും ചെയ്തു. അക്കാലം മുതൽ ആ കാമ്പിത്താനും പിന്നീടുണ്ടായ കാമ്പിത്താന്മാരും തുള്ളുന്ന സമയങ്ങളിൽ ഉപയോഗിച്ചിരുന്നതു പാണ്ഡ്യരാജാവു കൊടുത്ത ആ വാളും ചിലമ്പുമാണ്. ആ ഒന്നാമത്തെ കാമ്പിത്താൻ മരിച്ചതിന്റെശേഷം ആ വാളും ചിലമ്പും അവിടെ ക്ഷേത്രത്തിന്റെ തെക്കുവശത്തുള്ള നദിയിൽ വലിയ കയമായിട്ടുള്ള ഒരു സ്ഥലത്തു കൊണ്ടുചെന്നു നിക്ഷേപിക്കുകയും അവിടെ മുങ്ങി ആ വാളും ചിലമ്പും എടുത്തു കൊണ്ടുവരുന്ന ആളെയല്ലാതെ മേലാൽ കാമ്പിത്താനായി സ്വീകരിക്കയില്ലെന്നു നിശ്ചയിക്കുകയും ചെയ്തു. ഇപ്രകാരം ചെയ്തതു പണ്ടാരത്തിലും പണിക്കരും ദേശക്കാരും കൂടിയാലോചിച്ചിട്ടാണ്.വാളും ചിലമ്പുമിട്ട ആ സ്ഥലത്തിന്റെ പേര് 'പാറക്കടവ്' എന്നാണ് പറഞ്ഞുവരുന്നത്. അതിനിമ്നമായ ആ സ്ഥലത്തു മുങ്ങി അടിയിൽച്ചെല്ലുക എന്നുള്ളതു മനുഷ്യരാൽ സാദ്ധ്യമായിട്ടുള്ളതല്ല. വർഷക്കാലങ്ങളിൽ അവിടെ അതികഠിനമായ ഒഴുക്കുണ്ടായിരിക്കും. ഒഴുക്കില്ലാത്ത സമയങ്ങളിൽ അവിടെ വലിയ മുതലകളുണ്ടായിരിക്കുകയും പതിവാണ്. എങ്കിലും ഒന്നാമത്തെ കമ്പിത്താന്റെ കാലശേഷവും പാറക്കടവിൽ മുങ്ങി വാളും ചിലമ്പുമെടുത്തുകൊണ്ടുവരികയും കുടപ്പാറയുടെ മുകളിൽ കയറി നൃത്തം ചെയ്യുകയും കലഞ്ഞൂർ കാട്ടിൽനിന്നു കടുവാക്കുട്ടികളെ പിടിച്ചുകൊണ്ടു വരുകയും ചെയ്തവരായ രണ്ടോ മൂന്നോ കാമ്പിത്താന്മാർ അവിടെ ഉണ്ടായിത്തീർന്നിരുന്നു. അവരുടെ ഓരോരുത്തരുടെയും കാലശേഷം ആ വാളും ചിലമ്പും ആ കയത്തിലിടുകതന്നെയാണ്

ചെയ്തിരുന്നത്. ഇപ്പോൾ വളരെക്കാലമായി അവിടെ കാമ്പിത്താനുണ്ടാകാതെയിരിക്കുന്നതുകൊണ്ട് ആ വാളും ചിലമ്പും ആ കയത്തിൽ തന്നെ കിടക്കുകയാണ്.

ഒന്നാമത്തെ കാമ്പിത്താന്റെ കാലശേഷമുണ്ടായ കാമ്പിത്താന്മാരുടെ ദിവ്യത്വം സംബന്ധിച്ചും അനേകം ഐതിഹ്യങ്ങളുണ്ട്. അവയിൽ ചിലതു മാത്രം താഴെപ്പറഞ്ഞുകൊള്ളുന്നു.

ഒരിക്കൽ ഒരു നമ്പൂരി ഭദ്രോൽപത്തി പതിവായി വായിക്കണമെന്ന് നിശ്ചയിച്ച് എവിടെനിന്നോ ഒരു ഗ്രന്ഥം സമ്പാദിച്ചു. ഭദ്രോൽപത്തി ഗ്രന്ഥം എഴുതി സമ്പാദിച്ചിട്ടുള്ളവർ ചുരുക്കവും അച്ചടിച്ചിട്ടില്ലാത്തതുമാകയാൽ ദേവീമാഹാത്മ്യവും മറ്റുംപോലെ അത്ര സുലഭമല്ല. അതിനാൽ ആ നമ്പൂരി ആ ഒരു ഗ്രന്ഥം സമ്പാദിച്ചതു വളരെ പ്രയാസപ്പെട്ടാണ്. അദ്ദേഹം ആ ഗ്രന്ഥം അഴിച്ചുനോക്കിയപ്പോൾ അതിൽ ഒരു ഭാഗത്തു മൂന്നക്ഷരങ്ങൾ പൊടിഞ്ഞുപോയിരിക്കുന്നതായിക്കണ്ടു. ആ അക്ഷരങ്ങൾകൂടിയില്ലാതെ പാരായണം ശരിയായി നടത്താൻ നിവൃത്തിയില്ലല്ലോ. അതിനാൽ അദ്ദേഹം ഇതിനെക്കുറിച്ച് പല വിദ്വാന്മാരോടും ചോദിച്ചു. അവർ ഓരോരുത്തരും ഓരോവിധം മാറിമാറിപ്പറഞ്ഞു. വിദ്വാന്മാരുടെ അഭിപ്രായം ഭിന്നിച്ചു വരുകയാൽ നമ്പൂരി വേറെ പല ഗ്രന്ഥങ്ങളിൽ നോക്കി. ഓരോ ഗ്രന്ഥത്തിലും ഈ അക്ഷരങ്ങൾ മാറി മാറിത്തന്നെ കണ്ടു. ഒന്നിൽ കണ്ടതുപോലെ മറ്റൊന്നിൽക്കൂടെക്കാൺമാൻ സാധിച്ചില്ല. ആകപ്പാടെ നമ്പൂരി വിഷമിച്ചു. പിന്നെ അദ്ദേഹം ഭദ്രകാളീ ക്ഷേത്രങ്ങളിലുള്ള വെളിച്ചപ്പാടന്മാർക്കു ഭഗവതിയുടെ അധിവാസമുണ്ടാക്കാകുന്ന സമയം അവരോടു ചോദിച്ചാൽ ഇതിന്റെ വാസ്തവമറിയാമെന്ന് വിചാരിച്ച് അതിനായി ശ്രമിച്ചുതുടങ്ങി. അദ്ദേഹം ഇതിനായി മലയാളത്തിലുള്ള പല ഭദ്രകാളീ ക്ഷേത്രങ്ങളിൽപ്പോയി. ഓരോ സ്ഥലത്തും ചെല്ലുമ്പോൾ എന്തിനായിട്ടാണ് ചെന്നതെന്ന് ആരെങ്കിലും ചോദിച്ചാൽ "ഒരു കൽപന കേൾക്കാനാണ്" എന്നു മാത്രമല്ലാതെ അദ്ദേഹം വാസ്തവമാരോടും പറഞ്ഞില്ല. കാര്യമെന്താണെന്ന് ആരെങ്കിലും ചോദിച്ചാൽ "അതു ഭഗവതിക്കറിയാം" എന്നു മാത്രമാണ് അദ്ദേഹം മറുപടി പറഞ്ഞത്.

നമ്പൂരി കൽപന കേൾക്കുന്നതിനായിച്ചെന്ന ക്ഷേത്രങ്ങളിലെല്ലാം വെളിച്ചപ്പാടന്മാർ തുള്ളിച്ചെല്ലുമ്പോൾ "എന്താണ് എന്റെ ഉണ്ണിക്കു സങ്കടം? എന്താണ് അറിയേണ്ടത്?" എന്നു ചോദിക്കുകയും "എനിക്ക് അറിയിക്കാനും അറിയാനുമുള്ള കാര്യം ഗോപ്യമായിട്ടുള്ളതാണ്. അത് മറ്റാരും കേൾക്കാനും അറിയാനും പാടില്ല" എന്നു നമ്പൂരി പറയുകയും അപ്പോൾ അടുത്തുചെന്നു ചെവിയിൽ സ്വകാര്യമായി പറഞ്ഞുകൊള്ളുന്നതിന് വെളിച്ചപ്പാടനുവദിക്കുകയും നമ്പൂരി അടുത്തുചെന്ന് വെളിച്ചപ്പാടിന്റെ ചെവിയിൽ സ്വകാര്യമായി "ഇപ്പോൾ വരട്ടുവാഴയ്ക്കായ്ക്ക് എന്തു വിലയുണ്ട്" എന്നു ചോദിക്കുകയും ഇതുകേട്ടു ചില

വെളിച്ചപ്പാടന്മാർ ലജ്ജിച്ച് ഒന്നും മിണ്ടാതെ പിന്മാറുകയും ചിലർ കോപിച്ച്, "അഹാ! എന്നെ പരീക്ഷിക്കാനായിട്ടു വന്നിരിക്കയാണ്, അല്ലേ? ആട്ടെ, ഇതിന്റെ ഫലം ഞാൻ കാണിച്ചുതരാം" എന്നും മറ്റും പറയുകയും ചെയ്തുകൊണ്ടിരുന്നു. വെളിച്ചപ്പാടന്മാരുടെ ദേഷ്യപ്പെടലും മറ്റും നമ്പൂരി അല്പംപോലും വകവയ്ക്കാറില്ല. 'വാസ്തവമായി ഭഗവതിയുടെ അധിവാസമുണ്ടായിട്ടു തുള്ളുകയാണെങ്കിൽ വെളിച്ചപ്പാടന്മാർ കാര്യമെന്താണെന്നു ചോദിക്കുകയില്ലല്ലോ; ആരും പറയാതെ തന്നെ ഭഗവതിക്ക് എല്ലാമറിയുമല്ലോ' എന്നായിരുന്നു നമ്പൂരിയുടെ വിചാരം. കള്ളത്തുള്ളലു തുള്ളുന്ന വെളിച്ചപ്പാടന്മാരെക്കുറിച്ചുള്ള പുച്ഛം കൊണ്ടാണ് അദ്ദേഹം വരട്ടുവാഴയ്ക്കായുടെ വില ചോദിച്ചിരുന്നതെന്നുള്ളതു വിശേഷിച്ചു പറയണമെന്നില്ലല്ലോ.

ഇങ്ങനെ ആ നമ്പൂരി ഭദ്രകാളീക്ഷേത്രങ്ങളിൽ പോവുകയും കല്പന കേൾക്കുകയും കാര്യം സാധിക്കായ്കയാൽ ഇച്ഛാഭംഗത്തോടുകൂടി പിരിയുകയും ചെയ്തതിന്റെശേഷം ഒടുവിൽ മണ്ണടിക്കാവിൽ ചെന്നു ചേർന്നു. അവിടെ കാമ്പിത്താൻ അധിവാസമുണ്ടായി തുള്ളിക്കൊണ്ടുനിന്ന സമയത്താണ് നമ്പൂരി ചെന്നു ചേർന്നത്. അദ്ദേഹം അവിടെ ചെന്നയുടനെ കാമ്പിത്താൻ അദ്ദേഹത്തെ അടുക്കൽ വിളിച്ച് "എന്താ, വരട്ടുവാഴയ്ക്കായുടെ വിലയറിയണം. അല്ലേ? പല സ്ഥലങ്ങളിൽ പോയിട്ടും അത് അറിയാൻ കഴിഞ്ഞില്ലല്ലോ. ആട്ടെ അതു ഞാൻ പറഞ്ഞുതരാം" എന്നു പറഞ്ഞിട്ടു കൈയിലുണ്ടായിരുന്ന വാളിന്റെ അഗ്രം കൊണ്ടു മൂന്നക്ഷരങ്ങൾ നിലത്തു എഴുതിക്കാണിച്ചു കൊടുക്കുകയും, "എന്താ മനസ്സിലായോ? ഇപ്പോൾ ശരിയായില്ലേ?" എന്നു ചോദിക്കുകയും ചെയ്തു. നമ്പൂരി ആ അക്ഷരങ്ങൾ നോക്കി ധരിച്ചതിന്റെശേഷം ഭക്ത്യാദരസമേതം കാമ്പിത്താന്റെ കാല്ക്കൽ വീണു നമസ്കരിക്കുകയും "ഭഗവതിയുടെ കൃപകൊണ്ട് ഇപ്പോൾ എന്റെ ആഗ്രഹം സാധിച്ചു. ഈ ഭക്തനിൽ എന്നും കരുണയുണ്ടായിരിക്കണം" എന്നു പറയുകയും കുളിച്ചുതൊഴുത് ക്ഷേത്രത്തിൽ അനേകം വഴിപാടുകൾ നടത്തുകയും ചെയ്തു. കാമ്പിത്താൻ എഴുതിക്കാണിച്ച അക്ഷരങ്ങൾ ശ്ലോകത്തിന്റെ വൃത്തത്തിനും അർഥത്തിനും യോജിച്ചവയായിരുന്നതിനാൽ നമ്പൂരി അവകൂടി തന്റെ ഗ്രന്ഥത്തിൽ ചേർത്തെഴുതിക്കൊണ്ടു സ്വദേശത്തെത്തി പതിവായി ഭദ്രോൽപത്തി പാരായണം ചെയ്തുകൊണ്ടിരുന്നു.

മുമ്പുണ്ടായിരുന്ന കാമ്പിത്താൻ കഴിഞ്ഞുപോയതിന്റെശേഷം കാമ്പിത്താനുണ്ടാകാതെയും ഒരു കാമ്പിത്താനുണ്ടായാൽക്കൊള്ളാമെന്ന് ജനങ്ങൾ ആഗ്രഹിച്ചുകൊണ്ടുമിരുന്ന കാലത്ത് ഒരിക്കൽ ഒരു നായർ എവിടെനിന്നോ ഒരു ചുമട് ഉപ്പുമായി മണ്ണടിക്കാവിന്റെ കിഴക്കെ നടയിൽ വന്നുചേർന്നു. അയാൾ അവിടെ ഒരു മരത്തണലിൽ ചുമടിറക്കി വച്ചു ക്ഷീണം തീർക്കാനായി ഇരുന്നു. കുറച്ചു സമയം കഴിഞ്ഞപ്പോൾ

അയാളുടെ വിധമൊക്കെ മാറി. അയാൾ തുള്ളിച്ചാടിയെണീറ്റ് അത്യുച്ചത്തിൽ ഒന്നട്ടഹസിച്ചു. ആ അട്ടഹാസം കേട്ട് സമീപസ്ഥന്മാരായ ജനങ്ങളെല്ലാവരും അവിടെക്കൂടി. അപ്പോൾ ആ മനുഷ്യൻ, "കാമ്പിത്താനാണ്, അടുത്ത വെള്ളിയാഴ്ച ജനങ്ങളെല്ലാവരും കുടപ്പാറയുടെ സമീപത്തു വരണം. അപ്പോൾ എന്നെ അവിടെക്കാണാം" എന്നു പറഞ്ഞിട്ടു പാറക്കടവിൽച്ചെന്നു ചാടി വെള്ളത്തിൽത്താഴുകയും ചെയ്തു.

അടുത്ത വെള്ളിയാഴ്ച ജനങ്ങൾ കുടപ്പാറയുടെ സമീപത്തുചെന്നപ്പോൾ ആ മനുഷ്യൻ കുടപ്പാറയുടെ മുകളിൽ നില്ക്കുന്നതായി എല്ലാവരും കണ്ടു. പാണ്ഡ്യരാജാവു സ്വർണ്ണംകൊണ്ടു പണിയിച്ച് ഇതിനു മുമ്പിലത്തെ കാമ്പിത്താനു കൊടുത്തതും ആ കാമ്പിത്താന്റെ കാലശേഷം പാറക്കടവിൽ നിക്ഷേപിച്ചിരുന്നതുമായ വാളും ചിലമ്പും ഇളക്കിപ്പിടിച്ചുകൊണ്ടാണ് ആ മനുഷ്യൻ അവിടെ നിന്നിരുന്നത്. ജനങ്ങളെക്കണ്ടയുടനെ അയാൾ താഴെയിറങ്ങി നാലഞ്ചു കടുവാക്കുട്ടികളെയും പിടിച്ചുകൊണ്ട് ജനങ്ങളുടെ അടുക്കലെത്തി. അവിടെനിന്ന് എല്ലാവരും കൂടി മണ്ണടിക്കാവിലെത്തി. അപ്പോൾ വാക്കുവഞ്ഞിപ്പുഴപ്പണ്ടാരത്തിലും മംഗലത്തുപണിക്കരും ദേശക്കാരും അവിടെക്കൂടുകയും ആ കാമ്പിത്താനെ വിശ്വാസപൂർവ്വം ബഹുമാനിച്ചു സ്വീകരിക്കുകയും ചെയ്തു. ആ കാമ്പിത്താനും അനേകം അദ്ഭുതകർമ്മങ്ങൾ ചെയ്തിട്ടുണ്ട്.

ഒരിക്കൽ ഈ കാമ്പിത്താൻ തുള്ളി. പാറക്കടവിൽ വെള്ളത്തിനിടയിൽ ഒരു ഭഗവതി ഇരിക്കുന്നുണ്ടെന്നും അവിടെ ഒരു പൂജ കഴിക്കേണ്ടിയിരിക്കുന്നുവെന്നും പറഞ്ഞു. കുറെ ഉണക്കലരിയും പൂവും പൂജാപാത്രങ്ങളും തീയും വിറകും ചന്ദനവും ഉപസ്തരണവും മറ്റുമെടുത്തുകൊണ്ടു പാറക്കടവിൽച്ചെന്നു വെള്ളത്തിൽച്ചാടി മുങ്ങുകയും നാലഞ്ചു നാഴിക കഴിഞ്ഞപ്പോൾ ചൂടാറാത്ത ചോറുംപൂജാപാത്രങ്ങളും എടുത്തുകൊണ്ട് വെള്ളത്തിൽനിന്നു കയറിവരുകയും ഇതുകണ്ട ജനങ്ങൾ ഏറ്റവും വിസ്മയിക്കുകയും ചെയ്തു.

ഒരിക്കൽ തിരുവനന്തപുരത്തു പത്മനാഭസ്വാമിക്ഷേത്രത്തിൽനിന്ന് ഏറ്റവും വിലയേറിയ ചില തിരുവാഭരണങ്ങൾ തസ്കരന്മാർ തട്ടിക്കൊണ്ടുപോവുകയും പലവിധത്തിൽ അന്വേഷണങ്ങൾ നടത്തീട്ടും യാതൊരു തുമ്പുമുണ്ടാകാതെ വരികയും ചെയ്യുകയാൽ അന്നു നാടുവാണിരുന്ന മഹാരാജാവു തിരുമനസ്സുകൊണ്ടു ഭഗവതിയുടെ കൽപന കേൾക്കുന്നതിനായി മണ്ണടിക്കാവിലേക്കു കൽപിച്ചാളയച്ചു. തിരുമനസ്സിലെ ആളുകൾ മണ്ണടിക്കാവിൽ വന്ന സമയം ഈ കാമ്പിത്താൻ തുള്ളി. കളവുപോയ സാധനങ്ങൾ ഇന്നിടത്ത് ഇന്നാരുടെ അറയിൽ ഒരു പെട്ടിക്കകത്തിരിപ്പുണ്ടെന്നും മോഷ്ടിച്ചത് ഇന്നാരാണെന്നും സ്പഷ്ടമായി പറഞ്ഞു. അതനുസരിച്ച് അന്വേഷണം നടത്തിയപ്പോൾ സാധനങ്ങളെല്ലാം കണ്ടുകിട്ടുകയും മോഷ്ടാവു കുറ്റം സമ്മതിക്കുകയും അവനെ യഥാന്യായം ശിക്ഷിക്കുകയും ചെയ്തു. ഈ മോഷണം

തെളിയിച്ചു കൊടുത്തതിലേക്കായി തിരുമനസ്സുകൊണ്ട് 'പട്ടാഴി' എന്ന ദേശം കരമൊഴിവായി ആ കാമ്പിത്താന്റെ പേരിൽ കൽപിച്ചു പതിച്ചു കൊടുത്തു. അതിനാൽ അക്കാലംമുതൽ ആ ദേശത്തുള്ള നിലം പുരയിടങ്ങൾക്കെല്ലാം കാമ്പിത്താൻ കുടിയാന്മാർക്ക് ആധാരങ്ങൾ എഴുതിക്കൊടുക്കുകയും പാട്ടംപിരിക്കുകയും ചെയ്തുതുടങ്ങി. അവിടെയുണ്ടായിരുന്ന ഭദ്രകാളിക്ഷേത്രം ജീർണ്ണോദ്ധാരണം ചെയ്യിച്ച് കലശം കഴിപ്പിക്കലും കാമ്പിത്താൻതന്നെ നടത്തി. ദേവസ്വം കാര്യങ്ങളെല്ലാം അന്വേഷിച്ചു നടത്തിവരുന്നതും കാമ്പിത്താൻതന്നെ.

കാമ്പിത്താനെക്കുറിച്ചു ജനങ്ങൾക്കു വിശ്വാസവും ഭക്തിയും ബഹുമാനവും ക്രമേണ വർധിച്ചുവരികയാൽ അവിടെ കാമ്പിത്താനും സാമാന്യത്തിലധികം പ്രാബല്യവും സിദ്ധിച്ചു. അതിനാൽ മണ്ണടിക്കാവിൽ വഴിപാടായും നടവരവായുമുണ്ടാകുന്ന മുതലുകളെല്ലാം കാമ്പിത്താൻ തന്നെ എടുത്തുതുടങ്ങി. അപ്പോൾ മംഗലത്തുപണിക്കർക്ക് ആദായം കുറഞ്ഞു തുടങ്ങുകയും തന്നിമിത്തം പണിക്കരും കമ്പിത്താനുമായി വഴക്കും ശണ്ഠയും കലശലായിത്തീരുകയും ചെയ്തു. അപ്പോൾ ദേശക്കാരും മറ്റും കൂടിപ്പറഞ്ഞ് ആ ശണ്ഠ ശമിപ്പിച്ച് അവരെ രാജിപ്പെടുത്തുകയും "കയ്യിൽ കിട്ടുന്നതു കാമ്പിത്താനും നടയ്ക്കു വരുന്നതു പണിക്കരും എടുത്തുകൊള്ളുക" എന്നൊരു വ്യവസ്ഥ നിശ്ചയിക്കുകയും ചെയ്തു. അപ്പോൾ ആരുമൊന്നും നടയ്ക്കു വയ്ക്കാതെ എല്ലാം കാമ്പിത്താന്റെ കൈയിൽക്കൊടുത്തു തുടങ്ങി. ദേവസ്വം സംബന്ധിച്ച് ഒന്നും കിട്ടാതെയായപ്പോൾ പിന്നേയും പണിക്കർക്കു കാമ്പിത്താനോട് വൈരം വർദ്ധിച്ചു. എങ്കിലും കാമ്പിത്താനു സകല ജനങ്ങളുടെയും സഹായവും മഹാരാജാവു തിരുമനസ്സിലെ കാരുണ്യവും വേണ്ടുംവണ്ണമുണ്ടായിരുന്നതിനാൽ ജയം കിട്ടുന്ന കാര്യം അസാധ്യമാണെന്നു വിചാരിച്ചു പണിക്കർ വ്യവഹാരത്തിനും മറ്റും പോയില്ല. ചില ദുർമ്മന്ത്രവാദികളെക്കൊണ്ട് പണിക്കർ ആഭിചാരം ചെയ്യിച്ചു (*വിഷംകൊടുത്താണെന്നും ചിലർ പറയുന്നുണ്ട്*) കാമ്പിത്താനെക്കൊല്ലിച്ചു. അതിനാൽ മണ്ണടിക്കാവു ദേവസ്വം പിന്നെയും യഥാപൂർവ്വം മംഗലത്തു പണിക്കരുടെ കൈവശംതന്നെയായിത്തീർന്നു. അതിൽപ്പിന്നെ ഇതുവരെ അവിടെ കാമ്പിത്താനുണ്ടായിട്ടില്ലാത്തതിനാൽ ഇപ്പോഴും ആ ദേവസ്വം നിർബാധം പണിക്കരുടെ കൈവശം തന്നെയായിരിക്കുന്നു.

ഒരു കാമ്പിത്താൻ മരിച്ചാൽ അയാളുടെ ശവസംസ്കാരവും ഉദകക്രിയ മുതലായവയും ചെയ്യേണ്ടതു പിന്നെയുണ്ടാകുന്ന കാമ്പിത്താനാണ്. പ്രസ്തുത കാമ്പിത്താന്റെ കാലശേഷം ഇതുവരെ കാമ്പിത്താനുണ്ടായിട്ടില്ലാത്തതിനാൽ ഈ ഒടുവിൽ കഴിഞ്ഞ കാമ്പിത്താന്റെ ശവസംസ്കാരവും ശേഷക്രിയകളും ഇതുവരെ നടന്നിട്ടില്ല. അയാളുടെ

മൃതദേഹം ഒരു പെട്ടിയിലാക്കി ഉപ്പും കർപ്പൂരവുമിട്ടു സ്ഥാപിച്ചിരിക്കയാണ്. വാളും ചിലമ്പും പാറക്കടവിലും നിക്ഷേപിച്ചിരിക്കുന്നു.

കാമ്പിത്താൻ മരിച്ചതിന്റെശേഷം പട്ടാഴിദേശവും ദേവസ്വവും തിരുവിതാംകൂർ ഗവർമ്മേന്റിൽ ചേർക്കുകയും ചെയ്തു. എന്നാൽ ഇനിയൊരു കാമ്പിത്താനുണ്ടായാൽ അപ്പോൾ വിട്ടുകൊടുക്കുവാൻ തക്കവണ്ണമല്ലാതെ പൂർണ്ണമായി സർക്കാരിൽ ചേർത്തിട്ടില്ല.

ഇനി ഉച്ചബലിയെ സംബന്ധിച്ചാണ് സ്വൽപം പറയാനുള്ളത്. അതു താഴെ പ്രസ്താവിച്ചുകൊള്ളുന്നു.

പട്ടാഴിയിലുള്ള ഭദ്രകാളിക്ഷേത്രത്തിൽ പണ്ടേതന്നെ ഒരു മുടി ഇരിക്കുന്നുണ്ടായിരുന്നു. അതു ഭദ്രകാളിയുടെ മുടിയാണെങ്കിലും അവിടെ ബിംബത്തിൽ ചാർത്തുക പതിവില്ല. സ്വർണ്ണമയമായ ആ മുടി ക്ഷേത്രത്തിനകത്തുതന്നെ പ്രത്യേകമായൊരു സ്ഥലത്തുവച്ചു പതിവായി പൂജിച്ചിരുന്നു. മുടിവച്ചു പൂജിച്ചിരുന്ന സ്ഥലത്തിന് 'മുടിപ്പുര' എന്നാണ് പറഞ്ഞുവരുന്നത്. ആ മുടിപ്പുര എങ്ങനെയോ മണ്ണടിക്കാവിൽച്ചെന്നു ചേരുകയും മംഗലത്തു പണിക്കർ കൈവശപ്പെടുത്തുകയും പണിക്കർ അയാളുടെ വീട്ടുമുറ്റത്തുതന്നെ ഒരു മുടിപ്പുര പണിയിച്ച് മുടി അവിടെവച്ച് അയാൾതന്നെ പൂജ തുടങ്ങുകയും ചെയ്തു.

പണിക്കരും കാമ്പിത്താനുമായി രസമില്ലാതെയാവുകയും മണ്ണടിക്കാവുകാമ്പിത്താന്റെ കൈവശത്തിലാവുകയും ചെയ്തപ്പോൾ പണിക്കർ അയാളുടെ ഗൃഹത്തിനു സമീപം ഒരു ക്ഷേത്രം പണിയിച്ച് അവിടെ ഒരു ഭഗവതിയെ പ്രതിഷ്ഠിക്കുകയും ആ ഭഗവതിക്കു പണിക്കർതന്നെ പൂജ നടത്തിത്തുടങ്ങുകയും ചെയ്തു. ആ ക്ഷേത്രത്തിനു 'പുതിയ കാവ്' എന്നും 'പടിഞ്ഞാറെ നട' എന്നും പേരു സിദ്ധിച്ചു. പുതിയതായി ഉണ്ടായതുകൊണ്ടും മണ്ണടിക്കാവിന്റെ പടിഞ്ഞാറുവശത്തായതുകൊണ്ടും ഈ പേരുകളുണ്ടായതാണ്. പുതിയകാവിലും മുടിപ്പുരയിലും നിവേദ്യം മലർ മാത്രമാണ് പതിവ്.

ഇദംപ്രഥമമായി ഉച്ചബലിയടിയന്തിരം നിശ്ചയിച്ച കാലത്ത് പണിക്കർ ഒരു ദാരുക(*ചിലർ ദാരികനെന്നും പറയും*)ന്റെ മുടികൂടിപ്പണിയിച്ചു മുടിപ്പുരയിൽവച്ചു.

കുംഭമാസം ഒന്നാംതീയതി മംഗലത്തു പണിക്കരും ദേശക്കാരും കിഴക്കേനടയിൽ കൂടിയാണ് ഉച്ചബലിയുടെ ദിവസം നിശ്ചയിച്ചിരുന്നത്. കുംഭമാസം 15-ാംതീയതി കഴിഞ്ഞുവരുന്ന വെള്ളിയാഴ്ചയോ ചൊവ്വാഴ്ചയോ വേണമെന്നല്ലാതെ ഉച്ചബലി ഇന്ന ദിവസം വേണമെന്നില്ല. ഉച്ചബലിയുടെ പത്തുദിവസം മുമ്പേ കൊടിയേറ്റും പിന്നെ പത്തുദിവസത്തെ ഉത്സവവുമുണ്ട്. കൊടിയേറിയാൽ പത്തു ദിവസത്തേക്കു മംഗലത്തു പണിക്കർ ശരീരശുദ്ധത്തോടുകൂടി വ്രതമായിട്ടിരിക്കണം.

ഉച്ചബലിനാൾ ഏഴരനാഴികപ്പകലാവുന്ന സമയം മൂത്തപണിക്കർ വാദ്യഘോഷങ്ങളോടും ദേശക്കാരുടെ അകമ്പടിയോടും കൂടി ഭദ്രകാളിയുടെ മുടിയെടുത്ത് എഴുന്നള്ളിച്ചുകൊണ്ടു വാക്കുവഞ്ചിപ്പുഴമഠത്തിൽ ച്ചെല്ലണം. അവിടെനിന്നു മേൽപ്രകാരം ആഘോഷങ്ങളോടുകൂടിത്തന്നെ മുടിയെഴുന്നള്ളിച്ചുകൊണ്ട് ഊരുവലത്തായി (*ദേശപ്രദക്ഷിണമായി*)കിഴക്കേ നടയിൽ വന്നുചേരണം. ഏഴര നാഴിക രാത്രിയാകുമ്പോൾ ഇളയപണിക്കർ ദാരുകന്റെ മുടിയുമെടുത്തുകൊണ്ട് അവിടെ എത്തണം. അവിടെവച്ചു മൂത്തപണിക്കരും ഇളയപണിക്കരുംകൂടി, ഭദ്രകാളിയും ദാരുകനുംകൂടി പണ്ടുണ്ടായവിധം ഒരു യുദ്ധം അഭിനയിക്കണം. അതുകഴിഞ്ഞാൽ മുടികൾ രണ്ടും പണിക്കരുടെ വീട്ടിലേക്ക് എഴുന്നള്ളിക്കുകയും മുടിപ്പുരയിൽ കൊണ്ടുചെന്ന് യഥാപൂർവ്വം വയ്ക്കുകയും ചെയ്യണം. ഇത്രയുമാണ് ഉച്ചബലിയുടെ ചടങ്ങുകൾ. ഇതിനു 'മുടിയെടുപ്പ്' എന്നും പറയാറുണ്ട്.

പണ്ടൊരിക്കൽ ഒരുച്ചബലിക്കു മൂത്ത പണിക്കരും ഇളയപണിക്കരുംകൂടി യുദ്ധമഭിനയിച്ച സമയം മൂത്തപണിക്കർക്കു കലികൊള്ളുകയും യുദ്ധം അഭിനയംവിട്ടു വാസ്തവയുദ്ധമായിത്തീരുകയും ദാരുകനായ ഇളയപണിക്കർക്കു നേരിട്ടു നില്ക്കാൻ നിവൃത്തിയില്ലാതെയാവുകയാൽ അയാൾ ഓടുകയും ഭദ്രകാളിയായ മൂത്തപണിക്കർ പിന്നാലെ എത്തുകയും ഗത്യന്തരമില്ലെന്നായപ്പോൾ ഇളയപണിക്കർ ഒരു കിണറ്റിൽ ചാടുകയും മൂത്ത പണിക്കർ കൂടെ ചാടുകയും കുറച്ചു കഴിഞ്ഞപ്പോൾ മൂത്ത പണിക്കർ ഇളയ പണിക്കരുടെ തലയും ദാരുകന്റെ മുടിയുംകൊണ്ടു കരയ്ക്കു കയറിവരികയും ആ ഉച്ചബലി അങ്ങനെ അവസാനിക്കുകയും ചെയ്തു.

ഇളയപണിക്കർ കഴിഞ്ഞിട്ടു പിന്നെ അവരുടെ കുടുംബത്തിൽ പുരുഷനായിട്ടു മൂത്തപണിക്കർ മാത്രമേ ഉണ്ടായിരുന്നുള്ളൂ. അതിനാൽ പണിക്കരുടെ തറവാട്ടിൽ പ്രായം തികഞ്ഞ രണ്ടു പുരുഷന്മാരുണ്ടാകുന്ന കാലത്ത് അവർ മുടിയെഴുന്നള്ളിച്ചാൽ മതിയെന്നും അതുവരെ കണിയാന്മാരെക്കൊണ്ട് ഉച്ചബലി നടത്തിയാൽ മതിയെന്നും തീർച്ചപ്പെടുത്തി. അതിൽപ്പിന്നെ ഇതുവരെ മംഗലത്തു പണിക്കരുടെ തറവാട്ടിൽ പ്രായം തികഞ്ഞ രണ്ടു പുരുഷന്മാർ ഒരു കാലത്തുമുണ്ടായിട്ടില്ല. ഇളമുറക്കാരനു പുരുഷപ്രായമാകുന്നതിനുമുമ്പു മൂത്ത പണിക്കർ മരിക്കും. അങ്ങനെയാണ് ഇപ്പോഴും അവിടെ കണ്ടുവരുന്നത്.

ഇളയപണിക്കരുടെ കാലശേഷം ഉച്ചബലിയടിയന്തിരം ദേശാവകാശികളായ കണിയാന്മാരെക്കൊണ്ടു നടത്തിച്ചുകൊണ്ടിരുന്നു. അങ്ങനെ കുറച്ചുകാലം കഴിഞ്ഞപ്പോൾ ഒരുച്ചബലി ദിവസം കാളിയും ദാരുകനുംകൂടി യുദ്ധമഭിനയിച്ചുകൊണ്ടുനിന്ന സമയം ആ സ്ഥലത്തു ജനങ്ങളുടെ തിക്കുംതിരക്കുംകൊണ്ടു കണിയാന്മാർക്കു നില്ക്കാൻ

നിവൃത്തിയില്ലാതെയായി. മറിഞ്ഞുവീണു കൈയുംകാലുമൊടിയുകയോ ഏറ്റവും വിലയേറിയ മുടികൾക്കു വല്ലതും കേടുപറ്റുകയോ ചെയ്തുവെങ്കിലോ എന്നു ഭയപ്പെട്ടു കണിയാന്മാർ മുടികൾ അടുത്തു നിന്നിരുന്ന ഈഴവരുടെ കൈയിലേക്കു കൊടുത്തു. ഈഴവർ ആ മുടികൾ മടക്കിക്കൊടുക്കാതെ കൊണ്ടുപോവുകയും ഒരു മുടിപ്പുര പണിയിച്ച് അവിടെവച്ച് അവർതന്നെ സൂക്ഷിച്ചുകൊണ്ടിരിക്കുകയും ചെയ്തു. അക്കാലം മുതൽ രണ്ടുകൊല്ലം മുമ്പ് (*1097-ാമാണ്ട്*)വരെ ഉച്ചബലിയടിയന്തിരം നടത്തിവന്നത് ഈഴവരാണ്. 1097-ാമാണ്ട് ഈഴവർ അവർക്കുകൂടിക്ഷേത്രപ്രവേശനമനുവദിക്കണമെന്ന് ആവശ്യപ്പെടുകയും മംഗലത്തു പണിക്കരും ദേശക്കാരും അതിനനുവദിക്കായ്കയാൽ ഈഴവർ പിണങ്ങി അവർക്ക് ഉച്ചബലി നടത്താൻ കഴിയില്ലെന്നു പറഞ്ഞ് മുടികൾ മംഗലത്തു പണിക്കരെ ഏല്പിച്ചു കൊടുക്കുകയും ചെയ്തു. അക്കാലം മുതൽ വീണ്ടും കണിയാന്മാരെക്കൊണ്ട് ഉച്ചബലി നടത്തിച്ചു തുടങ്ങി. ഇപ്പോൾ അതു നടത്തുന്നതു കണിയാന്മാർ തന്നെയാണ്. മുടികൾവച്ചു സൂക്ഷിക്കുന്നതു മംഗലത്തു പണിക്കർതന്നെ.

ഉച്ചബലി സംബന്ധിച്ചു യുദ്ധമഭിനയിക്കുന്ന സ്ഥലത്തിന് 'ഊട്ടുകളം' എന്നാണ് പേർ പറഞ്ഞുവരുന്നത്. ദാരുകനായ ഇളയപണിക്കർ ചാടിയ കിണറ്റിലെ വെള്ളം ഇപ്പോഴും രക്തവർണ്ണമായിത്തന്നെ കിടക്കുന്നു. അതു ക്ഷേത്രത്തിന്റെ വടക്കുവശത്താണ്. ആ സ്ഥലത്തിനു 'ഭഗവതിമഠം' എന്നും പേർ പറഞ്ഞുവരുന്നു.

മണ്ണടിക്കാവിൽ ഇപ്പോൾ കാമ്പിത്താനില്ലെങ്കിലും ഭഗവതിയുടെ ശക്തിക്ക് അവിടെ ഇപ്പോഴും യാതൊരു കുറവും വന്നിട്ടില്ല. പതിവായി ഉത്സവവും ഉച്ചബലിയുംനടന്നുവരുന്നു. കാലഭേദംകൊണ്ടു ജനങ്ങൾക്കു ഭക്തികുറഞ്ഞു പോവുകയാൽ പണ്ടത്തെപ്പോലെ ആരും ഭഗവതിയെ ആദരിക്കുകയും ആചരിക്കുകയും ചെയ്യുന്നില്ലെന്നു മാത്രമേ അവിടെയൊരു ദോഷം വന്നിട്ടുള്ളൂ.

സ്വയംഭൂവായ ബിംബത്തിന്മേൽ അരിവാൾ തേച്ചു പുലക്കള്ളി രക്തം കണ്ട സമയം മണ്ണുവാരി അടിച്ചതിനാലാണ് ആ സ്ഥലത്തിനു 'മണ്ണടി' എന്നു പേരു സിദ്ധിച്ചതെന്നു ജനങ്ങൾ പറയുന്നു. അതെങ്ങനെയായാലും ആ സ്ഥലം ഏറ്റവും മാഹാത്മ്യമുള്ളതും ആ ഭഗവതി അത്യുഗ്രമൂർത്തിയുമാണെന്നുള്ളതിന് സംശയമില്ല.

11. ശ്രീകൃഷ്ണകർണ്ണാമൃതം

ഒരു വില്വമംഗലത്തു നമ്പൂരി അദ്ദേഹത്തിന്റെ ഇല്ലത്തുനിന്നു രണ്ടു മൂന്നുനാഴിക അകലെയുള്ള ഒരമ്പലവാസിസ്ത്രീയെ സംബന്ധം ചെയ്തിരുന്നു. അദ്ദേഹത്തിന് ആ ഭാര്യയെക്കുറിച്ച് അളവറ്റ പ്രേമമുണ്ടായിരുന്നതിനാൽ അദ്ദേഹം എവിടെയെല്ലാം പോയാലും എന്തെല്ലാം പ്രതിബന്ധങ്ങൾ നേരിട്ടാലും രാത്രിയിൽ ഭാര്യാഗൃഹത്തിൽച്ചെന്നല്ലാതെ കിടക്കുകയില്ലെന്നു നിശ്ചയം ചെയ്തിരുന്നു. ഒരു ദിവസം ഉച്ചയായപ്പോൾ മുതൽ അതികലശലായിട്ട് മഴ തുടങ്ങി. നമ്പൂരി അത്താഴം കഴിഞ്ഞു മഴ മാറാനായി വളരെനേരം കാത്തിരുന്നു. പത്തുനാഴിക രാച്ചെന്നിട്ടും മഴ മാറിയില്ല. അപ്പോൾ കറുത്തപക്ഷമായിരുന്നതിനാൽ അതികഠിനമായ ഇരുട്ടുമുണ്ടായിരുന്നു. എങ്കിലും പുറപ്പെടുകതന്നെ എന്നു നിശ്ചയിച്ച് അദ്ദേഹം ചൂട്ടും കത്തിച്ച് ഇല്ലത്തുനിന്നു പുറപ്പെട്ടു. കുടയുണ്ടായിരുന്നുവെങ്കിലും കാറ്റടികൊണ്ടു നനഞ്ഞു. അരനാഴിക കഴിയുന്നതിനുമുമ്പു ചൂട്ടുകെട്ടു. പിന്നെ കൂരിരുട്ടുകൊണ്ടു കണ്ണുതീരെ കാണാൻ പാടില്ലായിരുന്നു. എങ്കിലും തപ്പിത്തടഞ്ഞ് അദ്ദേഹം മുമ്പോട്ടു തന്നെ നടന്നു. അങ്ങനെ ഒരുവിധത്തിൽ മദ്ധ്യേമാർഗ്ഗമുണ്ടായിരുന്ന പുഴക്കടവിൽച്ചെന്നു ചേർന്നു. രാവിലെ ഭാര്യാഗൃഹത്തിൽനിന്നു പോന്ന സമയം ആ പുഴയിൽ അദ്ദേഹത്തിനു കഷ്ടിച്ചു പാദം മുങ്ങാൻ മാത്രമേ വെള്ളമുണ്ടായിരുന്നുള്ളൂ. രാത്രിയായപ്പോഴേക്കും കിഴക്കൻ വെള്ളം വന്നു പുഴ നിറഞ്ഞു കവിഞ്ഞൊഴുകിത്തുടങ്ങിയിരുന്നു. കടവിലെങ്ങും ആളുമില്ല, തോണിയുമില്ല. തുമ്പിക്കൈവണ്ണത്തിൽ ധാരമുറിയാതെയുള്ള മഴയും അതികഠിനമായ കാറ്റുമുള്ള ആ സമയത്ത് വിളിച്ചാലാരും കേൾക്കുകയുമില്ലല്ലോ. എന്താ നിവൃത്തി? പോകാതെയിരിക്കാനും പാടില്ല. ആകെപ്പാടെ നമ്പൂരി ഏറ്റവും വിഷണ്ണനായിത്തീർന്നു. ആ സമയം ദൈവഗത്യാ ഒരു ഇടിമിന്നലുണ്ടായി. അപ്പോൾ കടവിൽ ഒരു തടി അടുത്തു കിടക്കുന്നതായി അദ്ദേഹം കണ്ടു. ഉടനെ തപ്പിപ്പിടിച്ച് ആ തടിയിൽന്മേൽക്കയറി കൈകൊണ്ടും കാൽകൊണ്ടും തുഴഞ്ഞ് ഒരു വിധത്തിൽ മറുകരയിലടുത്തു. കരയ്ക്കിറങ്ങിയപ്പോൾ കാലിന്മേൽ ഒരു

കയറു തടഞ്ഞു. തപ്പിനോക്കിയപ്പോൾ അത് ആ തടിയുടെ ഒരറ്റത്തു കെട്ടിയിട്ടുള്ളതാണെന്നു മനസ്സിലായി. അതിനാൽ നമ്പൂരി ആ തടി ഒഴുകിപ്പോകാതെയിരിക്കാനായി കയറിന്റെ ഒരറ്റം പിടിച്ച് ഒരു മരത്തിന്മേൽ കെട്ടിയിട്ടിട്ടാണ് പോയത്.

ഏകദേശം അർദ്ധരാത്രിയായപ്പോഴേക്കും നമ്പൂരി നനഞ്ഞൊലിച്ച് ഭാര്യാഗൃഹത്തിൽ ചെന്നുചേർന്നു. അപ്പോൾ നമ്പൂരിയുടെ ഭാര്യ ഉറങ്ങീട്ടില്ലായിരുന്നു. അവർ വിളക്കത്ത് എന്തോ ഒരു പുസ്തകമെടുത്തു വായിച്ചുകൊണ്ടിരിക്കുകയായിരുന്നു. അതിനാൽ നമ്പൂരി ചെന്നു വിളിച്ച ഉടനെ വാതിൽതുറന്നു. നമ്പൂരി മുണ്ടുപിഴിഞ്ഞു തലയും മേലുമെല്ലാം തോർത്തിയതിന്റെ ശേഷം അകത്തു കടന്ന് ഈറൻ മാറിയപ്പോഴേക്കും ഭാര്യ മുറുക്കാനെടുത്തു കൊടുത്തു. നമ്പൂരി മുറുക്കിയതിന്റേശേഷം അന്നു വഴിക്കുണ്ടായ കഷ്ടപ്പാടുകളെല്ലാം വിസ്തരിച്ചു ഭാര്യയെ കേൾപ്പിച്ചു. അതൊക്കെ കേട്ടപ്പോൾ ആ പതിവ്രതാരത്നത്തിനു വളരെ വിഷാദമുണ്ടായി. ആ സ്ത്രീ ഭർത്താവിനെപ്പോലെതന്നെ വൈദുഷ്യമുള്ള കൂട്ടത്തിലായിരുന്നു. നമ്പൂരി വർത്തമാനമെല്ലാം പറഞ്ഞുകഴിഞ്ഞപ്പോൾ ആ സ്ത്രീ ആ മുറിക്കകത്തു ഭിത്തിയിന്മേൽ ആണി തറച്ചു തൂക്കിയിരുന്ന ചിത്രപടത്തെ ചൂണ്ടിക്കാണിച്ചുകൊണ്ട് "അവിടേക്ക് അടിയനെക്കുറിച്ചുള്ള ഏകാഗ്രചിത്തത്വം അങ്ങോട്ടായിരുന്നുവെങ്കിൽ ഇതിനു മുമ്പു സായൂജ്യം ലഭിക്കുമായിരുന്നു. ഈ ബ്രാഹ്മണജന്മം ഇപ്രകാരം തുലച്ചുകളയുന്നതു കഷ്ടം തന്നെ" എന്നു പറഞ്ഞു. ആ ചിത്രപടം ശ്രീകൃഷ്ണന്റേതായിരുന്നു.

ഭാര്യയുടെ ഈ വചനശല്യം നമ്പൂരിയുടെ ഹൃദയത്തിൽ നല്ല പോലെ കൊണ്ടുതറച്ചു. അതോടുകൂടി അദ്ദേഹത്തിനു പരമാർത്ഥ ജ്ഞാനമുണ്ടാവുകയും ചെയ്തു. കുറച്ചുനേരം അദ്ദേഹം ആ ചിത്രപടത്തിൽത്തന്നെ സൂക്ഷിച്ചു നോക്കിക്കൊണ്ടു നിശ്ചേഷ്ടനായി ഇരുന്നതിന്റേശേഷം "ശരിതന്നെ,നീ പറഞ്ഞതു പരമാർത്ഥമാണ്. ഇപ്പോഴാണ് എനിക്കു തത്ത്വബോധമുണ്ടായത്. ഇപ്പോൾ എന്റെ മനസ്സ് നിങ്കൽ നിന്നു നിവർത്തിച്ചു ഭഗവാങ്കൽ പതിഞ്ഞിരിക്കുന്നു. എന്റെ മനസ്സിനെ ദുർമ്മാർഗ്ഗത്തിൽനിന്നു തിരിച്ചു സന്മാർഗ്ഗത്തിങ്കലാക്കിത്തീർത്ത നിന്നെ ഞാൻ എന്റെ ഒരു ഗുരുവെന്നുതന്നെ വിചാരിക്കുന്നു" എന്നുപറഞ്ഞിട്ട് അദ്ദേഹം വീണ്ടും ആ ചിത്രപടത്തിൽ ദൃഷ്ടിപതിപ്പിച്ചുകൊണ്ട് അവിടെത്തന്നെ ഇരുന്നു. ആ സമയം ആ ദ്വിജേന്ദ്രന്റെ മുഖസുധാകരങ്കൽ നിന്ന് അനർഗ്ഗളമായി പ്രവഹിച്ച പദ്യപരമ്പരയെയാണ് 'ശ്രീകൃഷ്ണകർണ്ണാമൃത'മെന്നു പറയുന്നത്. (*ആ പദ്യവൃന്ദം ശ്രീകൃഷ്ണനെക്കുറിച്ചുള്ളതും ശ്രോതാക്കൾക്കു കർണ്ണാമൃതമായിട്ടുള്ളതുമാകയാലായിരിക്കാം അതിനു ശ്രീകൃഷ്ണകർണ്ണാമൃതമെന്നു നാമം സിദ്ധിച്ചത്. അഥവാ, അതു ശ്രീകൃഷ്ണനുതന്നെ കർണ്ണാമൃതമായിത്തീർന്നതിനാലാണ് ഈ*

പേരു സിദ്ധിച്ചതെന്നുവരാം.) നമ്പൂരി ശ്ലോകങ്ങൾ ചൊല്ലിത്തുടങ്ങിയപ്പോൾ അദ്ദേഹത്തിന്റെ ഭാര്യ അവ എഴുതിത്തുടങ്ങുകയും ചെയ്തു. എന്നാൽ നമ്പൂരി ചൊല്ലിയ ശ്ലോകങ്ങളെല്ലാം ആ വിദുഷി എഴുതിയെടുത്തില്ല. നമ്പൂരി ശ്ലോകം ചൊല്ലിത്തുടങ്ങിയപ്പോൾ ആ ചിത്രപടം തലകുലുക്കിത്തുടങ്ങി. എന്നാൽ ചില ശ്ലോകങ്ങൾ ചൊല്ലിയപ്പോൾ തല കുലുക്കിയില്ല. ചിത്രപടം തലകുലുക്കി ശ്ലാഘിക്കാതെയിരുന്ന ശ്ലോകങ്ങൾ ആ സ്ത്രീ എഴുതിയതുമില്ല. ശ്ലോകങ്ങളുടെ രസികത്വം കൊണ്ടു ഭഗവാൻ സന്തോഷിച്ചാണ് ചിത്രപടംതലകുലുക്കുന്നതെന്നും ചില ശ്ലോകങ്ങൾക്കു രസികത്വം മതിയാവാഞ്ഞിട്ടാണ് തലകുലുക്കാത്തതെന്നുമായിരുന്നു ആ സ്ത്രീയുടെ വിശ്വാസം. ശ്രീകൃഷ്ണകർണ്ണാമൃതത്തിലുള്ള ശ്ലോകങ്ങൾ മുഴുവനും ചൊല്ലിക്കഴിഞ്ഞതിന്റേശേഷമേ നമ്പൂരി ആ ഇരുന്നയിരുപ്പിൽനിന്ന് എണീറ്റുള്ളൂ.

നമ്പൂരി പിന്നെ ഒന്നും മിണ്ടാതെ വെളിയിലിറങ്ങി നടന്ന് ആറ്റുകടവിലെത്തി തലേദിവസം താൻ കെട്ടിയിരുന്ന തടി അവിടെ കിടപ്പുണ്ടോ എന്നു നോക്കിയപ്പോൾ അത് അവിടെത്തന്നെ കിടക്കുന്നതായി അദ്ദേഹം കണ്ടു. പക്ഷേ, അത് ഒരു മനുഷ്യന്റെ മൃതശരീരമായിരുന്നു. അപ്പോഴാണ് താൻ ശവത്തിന്മേൽക്കയറിയാണ് നദീതരണം ചെയ്തതെന്നുള്ള പരമാർത്ഥം അദ്ദേഹത്തിനു മനസ്സിലായത്. ആ ശവത്തിന്റെ കഴുത്തിൽ ഒരു കയറുമുണ്ടായിരുന്നതിനാൽ ആ മനുഷ്യൻ കെട്ടിത്തൂങ്ങി മരിച്ചതാണെന്നും ആ ശവം ആരോ കയറോടുകൂടി അഴിച്ചെടുത്തു പുഴയിലിടുകയും ഒഴുക്കുകൊണ്ട് ഈ കടവിൽ വന്നുചേരുകയും ചെയ്തതാണെന്നും അദ്ദേഹം ഊഹിച്ചു.

നമ്പൂരി ഉടനെ ഒരു തോണി വരുത്തി അതിൽക്കയറി അക്കരെ കടക്കുകയും ഇല്ലത്തു ചെന്നതിന്റേശേഷം കുളിച്ച് അഞ്ചുപേരെക്കൊണ്ടു പുണ്യാഹം കഴിപ്പിക്കുകയും അധികദിവസം കഴിയുന്നതിനു മുമ്പു സന്യസിക്കുകയും കാലക്രമേണ അദ്ദേഹം 'വില്വമംഗലത്തു സ്വാമിയാർ' എന്നു പ്രസിദ്ധനായിത്തീരുകയും ചെയ്തു.

12. കടമറ്റത്തു കത്തനാർ

പ്രസിദ്ധ മാന്ത്രികനായിരുന്ന കടമറ്റത്തു കത്തനാരെക്കുറിച്ചു കേട്ടിട്ടില്ലാത്തവരായി കേരളവാസികളിൽ അധികംപേരുണ്ടായിരിക്കുമെന്നു തോന്നുന്നില്ല. തിരുവിതാംകൂറിലുള്ള കുന്നത്തുനാടു താലൂക്കിൽ കടമറ്റം എന്ന ദേശത്ത് ഒരു പാവപ്പെട്ട കുടുംബത്തിലാണ് അദ്ദേഹം ജനിച്ചത്. അദ്ദേഹത്തിന്റെ പേരു 'പൗലൂസ്' എന്നായിരുന്നു. അതിനാൽ അദ്ദേഹത്തിന്റെ ചെറുപ്പത്തിൽ എല്ലാവരും കൊച്ചുപൗലൂസ് എന്നായിരുന്നു വിളിച്ചിരുന്നത്. മാതാപിതാക്കന്മാർ മരിച്ചുപോവുകയും സഹോദരന്മാരും മറ്റും ഇല്ലാതെയിരിക്കുകയും ചെയ്യുകയാൽ ചെറുപ്പത്തിൽത്തന്നെ അദ്ദേഹം ആ കുടുംബത്തിൽ ഏകാകിയായിത്തീർന്നു. ഏറ്റവും ചെറുതായ ഒരു ചെറ്റപ്പുരയിലാണ് ആ കുടുംബക്കാർ താമസിച്ചിരുന്നത്. നിത്യവൃത്തിക്കു യാതൊരു മാർഗ്ഗവുമില്ലാതെ ഏകാകിയായി ആ ചെറ്റപ്പുരയിൽ താമസിക്കയെന്നുള്ളത് കൊച്ചുപൗലൂസിന് ഏറ്റവും ദുഷ്കരവും ദുഃഖകരവും ദുസ്സഹവുമായിത്തീർന്നു. അതിനാലവൻ ഒരു ദിവസം ആ വാസസ്ഥലത്തുനിന്നിറങ്ങി. സ്വദേശത്തുള്ള പള്ളിയിൽ ച്ചെന്നു തന്റെ കഷ്ടതയ്ക്ക് എന്തെങ്കിലും നിവൃത്തിമാർഗ്ഗമുണ്ടാക്കിത്തരേണമെന്നു ഭക്തിപൂർവ്വം ദൈവത്തെ വിളിച്ചു പ്രാർത്ഥിച്ചു. ആ സമയം ആ പള്ളിയിലെ പ്രധാനവികാരിയായ കത്തനാർ ദൈവപ്രേരിതനായിട്ടോ എന്നു തോന്നുമാറ് അവിടെ വരികയും കൊച്ചുപൗലൂസിനെ കണ്ടിട്ട് 'ഏറ്റവും സുമുഖനും കോമളനുമായ ഈ ബാലകൻ ദുസ്സഹദുഃഖപാരവശ്യത്തോടുകൂടി ഇവിടെ വന്നു മുട്ടുകുത്തി ഇപ്രകാരം പ്രാർത്ഥിക്കുന്നതിന്റെ കാരണമെന്തായിരിക്കും' എന്നു വിചാരിച്ച് അവനെ അടുക്കൽ വിളിച്ചു വിവരമെല്ലാം ചോദിക്കുകയും കൊച്ചു പൗലൂസ് തന്റെ കഷ്ടതകളെല്ലാം അദ്ദേഹത്തെ ഗ്രസിപ്പിക്കുകയും ചെയ്തു. ഉടനെ ആർദ്രമാനസനായി ഭവിച്ച ആ കത്തനാർ, "നീ ഒട്ടും വ്യസനിക്കേണ്ട. ഇവിടെ വന്ന് എന്നോടുകൂടി താമസിച്ചുകൊള്ളുക. നിന്നെ ഞാനെന്റെ പുത്രനെപ്പോലെ വിചാരിച്ചു യാതൊരു ബുദ്ധിമുട്ടിനുമിടയാക്കാതെ രക്ഷിച്ചുകൊള്ളാം" എന്നുപറഞ്ഞു കൂട്ടി

ക്കൊണ്ടുപോയി താമസിപ്പിച്ചു. വലിയ സമ്പന്നനായ ആ കത്തനാരുടെ വീട്ടിൽ അന്നവസ്ത്രാദികൾക്കു യാതൊരു ബുദ്ധിമുട്ടും കൂടാതെ ആ ബാലൻ സുഖമായി താമസിച്ചു.

കുറച്ചുദിവസത്തെ സഹവാസംകൊണ്ടു കൊച്ചുപൗലൂസ് ഏറ്റവും സുശീലനും നല്ല ബുദ്ധിമാനുമാണെന്നു മനസ്സിലാവുകയാൽ കത്തനാർ അവനെ ഒരു ഗുരുനാഥന്റെ അടുക്കലാക്കി യഥായോഗ്യം വിദ്യാഭ്യാസം ചെയ്യിക്കുകയും സുറിയാനിയും ഒരു കത്തനാരാകുന്നതിനു വേണ്ടുന്നവയുമെല്ലാം സ്വയമേവ പഠിപ്പിക്കുകയും ചെയ്തു. ഇങ്ങനെ അഞ്ചാറു കൊല്ലം കഴിഞ്ഞപ്പോഴേക്കും കൊച്ചുപൗലൂസ് മലയാളം സുറിയാനി എന്നീ ഭാഷകളിലും ഒരു പട്ടക്കാരൻ ഗ്രഹിച്ചിരിക്കേണ്ടുന്ന വിഷയങ്ങളിലും അതിനിപുണനായിത്തീർന്നു. അനന്തരം കൊച്ചുപൗലൂസിന് ശെമ്മാശുംപട്ടം കൊടുത്തു. അന്നുമുതൽ ആ യുവാവിനെ എല്ലാവരും 'പൗലൂസു ശെമ്മാശൻ' എന്നു വിളിച്ചു തുടങ്ങുകയും ചെയ്തു.

അക്കാലത്ത് ആ കത്തനാർക്ക് അനവധി പശുക്കളും അവയെ മേയ്ക്കുന്നതിന് ഒരു ഭൃത്യനുമുണ്ടായിരുന്നു. ആ ഭൃത്യൻ രാവിലെ വല്ലതും ആഹാരം കഴിച്ചിട്ട് ഉച്ചയ്ക്കുണ്ണാൻ പൊതിച്ചോറും കെട്ടിയെടുത്തു പശുക്കളെയെല്ലാമഴിച്ചുവിട്ട് അടുക്കലുള്ള മലകളിൽക്കൊണ്ടുപോയി തീറ്റി, നേരം വൈകുമ്പോൾ പശുക്കളെയും കൊണ്ടു മടങ്ങിവരിക പതിവായിരുന്നു. ഒരുദിവസം അവൻ പശുക്കളെയെല്ലാം തീറ്റി, നേരം വൈകിയപ്പോൾ എല്ലാറ്റിനെയും തിരിയെ അടിച്ചുകൊണ്ടുപോകുന്നസമയം മദ്ധ്യേമാർഗ്ഗംനിന്ന് ഒരു വ്യാഘ്രം ചാടിവന്ന് ഒരു പശുവിനെ അടിച്ചു വീഴ്ത്തുകയും അതു കണ്ടശേഷം പശുക്കൾ വിരണ്ടു നാലുപുറത്തേക്കുമോടുകയും വ്യാഘ്രം അടിച്ചുവീഴ്ത്തിയ പശുവിനെ എടുത്തുകൊണ്ടു കാട്ടിലേക്കു പായുകയും ചെയ്തു. ഇതെല്ലാം കണ്ടു ഭയപരിതാപവശനായിത്തീർന്ന പശുപാലകഭൃത്യൻ ഉറക്കെ നിലവിളിച്ചുകൊണ്ട് ഓടിച്ചെന്നു വിവരം കത്തനാരെ ധരിപ്പിച്ചു. പ്രാണാധികസ്നേഹത്തോടുകൂടി രക്ഷിച്ചുകൊണ്ടിരിക്കുന്ന പശുക്കൾക്ക് ഇപ്രകാരം ആപത്തു നേരിട്ടിരിക്കുന്നതായിക്കേട്ടു കത്തനാർ അത്യന്തം വിഷണ്ണനായിത്തീർന്നു. ഉടനെ അദ്ദേഹം ആയുധപാണികളായ ചില അനുചരന്മാരോടും പൗലൂസുശെമ്മാശനോടുംകൂടി പശുക്കളെ അന്വേഷിച്ചു പുറപ്പെട്ടു. അവർ കാട്ടിൽ കയറിയതിന്റെശേഷം ഓരോരുത്തരും പല വഴികളിലായിപ്പിരിഞ്ഞാണ് അന്വേഷണം നടത്തിയത്. സ്വല്പസമയം കഴിഞ്ഞപ്പോഴേക്കും നേരമിരുട്ടുകയും അന്ധകാരംകൊണ്ട് ഒന്നും കാൺമാൻ വയ്യാതെയായിത്തീരുകയും ചെയ്യുകയാൽ "ഇന്നിനി അന്വേഷിച്ചതുകൊണ്ടു ഫലമൊന്നുമുണ്ടാവുകയില്ല" എന്നു പറഞ്ഞുകൊണ്ടു കത്തനാരും കൂട്ടരും മടങ്ങിപ്പോന്നു. കത്തനാരു വീട്ടിലെത്തിയപ്പോഴേക്കും വ്യാഘ്രം പിടിച്ച ഒരു പശുവൊഴികെ ശേഷമെല്ലാം അവയുടെ

ശാലകളിൽ വന്നെത്തിയിരുന്നു. "ഒരു പശു പോയെങ്കിലും ശേഷമുള്ളവ ആപത്തൊന്നും കൂടാതെ ഇങ്ങു വന്നെത്തിയല്ലോ" എന്നു വിചാരിച്ചു കത്തനാരൊരുവിധം സമാധാനപ്പെട്ടു. അപ്പോഴാണ് പൗലൂസു ശെമ്മാശന്റെ കാര്യം അദ്ദേഹമോർത്തത്. രാത്രി നേരം വളരെ അധികമായിട്ടും ശെമ്മാശൻ മടങ്ങിവരായ്കയാൽ കത്തനാർ ഏറ്റവും വ്യസനാക്രാന്തനായിത്തീർന്നു. പോയത് ഒരുമിച്ചാണെങ്കിലും കാട്ടിൽ ചെന്നതിന്റെശേഷം കത്തനാരാകട്ടെ വേറെ കൂടെയുണ്ടായിരുന്നവരാകട്ടെ ആരും ശെമ്മാശനെ കാണുകയുണ്ടായില്ല. സമയമതിക്രമിക്കുംതോറും കത്തനാർക്കു വ്യസനം വർദ്ധിച്ചുകൊണ്ടിരുന്നു. വാസ്തവത്തിൽ അദ്ദേഹത്തിനു ശെമ്മാശനെക്കുറിച്ചു പുത്രനിർവ്വിശേഷമായ വാത്സല്യമുണ്ടായിരുന്നു. കത്തനാരും ശെമ്മാശനും ഒരുമിച്ചാണ് ഭക്ഷണം കഴിക്കുക പതിവ്. അതിനാൽ ശെമ്മാശൻ കൂടിവന്നിട്ട് അത്താഴമുണ്ണാമെന്നു വിചാരിച്ച് കത്തനാർ അത്താഴമുണ്ടു എന്നു വരുത്തി, ഉറങ്ങാനായി പോയിക്കിടന്നു. എങ്കിലും മനോവിചാരം മൂലം അദ്ദേഹത്തിന് അല്പംപോലും ഉറക്കംവന്നില്ല. അദ്ദേഹം ഇരുന്നും കിടന്നും ശയനമുറിയിൽ അങ്ങോട്ടുമിങ്ങോട്ടും നടന്നും ഒരു വിധത്തിൽ നേരം വെളിച്ചമാക്കി. കത്തനാർ വെളുപ്പാൻ കാലത്തേ എണീറ്റു ദൈവത്തെ പ്രാർത്ഥിച്ചുകൊണ്ടു പത്തുപതിനഞ്ചു കൂട്ടുകാരോടുകൂടി കാട്ടിലേക്കു പോയി. അവിടെ അടുത്തുള്ള കാടും മലയുമെല്ലാം തിരഞ്ഞു പരിശോധിച്ചിട്ടും യാതൊരു ഫലവുമുണ്ടായില്ല. നാലഞ്ചു ദിവസം കഴിഞ്ഞിട്ടും വന്നു കാണായ്കയാൽ ശെമ്മാശനെയും കടുവാ പിടിച്ചു തിന്നതാണെന്നുതന്നെ എല്ലാവരും തീർച്ചപ്പെടുത്തി. എങ്കിലും കത്തനാർ അങ്ങനെ തീർച്ചയാക്കിയില്ല. അത്യന്തം സുശീലനും ദൈവഭക്തനുമായ ആ മനുഷ്യന് അങ്ങനെയുള്ള ദുർമരണത്തിന് ദൈവം ഇടവരുത്തുകയില്ലെന്നായിരുന്നു കത്തനാരുടെ വിചാരം. അതിനാൽ അദ്ദേഹം ശെമ്മാശന്റെ രക്ഷയ്ക്കായി സദാ ദൈവത്തോടപേക്ഷിച്ചു കൊണ്ടിരുന്നു.

എല്ലാവരും വിചാരിച്ചതുപോലെ ശെമ്മാശനു ജീവഹാനി സംഭവിച്ചില്ല. എന്നാൽ സ്വല്പം കുഴപ്പങ്ങൾ പറ്റാതെയിരുന്നുമില്ല. അദ്ദേഹം കാട്ടിൽക്കയറി വളരെനേരം പശുക്കളെ അന്വേഷിച്ച് അലഞ്ഞു നടന്നു. പശുക്കളിൽ ഒന്നിനെപ്പോലും അവിടെയെങ്ങും കാണായ്കയാൽ ഒടുക്കം വലിയ മനസ്താപത്തോടുകൂടി വാസസ്ഥലത്തേത്തുതന്നെ മടങ്ങി.

ചില സ്ഥലങ്ങളിൽ ചിലപ്പോൾ നടന്നാൽ പിശാചുക്കൾ കണ്ണുകെട്ടി വഴിയറിയാൻ വയ്യാതെയാക്കുമെന്നും മറ്റു ചിലർ പറയുന്നുണ്ടല്ലോ. അങ്ങനെ വല്ലതും സംഭവിച്ചിട്ടോ എന്തോ കുറെ നടക്കുമ്പോൾ ശെമ്മാശനു വഴി തെറ്റിയെങ്കിലും അദ്ദേഹമതു തൽക്കാലമറിഞ്ഞില്ല. വികാരിയുടെ വീട്ടിലേക്കെന്നു വിചാരിച്ചുകൊണ്ടാണ് അദ്ദേഹം

നടന്നത്. വളരെ നടന്നിട്ടും വിചാരിച്ച സ്ഥലത്തെത്തായ്കയാൽ അദ്ദേഹത്തിനു ഭയം തോന്നിത്തുടങ്ങി. "ഞാൻ നടന്നു തുടങ്ങീട്ടു വളരെ നേരമായി. ഇതുവരെ വീട്ടിലെത്തിയില്ലല്ലോ. ഇതെന്താണ്? എനിക്ക് വഴിതെറ്റിപ്പോയിരിക്കുമല്ലോ? ഞാൻ നടന്നു തുടങ്ങിയ സ്ഥലത്തുനിന്നു വീട്ടിലേക്കു കൂടിയാൽ രണ്ടു നാഴികയാവട്ടെ; അതിലധികം വഴിയില്ല. ഞാൻ നടന്നുതുടങ്ങീട്ട് ഇപ്പോൾ ഏകദേശം ഒരു പന്ത്രണ്ടു നാഴികയായിരിക്കണം. ഇതെന്തൊരദ്ഭുതമാണ്? ഇനിയെങ്ങോട്ടാണ് പോകേണ്ടത്? ഇരുട്ടിന്റെ കാഠിന്യംകൊണ്ട് ഇങ്ങോട്ടു വന്ന വഴിതന്നെ കാൺമാൻ വഹിയാതെയിരിക്കുന്നു. വല്ലവരോടും വഴി ചോദിക്കാമെന്നുവച്ചാൽ ഇവിടെയെങ്ങും ആരെയും കാണുന്നില്ലെന്നല്ല, മനുഷ്യരുടെ ശബ്ദം കേൾക്കുകപോലും ചെയ്യുന്നില്ല." ഇങ്ങനെ ഓരോന്നു വിചാരിച്ചുകൊണ്ടു സാധുശീലനായ ആ ശെമ്മാശൻ ഒരു സ്ഥലത്തുനിന്നു. അതൊരു വലിയ ഗുഹയുടെ വാതില്ക്കലായിരുന്നു.

ശെമ്മാശൻ വിചാരമഗ്നനായി ഇങ്ങനെ നിന്ന സമയം അതിഭയങ്കരമൂർത്തിയായ ഒരാൾ പിന്നിൽക്കൂടിച്ചെന്ന് അദ്ദേഹത്തെ പിടിച്ചെടുത്തുകൊണ്ട് ആ ഗുഹയിലേക്ക് ഇറങ്ങിപ്പോയി. ആ ഗുഹാന്തർഭാഗം ആദ്യം ഘോരാന്ധകാരമയമായും വിജനമായിട്ടുമാണ് കാണപ്പെട്ടത്. സ്വല്പം ദൂരം ചെന്നപ്പോൾ അവിടെ നിറച്ചുവിളക്കുകളും പകൽപോലെ വെളിച്ചവും കണ്ടുതുടങ്ങി. ശെമ്മാശനെ എടുത്തിരുന്നയാൾ അദ്ദേഹത്തെ അവിടെ അതിവിശാലമായ ഒരു സ്ഥലത്തു കൊണ്ടുചെന്നു നിർത്തിയിട്ട് അവിടെ ആസനസ്ഥനായിരുന്ന ഗംഭീരപുരുഷന്റെ അടുക്കൽച്ചെന്നു സവിനയം എന്തോ സ്വകാര്യമായി പറഞ്ഞു. ആസനസ്ഥനായിരുന്ന ആ ആളുടെ അടുക്കൽ പഞ്ചപുച്ഛമടക്കി വന്ദിച്ചുകൊണ്ടു ചിലർ നിൽക്കുന്നുമുണ്ടായിരുന്നു. അവരെല്ലാവരും നഗ്നന്മാരും ഒരുപോലെ ഭയങ്കരാകൃതികളുമായിരുന്നു. എങ്കിലും ഒരാളുടെ ഇരിപ്പും മറ്റുള്ളവരുടെ നിൽപുംകൊണ്ട് അവരുടെ സേവ്യസേവകഭാവം സ്പഷ്ടീഭവിച്ചിരുന്നു. അവരെ ആകെപ്പാടെ കണ്ടപ്പോൾ, മുമ്പേതന്നെ ഒരു ഭയങ്കരമൂർത്തിയാൽ ആക്രാന്തനാകയാൽ അർദ്ധഗതപ്രാണനായിത്തീർന്നിരുന്ന ശെമ്മാശന്റെ പ്രാണൻ മുഴുവനും പോയി എന്നുതന്നെ പറയാം. അദ്ദേഹം ഒരു ജീവച്ഛവംപോലെ അവിടെ നിന്നുവെന്നേയുള്ളൂ. അദ്ദേഹം മനസ്സുകൊണ്ടു ദൈവത്തെ മുറുകെ പിടിച്ചിരുന്നതിനാലായിരിക്കാം നിലത്തു വീഴാതെ ഒരുവിധം നിന്നത്. അദ്ദേഹം കണ്ഠഗതപ്രാണനായി അങ്ങനെ നില്ക്കവെ ചില ബീഭത്സാകൃതികൾ അവിടെ വന്ന് ആ കൂട്ടത്തിൽ തലവനായി ഇരുന്നിരുന്ന ആളോട്, "ഇപ്പോൾ കൊണ്ടുവരപ്പെട്ട ഈ മനുഷ്യനെ ഞങ്ങൾ മുറിച്ചു പങ്കുവച്ചു തിന്നുകൊള്ളട്ടെയോ?" എന്നു ചോദിച്ചു. ഇതു

കേട്ടപ്പോൾ ശെമ്മാന്റെ മനഃസ്ഥിതി ഏതുപ്രകാരമായിത്തീർന്നിരിക്കുമെന്നുള്ളതു വായനക്കാർതന്നെ ഊഹിച്ചുകൊള്ളുകയല്ലാതെ പറഞ്ഞറിയിക്കാൻ ഞാൻ ശക്തനല്ല. എങ്കിലും ആ പ്രധാനപുരുഷൻ മറ്റുള്ളവരോടു പറഞ്ഞത് "നിങ്ങൾ സ്വല്പം ക്ഷമിക്കുവിൻ. ഇവൻ ഒരു മര്യാദക്കാരനാണെന്നാണ് കണ്ടിട്ട് തോന്നുന്നത്. ഞാൻ പരീക്ഷിച്ചു നോക്കട്ടെ. ഇവൻ നമ്മോടുകൂടിത്താമസിക്കാൻ യോഗ്യനല്ലെന്നു കണ്ടാൽ നിങ്ങൾക്കുവിട്ടുതന്നേക്കാം. ഇപ്പോൾ ഇവിടെ നില്ക്കേണ്ടാ പൊയ്ക്കൊൾവിൻ. ഞാൻ വിളിക്കുമ്പോൾ വന്നാൽമതി"എന്നാണ്. ഇതുകേട്ട് ആ വികൃതാകൃതികൾ വിഷാദത്തോടുകൂടി പിന്മാറിപ്പോയി. ഉടനെ കാട്ടുമുട്ടനായ ആ പ്രമാണി ശെമ്മാശനെ അടുക്കൽവിളിച്ച് ഏറ്റവും വാത്സല്യഭാവത്തോടുകൂടി, "അല്ലയോ സാധുവായ യുവാവേ, നീ ആരാണ്? എങ്ങനെയാണ് ഇവിടെ വന്നുചേർന്നത്? എന്റെ നിയമങ്ങളനുസരിച്ച് ഇവിടെ താമസിക്കാൻ നിനക്കു സമ്മതമുണ്ടെങ്കിൽ ഇവിടെ സുഖമായി താമസിക്കാം. ഉണ്ണാനും ഉറങ്ങാനും കുളിക്കാനും മറ്റും ഇവിടെ ധാരാളം സൗകര്യമുണ്ട്. യാതൊന്നിനും ഈ ഗുഹയിൽ നിന്നു പുറത്തു പോകേണ്ടാ. ഇനി ഇവിടെനിന്നു പുറത്തേക്കുപോകാൻ എങ്ങനെയായാലും നിനക്ക് ഒരിക്കലും സാധിക്കയില്ല. ഇവിടെ വന്നു ചേരുന്നവരെ വിട്ടയയ്ക്കുക പതിവില്ല. നമ്മുടെ ആജ്ഞ അനുസരിക്കുന്നവരെ ഇവിടെ സുഖമായി താമസിപ്പിക്കും. അല്ലാത്തവരെ ഇവിടെയുള്ള മനുഷ്യഭോജികൾ ഭക്ഷിക്കും. അങ്ങനെയാണ് ഇവിടുത്തെ പതിവ്"എന്നു പറഞ്ഞു.

ഇതുകേട്ട് ശെമ്മാശൻ, 'ഈ ദുഷ്ടന്റെ വരുതി അനുസരിക്കാത്ത പക്ഷം ഉടനെ മരിക്കേണ്ടതായിവരും. ഇവന്റെ ഇഷ്ടമനുസരിച്ചു താമസിച്ചാൽ ദൈവകൃപകൊണ്ട് ഒരു കാലത്ത് ഇവിടെനിന്നുപോയി രക്ഷപ്പെടാൻ തരംകിട്ടിയെന്നും വരാമല്ലോ' എന്നു വിചാരിച്ച് "ഇവിടുത്തെ കല്പന അനുസരിച്ചു താമസിക്കുന്നതിന് എനിക്കു പൂർണ്ണ സമ്മതമാണ്. എന്നെ ആരും പിടിച്ചു ഭക്ഷിക്കാതെ അവിടുന്നു രക്ഷിക്കണം" എന്നു പറഞ്ഞിട്ടു പിന്നെ താനാരാണെന്നും ആ ഗുഹയിൽ ചെന്നുചേർന്നത് ഇന്നപ്രകാരമാണെന്നും മറ്റും വിവരിച്ച് അവനെ ഗ്രഹിപ്പിക്കുകയും ചെയ്തു. ശെമ്മാശന്റെ ആകൃതിയും പ്രകൃതിയും വാക്കും വിനയഭാവവുമെല്ലാം ആ സംഘപ്രമാണിക്കു വളരെ ബോധിച്ചു. അതിനാൽ സന്തോഷസമേതം അവൻ വീണ്ടും പറഞ്ഞു.

"നിന്നെ ആരുമുപദ്രവിക്കാതെ ഞാൻ രക്ഷിച്ചുകൊള്ളാം. നീയൊരു നല്ലവനാണെന്നും നമ്മുടെ കൂടെ താമസിക്കാൻ യോഗ്യനാണെന്നും നമുക്കു ബോധ്യപ്പെട്ടിരിക്കുന്നു. അതിനാൽ നാം നിന്നെ നമ്മുടെ ശിഷ്യനായി സ്വീകരിച്ചിരിക്കുന്നു. നമുക്കു മന്ത്രവാദവും ഇന്ദ്രജാലം മഹേന്ദ്രജാലം മുതലായ വിദ്യകളും നല്ലപോലെ അറിയാം. അവയെല്ലാം

നിന്നെയും നാം പഠിപ്പിക്കാം. നാം ഒരു 'മലയരയ'നാണ്. മലയരന്മാർക്കു പാരമ്പര്യമായിത്തന്നെ മന്ത്രവാദമുണ്ട്. നാം അതു വിശേഷിച്ചും കൂടുതലായി പഠിച്ചിട്ടുണ്ട്. ഇവിടെയുള്ളവരിൽ മിക്കവരും എന്റെ ജാതിക്കാരാണ്. നിന്നെപ്പോലെ ഇവിടെ വന്നുചേർന്ന അന്യജാതിക്കാരും ചിലരുണ്ട്. എല്ലാവരും നമ്മുടെ ഭൃത്യന്മാർ തന്നെ. നമ്മുടെ സ്ഥിരവാസം ഈ ഗുഹയിൽത്തന്നെയാണെങ്കിലും നാം നാട്ടുമ്പുറങ്ങളിൽ സഞ്ചരിക്കുകയും പല സ്ഥലങ്ങളിൽ പല അദ്ഭുതകർമ്മങ്ങൾ പ്രവർത്തിക്കുകയും പലരിൽനിന്നുമായി പല സമ്മാനങ്ങളും മറ്റും ലഭിക്കുകയും ചെയ്തിട്ടുണ്ട്. എങ്കിലും നാമാരാണെന്നും നമ്മുടെ വാസമെവിടെയാണെന്നും മറ്റും നാമാരെയും അറിയിച്ചിട്ടില്ല. അതൊന്നും ആരുമറിയരുതെന്നാണ് നമ്മുടെ വിചാരം. അതുകൊണ്ടാണ് ഇവിടെ വരുന്നവരെ ആരെയും വിട്ടയയ്ക്കാത്തത്. നമ്മുടെ ഭൃത്യന്മാരിൽ മനുഷ്യഭോജികളായിട്ടും ചിലരുണ്ട്. ആരും നമ്മുടെ അനുവാദം കൂടാതെ യാതൊന്നും പ്രവർത്തിക്കുകയില്ല. നീ ഇവിടെ നമ്മുടെ ശിഷ്യനായിത്താമസിക്കാമെന്നുതന്നെ തീർച്ചപ്പെടുത്തിയെങ്കിൽ നിന്റെ വസ്ത്രങ്ങളെല്ലാമഴിച്ചുകളയുക. നഗ്നന്മാരായിട്ടല്ലാതെ ഇവിടെ ആരും താമസിക്കാൻ പാടില്ലെന്നാണ് ഏർപ്പാട്.

നഗ്നനായിത്താമസിക്കുന്ന കാര്യം ശെമ്മാശന് ഒട്ടുംസമ്മതമല്ലായിരുന്നു. എങ്കിലും ഗത്യന്തരമില്ലാതെയിരുന്നതിനാൽ ആ ക്രൂരൻ പറഞ്ഞതെല്ലാം സമ്മതിക്കുകയും അവിടെത്താമസിച്ച് ഇന്ദ്രജാലം, മഹേന്ദ്രജാലം, മന്ത്രവാദം മുതലായവ പഠിച്ചു തുടങ്ങുകയും ചെയ്തു. വൃത്തിഹീനന്മാരും ക്രൂരന്മാരും ഭയങ്കരമൂർത്തികളുമായ ആ ദുഷ്ടന്മാരുടെ സഹവാസം സുശീലനായ ശെമ്മാശന് ഒട്ടും സന്തോഷാവഹമല്ലായിരുന്നു. എങ്കിലും ഉണ്ണാനുമുറങ്ങാനും കുളിക്കാനും മറ്റും അദ്ദേഹത്തിന് അവിടെ യാതൊരു ബുദ്ധിമുട്ടും ഉണ്ടായിരുന്നില്ല.

ഇങ്ങനെ പൗലോസ് ശെമ്മാശൻ ഒരു വ്യാഴവട്ടം (പന്ത്രണ്ടുസംവത്സരം) തികച്ചും ആ ഗുഹയിൽ താമസിച്ചു. അത്രയും കാലംകൊണ്ട് ആ മലയരയൻ പഠിച്ചിരുന്ന വിദ്യകൾ മുഴുവൻ ശെമ്മാശനെ പഠിപ്പിക്കുകയും ബുദ്ധിമാനായ ശെമ്മാശൻ അവയെല്ലാം അക്ഷരംപ്രതി ഹൃദിസ്ഥമാക്കുകയുംചെയ്തു.ഇത്രയും കഴിഞ്ഞപ്പോഴേക്കും ശെമ്മാശന് ആ ഗുരുവിനെക്കുറിച്ചും വളരെ ഭക്തിയും അളവില്ലാത്ത ബഹുമാനവും ഉണ്ടായിത്തീർന്നു. അപ്രകാരംതന്നെ ആ ഗുരുവിന് ശിഷ്യനെക്കുറിച്ച് ഏറ്റവും സ്നേഹവും പുത്രനിർവ്വിശേഷമായ വാത്സല്യവുമുണ്ടായി. എങ്കിലും "ഇനി ഇവിടെനിന്നു വല്ലപ്രകാരവും വെളിക്കു ചാടണം" എന്നുള്ള വിചാരം ശെമ്മാശനും "ഇനിയവൻ നമ്മെപ്പറ്റിച്ചു ചാടിപ്പോയേക്കാം" എന്നുള്ള വിചാരം ആ മലയരയനുമുണ്ടാകാതെയിരുന്നില്ല. അതിനാൽ മലയരയൻ ശെമ്മാശനെ സദാ സൂക്ഷിച്ചു കൊള്ളുന്നതിനു

കാവൽക്കാരെ പ്രത്യേകം ചട്ടംകെട്ടി. അവർ രാത്രിയും പകലും ഒരുപോലെ ഗുഹാദ്വാരത്തിങ്കൽ കാവലായി. എന്നു മാത്രമല്ല, രാത്രികാലങ്ങളിൽ അവർ ഓരോരുത്തർ മാറിമാറി ഉറക്കമിളച്ചിരുന്നു. കൂടക്കൂടെ ശെമ്മാശനെ വിളിക്കണമെന്നും വിളിക്കുമ്പോഴെല്ലാം ശെമ്മാശൻ മൂളണമെന്നും ഏർപ്പാടു വയ്ക്കുകയും ചെയ്തു. അതിനാൽ തന്റെ മനോരാജ്യം സാധിക്കാതെ ശെമ്മാശൻ വല്ലാതെ കുഴങ്ങിവശായി. എന്തെല്ലാമേർപ്പാടുകളുണ്ടായിരുന്നാലും കാവൽക്കാരെയെല്ലാം മയക്കി വെളിയിൽച്ചാടുന്നതിനുള്ള വിദ്യ ശെമ്മാശനറിയാമായിരുന്നു. എങ്കിലും തന്റെ ഗുരുനാഥനെ വഞ്ചിക്കുന്നതിന് അദ്ദേഹത്തിനു മനസ്സുവന്നില്ല. അതിനാലാണ് അദ്ദേഹം കുഴങ്ങിയത്. ഏതുവിധവും പോകണമെന്നുള്ള വിചാരം മൂത്തുവരികയും അതിനു നിവൃത്തിയില്ലാതെയായിത്തീരുകയും ചെയ്യുകയാൽ ശെമ്മാശൻ ഏറ്റവും വിഷണ്ണനായി ഭവിച്ചു. വിഷാദം നിമിത്തം അദ്ദേഹത്തിന് ഉണ്ണാനുമുറങ്ങാനും ആസ്ഥ കുറയുകയും സദാ ഒരു മൗനം അദ്ദേഹത്തെ ബാധിച്ചുകൊണ്ടിരിക്കുകയും ചെയ്തു. അദ്ദേഹത്തെ പതിവുപോലെയല്ലാതെ വിഷണ്ണനായിക്കാണുകയാൽ ഗുരുവായ മലയരയൻ അടുക്കൽ വിളിച്ച്, “നിനക്കെന്താണ് ഈയിടെ വലിയ വിഷാദമുള്ളതുപോലെ ഇരിക്കുന്നത്? സത്യം പറയണം. നിനക്ക് ഇവിടെനിന്നു പോകണമെന്നുണ്ടോ” എന്നു സ്വകാര്യമായി ചോദിച്ചു.

ശെമ്മാശൻ: എനിക്കങ്ങനെ ആഗ്രഹമുണ്ടെങ്കിലും അവിടുന്ന് അതിനനുവദിക്കുകയില്ലല്ലോ. അവിടുന്ന് അനുവദിക്കാതെയിരിക്കുന്നിടത്തോളം കാലം അതു അസാദ്ധ്യവുമല്ല. അവിടുത്തെ വിട്ടുപിരിയുന്ന കാര്യത്തിലും എനിക്കു വളരെ സങ്കടമുണ്ട്. എങ്കിലും അനാഥനായ എന്നെ ബാല്യകാലം മുതൽ ഇങ്ങോട്ടു പോരുന്നതുവരെ വാത്സല്യപൂർവ്വം രക്ഷിച്ചിരുന്ന ദയാലുവായ വികാരിയദ്ദേഹത്തെ ഒന്നു കണ്ടാൽ കൊള്ളാമെന്നുള്ള ആഗ്രഹവും സാമാന്യത്തിലധികം എനിക്കുണ്ട്. ഈ രണ്ടു വിചാരവും കൂടി എന്നെ അത്യധികം വിഷണ്ണനാക്കിത്തീർത്തിരിക്കുന്നു. ഇങ്ങനെയെല്ലാമാണ് പരമാർത്ഥം. ഇനി ഇവിടുത്തെ കൽപനപോലെ.

മലയരയൻ: നീ സത്യം പറഞ്ഞതിനെക്കുറിച്ചു നാം അത്യന്തം സന്തോഷിക്കുന്നു. നിന്നെ വിട്ടുപിരിയുന്ന കാര്യം നമുക്കും വളരെ സങ്കടമായിട്ടുള്ളതാണ്. നിന്നെ ദുഃഖിപ്പിക്കുന്ന കാര്യവും അങ്ങനെ തന്നെ. ഇവിടെ വരുന്നവരെ വിട്ടയയ്ക്കുന്നതു നമ്മുടെ പതിവിന് വിരോധവുമാണ്. നാം മനസ്സാലെ നിന്നെ വിട്ടയച്ചാൽ നാമൊരസ്ഥിരചിത്തനാണെന്ന് ഇവിടെയുള്ളവർ വിചാരിക്കും. അതിനാൽ നാം അപ്രകാരം ചെയ്യുകയില്ല. എങ്കിലും നിന്റെ മനസ്സുപോലെ ചെയ്യുന്നതിനു നാമനുവദിച്ചിരിക്കുന്നു. നാമൊന്നും അറിഞ്ഞില്ലെന്നുള്ള ഭാവത്തിലിരുന്നേക്കാം.

നമ്മുടെ കാവല്ക്കാരറിയാതെ പോവാൻ നിനക്കു സാമർത്ഥ്യമുണ്ടെങ്കിൽ അങ്ങനെ ചെയ്തുകൊള്ളുക. നിനക്കു നിന്റെ ആദ്യരക്ഷിതാവിനെ കാണണമെന്ന് ആഗ്രഹമുണ്ടായിരിക്കുന്ന സ്ഥിതിക്കു നീ നമ്മെയും കാലാന്തരത്തിൽ മറന്നുകളയുകയില്ലെന്നു നാം വിശ്വസിക്കുന്നു.

ശെമ്മാശൻ: എന്റെ ജീവനുള്ള കാലത്തു ഞാൻ അവിടുത്തെ വിസ്മരിക്കുകയോ അവിടുത്തെക്കുറിച്ച് എനിക്കുള്ള ഭക്തിബഹുമാനാദരങ്ങൾക്കു കുറവു വരികയോ ചെയ്യുന്നതല്ല.

മലയരൻ: എന്നാൽ നീ ഇവിടെനിന്നു പുറത്തുപോയാൽ എന്നെക്കുറിച്ചും ഈ സ്ഥലത്തെക്കുറിച്ചും ആരോടും യാതൊന്നും പറയുകയില്ലെന്നു സത്യം ചെയ്യണം.

ശെമ്മാശൻ ഇതുകേട്ട ഉടനെ സസന്തോഷം സത്യം ചെയ്യുകയും ആ ഗുരുവിനെ വന്ദിച്ച് അനുഗ്രഹം വാങ്ങുകയും അന്നു രാത്രിയിൽത്തന്നെ ചില വിദ്യകൾ പ്രയോഗിച്ചു കാവല്ക്കാരെയും മറ്റും ബോധം കെടുത്തിക്കിടത്തീട്ടു യഥേഷ്ടം ഗുഹയിൽനിന്നു പുറത്തിറങ്ങിപ്പോവുകയും ചെയ്തു. അദ്ദേഹം അവിടെച്ചെന്ന ദിവസം അഴിച്ചു സൂക്ഷിച്ചുവച്ചിരുന്ന ഉടുപ്പുകളും തൊപ്പിയുമെല്ലാം എടുത്തുകൊണ്ടാണ് ഗുഹയിൽനിന്നു പുറത്തിറങ്ങിയത്.അതിനാൽ പുറത്തിറങ്ങിയ ഉടനെ അവയെല്ലാം ധരിച്ചു ശെമ്മാശന്റെ വേഷത്തിൽത്തന്നെയായിരുന്നു അദ്ദേഹത്തിന്റെ യാത്ര. അന്നു നിലാവുള്ള കാലമായിരുന്നതിനാൽ കുറെ നടന്നപ്പോൾ ആ പെരുങ്കാടിനിടയിൽചില ചെറുവഴികൾ അദ്ദേഹം കണ്ടു. എങ്കിലും അവ എങ്ങോട്ടെല്ലാമുള്ളവയാണെന്നു തിരിച്ചറിയാൻ മാർഗ്ഗമൊന്നുമില്ലായിരുന്നു. 'എവിടെയെങ്കിലും ചെല്ലട്ടെ; മനുഷ്യരുള്ള ദിക്കിലെത്തിയാൽപ്പിന്നെ ചോദിച്ചറിഞ്ഞു സ്വദേശത്തേക്കുപോകാമല്ലോ' എന്നു വിചാരിച്ച് അവയിൽ ഒരു വഴിയേ അദ്ദേഹം നടന്നുതുടങ്ങി. അദ്ദേഹം ഗുഹയിലെ കാവൽക്കാരെയും മറ്റും ബോധംകെടുത്തിയിരുന്നതു മൂന്നേമുക്കാൽ നാഴിക നേരത്തേക്കു മാത്രമായിരുന്നതിനാൽ അവർ ബോധംവീണു നോക്കുമ്പോൾ തന്നെക്കാണാഞ്ഞിട്ടു പിന്നാലെ ഓടിയേക്കുമോ എന്നുള്ള ഭയവുമുണ്ടായിരുന്നതിനാൽ അദ്ദേഹം വളരെ വേഗത്തിലാണ് നടന്നത്. അങ്ങനെ പോയിപ്പോയി നേരം വെളുത്തപ്പോഴേക്കും അദ്ദേഹം മനുഷ്യസഞ്ചാരമുള്ള ഒരു ദിക്കിലെത്തി. അപ്പോൾ അദ്ദേഹത്തിന്റെ മനസ്സിൽ സ്വല്പം സമാധാനമായി. എങ്കിലും ഭയം മുഴുവനും വിട്ടുമാറിയില്ല. അതിനാൽ പിന്നെയും വേഗത്തിൽത്തന്നെ നടന്നു. അഞ്ചെട്ടു നാഴിക പുലർന്നപ്പോഴേക്കും അദ്ദേഹത്തിനു വിശപ്പും ദാഹവും ക്ഷീണവും കലശലാവുകയാൽ നടക്കാൻ വഹിയാതെയായി. അതിനാൽ വഴിയരികിൽ കണ്ടതായ ഒരു ചെറിയ വീട്ടിൽ കയറി. അവിടെ ഒരു വൃദ്ധമാത്രമേ ഉണ്ടായിരുന്നുള്ളൂ. അവരോടു ശെമ്മാശൻ, "വലിയമ്മേ,

എനിക്കു വിശപ്പും ദാഹവും കലശലായിരിക്കുന്നു. കുറച്ചു കഞ്ഞി തരുമോ?" എന്നു ചോദിച്ചു.

വൃദ്ധ: എന്റെ മകനേ, അരിയില്ലാഞ്ഞിട്ട് ഇന്നലെത്തന്നെ ഇവിടെ കഞ്ഞിവച്ചില്ല. പിന്നെ ഞാൻ എങ്ങനെയാണ് കഞ്ഞി തരുന്നത്? ഇനി വല്ലയിടത്തും പോയി അരി മേടിച്ചു കൊണ്ടു വന്നിട്ടു വേണം കഞ്ഞി വയ്ക്കാൻ. അതുവരെ ഇവിടെ ഇരിക്കാമെങ്കിൽ ഉള്ളതിൽ പങ്കു തരാം.

ശെമ്മാശൻ: ഒരരിയുടെ തരിയെങ്കിലും ഇവിടെ കാണാതിരിക്കുമോ?

വൃദ്ധ: ഒന്നോ ഒരു മുറിയോ അരി എന്റെ വട്ടി തട്ടിക്കുടഞ്ഞാൽ കാണുമായിരിക്കും. അതുകൊണ്ടെന്തു കാണിക്കാനാണ്?

ശെമ്മൻ: ഒരരിയെങ്കിലും എടുത്തുകൊണ്ടുവരണം. നമുക്കതു കൊണ്ടു വല്ലതും കൗശലമുണ്ടാക്കാം.

വൃദ്ധ: എന്റെ മകനേ, നിനക്കു പിച്ചുണ്ടോ? ആട്ടെ, ഞാൻ നോക്കട്ടെ. എന്നു പറഞ്ഞ് ആ വൃദ്ധ ചെന്ന് അവരുടെ അരിവട്ടി തട്ടിക്കുടഞ്ഞിട്ട് ഒരു പൊടിയരി കിട്ടിയതു ശെമ്മാശന്റെ കയ്യിൽ കൊണ്ടുചെന്നു കൊടുത്തു. ഉടനെ ശെമ്മാശൻ "ഇനി വല്യമ്മ വെള്ളം കോരി അടുപ്പത്തു വച്ചു തിളപ്പിക്കണം" എന്നു പറഞ്ഞു. ഇതു വെറും കമ്പമാണെന്നു വൃദ്ധയ്ക്കു തോന്നി. എങ്കിലും ഇയാൾ എന്തു ചെയ്യുന്നു എന്നു കാണാമല്ലോ എന്നു വിചാരിച്ചു വൃദ്ധ ഒരു പാത്രത്തിൽ വെള്ളം കോരി അടുപ്പത്തു വച്ചു തീകത്തിച്ചു വെള്ളം തിളപ്പിച്ചു. അപ്പോൾ ശെമ്മാശൻ ആ പൊടിയരി കൊണ്ടുചെന്നു വെള്ളത്തിലിട്ടു. കുറച്ചു നേരം കഴിഞ്ഞപ്പോൾ പാത്രം നിറച്ചു കഞ്ഞിയുണ്ടായി. അതു കണ്ടു വൃദ്ധ വിസ്മയിച്ചു. അവർ ഉപായത്തിലൊരു പുഴുക്കുമുണ്ടാക്കി. ശെമ്മാശനു കഞ്ഞി വിളമ്പിക്കൊടുത്തു. രണ്ടു പേരും വയറു നിറച്ചു കഞ്ഞി കുടിച്ചു കഴിഞ്ഞിട്ടു പിന്നെയും പാത്രത്തിലരയിടം കഞ്ഞി ശേഷിച്ചു. ശെമ്മാശൻ മലയരന്റെ അടുക്കൽനിന്നു വിദ്യകളഭ്യസിച്ചിട്ട് ആദ്യമായി പ്രയോഗിച്ച വിദ്യ കാവൽക്കാരെ ബോധംകെടുത്തിയതും രണ്ടാമത്തെ വിദ്യ ഇതുമായിരുന്നു. കഞ്ഞികുടി കഴിഞ്ഞതിന്റെ ശേഷം ശെമ്മാശൻ വൃദ്ധയോട്, "ഇവിടെനിന്നു കടമറ്റത്തു പള്ളിയിലേക്ക് എന്തു ദൂരമുണ്ട്" എന്നു ചോദിച്ചു. "ഒരു നാലു നാഴിക കാണും" എന്നു വൃദ്ധ പറഞ്ഞു. "എന്നാൽ പരിഭ്രമിക്കാനൊന്നുമില്ല" എന്നു വിചാരിച്ചു ശെമ്മാശൻ അവിടെത്തന്നെ കിടന്നു ഒന്നുറങ്ങി. ഉണർന്നെണീറ്റ് അദ്ദേഹം പതുക്കെ അവിടെനിന്നു പുറപ്പെട്ടു. വഴിക്കു കണ്ടവരോടൊക്കെ വഴി ചോദിച്ചു ചോദിച്ചു സന്ധ്യയ്ക്കു മുമ്പായി പഴയ വാസസ്ഥലത്തെത്തി. കത്തനാരെ കണ്ടു വന്ദിച്ചു. ശെമ്മാശനെ കണ്ടിട്ടു കത്തനാർ ആളറിഞ്ഞില്ല. അതിനാൽ ശെമ്മാശൻ "അച്ചൻ എന്നെ അറിയില്ലയോ? ഞാൻ ഇവിടുത്തെ ദാസനും ശിഷ്യനുമായ പൗലൂസാണ്" എന്നു പറഞ്ഞു. അതു കേട്ടു കത്തനാർ, "അയ്യോ, എന്റെ കുഞ്ഞേ, നീ മരിച്ചുപോയിയെന്നാണല്ലോ

ഞാൻ വിചാരിച്ചിരുന്നത്" എന്നു പറഞ്ഞുകൊണ്ടു ശെമ്മാശനെ മുറുകെ കെട്ടിപ്പിടിച്ച് ആനന്ദാശ്രുപൊഴിച്ചു. അപ്പോൾ ശെമ്മാശനും സന്തോഷ പാരവശ്യത്താൽ പൊട്ടിക്കരഞ്ഞുപോയി. പിന്നെ കുറച്ചുനേരത്തേക്കു സന്തോഷാധിക്യത്താൽ രണ്ടുപേർക്കും സംസാരിക്കാൻ ശബ്ദം പുറപ്പെടാതെയിരുന്നു. കുറച്ചുസമയം കഴിഞ്ഞപ്പോൾ കത്തനാർ ഒരു വിധം മനസ്സിനെ സമാധാനപ്പെടുത്തിക്കൊണ്ട് "നീ ഇത്രയും കാലം എവിടെയായിരുന്നു" എന്നു ചോദിച്ചു.

ശെമ്മാശൻ: ഞാൻ അന്നു പശുക്കളെ അന്വേഷിച്ചു കാട്ടിൽ നടന്നപ്പോൾ വഴിതെറ്റി നടന്ന് ഒടുക്കം പരിചയമില്ലാത്ത ഒരു സ്ഥലത്തു ചെന്നു ചേർന്നു.അവിടെവച്ചു ചില ദുഷ്ടന്മാർ എന്നെ പിടിച്ചു കാരാ ഗൃഹത്തിലാക്കി. അവിടെനിന്നു പോരാൻ ഇപ്പോൾ മാത്രമേ എനിക്കു തരംകിട്ടിയുള്ളൂ. ഉടനെ ഞാൻ പോരികയും ചെയ്തു.

കത്തനാർ: ദൈവകൃപകൊണ്ട് ഇപ്പോളെങ്കിലും തിരിയെപ്പോരാൻ സാധിച്ചുവല്ലോ. അതുതന്നെഭാഗ്യം. എന്റെ ഒരു മകൻ മരിച്ചുപോയിട്ടും വീണ്ടുംജനിച്ചുവന്നതുപോലെയുള്ള സന്തോഷം എനിക്കിപ്പോൾ തോന്നുന്നുണ്ട്.

അവർ ഇങ്ങനെ ഓരോന്നു പറഞ്ഞുകൊണ്ടിരുന്നപ്പോൾ പള്ളിയിലെ കപ്പിയാർ ഓടി വിയർത്തു കിടകിടാ വിറച്ചുകൊണ്ട് അവിടെയെത്തി, "അയ്യോ, നമ്മുടെ പള്ളിയിൽ പിശാചുക്കൾ നിറഞ്ഞു. ഓരോന്നിന്റെ സ്വരൂപം എങ്ങനെയിരിക്കുന്നു! അവരെക്കണ്ടാൽ പേടിച്ചു ചത്തുപോകും. നേരം സന്ധ്യയായല്ലോ. പള്ളിയിൽ കേറി മണിയടിക്കാൻ നിവൃത്തിയില്ല. അങ്ങോട്ടുചെന്നാൽ അവർ പിടിച്ചു ജീവനോടെ വിഴുങ്ങും, സംശയമില്ല. ഓരോന്നിന്റെയും പൊക്കം ഓരോ കൊന്നത്തെങ്ങോളമുണ്ട്. പിടിച്ചാൽ പിടി മുറ്റാത്ത വണ്ണം. കരിങ്കല്ലുകൊണ്ടു വാർത്തതുപോലെ എല്ലാം കറുകറെയിരിക്കുന്നു. ഇനി എന്താ നിവൃത്തി? ഇന്നു പള്ളിയിൽ മണിയടിയും നമസ്കാരവുമൊന്നും വേണ്ടയോ? അത് അച്ചൻ നിശ്ചയിക്കണം. ഇന്നവിടെ മനുഷ്യരായിട്ടുള്ളവരാരും വരികയില്ല; അതു തീർച്ചതന്നെ" എന്നു പറഞ്ഞു. അപ്പോൾ ശെമ്മാശൻ, "ഞാനങ്ങോട്ടു വരാം. കപ്പിയാരും വരണം. ഞാൻ ആ പിശാചുക്കളെയൊക്കെ അവിടെനിന്നു മാറ്റിത്തരാം" എന്നു പറഞ്ഞു.

കത്തനാർ: അയ്യോ, നീ പോകണ്ടാ. ഇനിയും വല്ലതും ആപത്തും പറ്റിയേക്കും. ഞാനങ്ങോട്ടു ചെല്ലാം. എനിക്കു വല്ലതും പറ്റിയാലും തരക്കേടില്ല. വയസ്സ് എൺപത്തെട്ടായല്ലോ. ഇനി ഞാൻ ജീവിച്ചിരുന്നാൽ എത്ര നാളിരിക്കും? എന്റെ കുഞ്ഞിനു ചെറുപ്പമല്ലേ? നീ ഇനിയും വളരെക്കാലം ജീവിച്ചിരിക്കേണ്ടുന്ന ആളാണല്ലോ.

ശെമ്മാശൻ: ദൈവത്തിന്റെ കൃപകൊണ്ട് ആർക്കും ആപത്തൊന്നും സംഭവിക്കയില്ല. ഞാനിപ്പിശാചുക്കളെ അവിടെനിന്ന് ഓടിക്കാം. അച്ചൻ

കൂടെ വരുന്നുണ്ടെങ്കിൽ വരണം, നമുക്കു പോകാം. അച്ചനെ അയച്ചിട്ടു ഞാനിവിടെ ഇരിക്കയില്ല. തീർച്ചതന്നെ.

ഇങ്ങനെ പറഞ്ഞ് കത്തനാരും ശെമ്മാശനും കപ്പിയാരുംകൂടി പള്ളിയിലേക്കു ചെന്നു. കപ്പിയാരുടെ വാക്കു കേട്ടപ്പോൾത്തന്നെ പള്ളിയിൽ വന്നിരിക്കുന്നതു തന്നെ അന്വേഷിച്ചു കണ്ടുപിടിക്കാനായി ഗുഹയിൽനിന്നു പുറപ്പെട്ടിരിക്കുന്നവരായിരിക്കും എന്നു ശെമ്മാശൻ ഊഹിച്ചു. അവിടെച്ചെന്നു കണ്ടപ്പോൾ അങ്ങനെതന്നെ എന്നു തീർച്ചയാവുകയും ചെയ്തു. ശെമ്മാശൻ അവരുടെ അടുക്കലേക്കു ചെല്ലുന്നതു കണ്ടു പേടിച്ചുവിറച്ചുകൊണ്ട് കത്തനാർ, "എന്റെ മകനേ, അടുത്തു പോകരുതേ" എന്നു പറഞ്ഞു. ശെമ്മാശൻ ഒരു കൂസലും കൂടാതെ അടുത്തുചെന്ന് അവരോട് "നിങ്ങൾ ഇവിടെ എന്തിനു വന്നു? ഇതു ദേവാലയമാണ്. നിങ്ങൾക്കു കളിക്കാനും പാർക്കാനുമുള്ള സ്ഥലമല്ല. നിങ്ങൾക്കു ജീവനോടുകൂടി തിരിയെപ്പോകണമെന്നുണ്ടെങ്കിൽ ക്ഷണത്തിൽ ഇവിടെനിന്നിറങ്ങി, വന്നവഴിയേ പൊയ്ക്കൊൾവിൻ. അല്ലെങ്കിൽ നിങ്ങളുടെ കഥ കഴിക്കും" എന്നു പറഞ്ഞു. അതു കേട്ട് ആ കാട്ടുമുട്ടന്മാർ, "ഞങ്ങൾ നിന്നെക്കൊണ്ടു പോകാനായിട്ടാണു വന്നത്. നിന്നെയും കൊണ്ടല്ലാതെ ഞങ്ങൾ പോവുകയില്ല" എന്നു പറഞ്ഞുകൊണ്ടു ശെമ്മാശനെ പിടിക്കാനായി എല്ലാവരുംകൂടി അടുത്തുകൂടി. ശെമ്മാശൻ ഒരു വിദ്യപ്രയോഗിക്കുകയും ആ ദുഷ്ടന്മാർ ബോധം കെട്ടു വെട്ടിയിട്ട മരംപോലെ തൽക്ഷണം നിലംപതിക്കുകയും ചെയ്തു. ഇതു കണ്ടു കത്തനാരും കപ്പിയാരും അദ്ഭുതപരവശരായിത്തീർന്നു. ഉടനെ കപ്പിയാർ മണിയടിക്കുകയും പള്ളിയിൽ പതിവിലധികം ആളുകൾ വന്നുകൂടുകയും ചെയ്തു. വൈകുന്നേരം പതിവുള്ള കർമ്മാനുഷ്ഠാനങ്ങളെല്ലാം കഴിഞ്ഞതിന്റെശേഷം ജനങ്ങളെല്ലാവരും ആ കാട്ടാളന്മാരുടെ ഭയങ്കര ആകൃതി കണ്ടും ശെമ്മാശന്റെ വിദ്യയെക്കുറിച്ചു കേട്ടും വിസമയിച്ചു. അപ്പോൾ കത്തനാർ ശെമ്മാശനോട്, "ഇവർ മരിച്ചു പോയിരിക്കുമോ?" എന്നു ചോദിച്ചു.

ശെമ്മാശൻ: മരിച്ചിട്ടില്ല. വേണമെങ്കിൽ മരിപ്പിക്കാം.

കത്തനാർ: ഏതുവിധവും ഇവരെ ഇവിടെനിന്നു കളയണമല്ലോ. ഇവർ ഇവിടെ കിടന്നാലും നടന്നാലും ഉപദ്രവം തന്നെ.

ശെമ്മാശൻ: ഇപ്പോൾ കളഞ്ഞേക്കാം.

അദ്ദേഹം പിന്നെയും എന്തോ വിദ്യപ്രയോഗിച്ചു. ഉടനെ ആ ഭയങ്കരാകൃതികൾ ഉറക്കത്തിൽനിന്നെന്നപോലെ ഉണർന്നെണീറ്റു. അപ്പോൾ ശെമ്മാശൻ, ''എന്താ ഇനിപ്പൊയ്ക്കൊള്ളാമോ? വേണമെങ്കിൽ കുറച്ചുകൂടി വല്ലതുമാവാം" എന്നു പറഞ്ഞു. അതു കേട്ട് ആ കാട്ടുമുട്ടന്മാർ "അയ്യോ, ഇനി ഒന്നും വേണ്ടാ. ഞങ്ങൾ പൊയ്ക്കൊള്ളാം" എന്നു പറഞ്ഞു ശെമ്മാശനെ വന്ദിച്ചിട്ട് അപ്പോൾത്തന്നെ

അവിടെനിന്നു പോയി. ഇതു കണ്ട് അവിടെ കൂടിയിരുന്നവരെല്ലാം അദ്ഭുതപ്പെടുകയും ശെമ്മാശനെ വളരെ പുകഴ്ത്തുകയും ചെയ്തു. അപ്പോൾ കത്തനാർ ശെമ്മാശനോട്, "എന്റെ മകനേ, നീ ഈ ദിവ്യ ശക്തി എവിടെനിന്നുകിട്ടി?" എന്നു ചോദിച്ചു. "ഇതൊന്നും എന്റെ ശക്തിയല്ല. എല്ലാം ദൈവത്തിന്റെ ശക്തിയാണ്. ദൈവം സർവ്വശക്ത നാണല്ലോ" എന്നു ശെമ്മാശൻ മറുപടി പറയുകയും ചെയ്തു.

അനന്തരം അധികം താമസിയാതെ മേൽപട്ടക്കാരെല്ലാവരുംകൂടി ശെമ്മാശനു കത്തനാർപട്ടം കൊടുത്തു. അന്നു മുതൽ അദ്ദേഹത്തെ ജനങ്ങൾ 'കടമറ്റത്തു കത്തനാർ' എന്നും 'കടമറ്റത്തച്ചൻ' എന്നും അവരുടെ സ്ഥിതി അനുസരിച്ചു പറഞ്ഞുതുടങ്ങി. അദ്ദേഹം പിന്നെയും യഥാപൂർവ്വം വികാരിക്കത്തനാരോടുംകൂടി താമസിച്ചു. അക്കാലത്ത് അദ്ദേഹം സ്വദേശത്തുചിലർക്കുണ്ടായ ബാധോപദ്രവങ്ങളും ചാത്തന്റെ ഉപദ്രവങ്ങളും മറ്റും മാറ്റുകയാൽ വലിയ മന്ത്രവാദിയാണെന്ന് ഒരു പ്രസിദ്ധി ഉണ്ടായിത്തീരുകയും തന്നിമിത്തം ദൂരസ്ഥലങ്ങളിൽനിന്നു കൂടി ആളുകൾ വന്നു മന്ത്രവാദത്തിനായി അദ്ദേഹത്തെ കൊണ്ടുപോയി ത്തുടങ്ങുകയും ആ മാർഗ്ഗത്തിൽ അദ്ദേഹത്തിനു ധാരാളം പണം കിട്ടി ത്തുടങ്ങുകയും ചെയ്തു. അങ്ങനെ കുറച്ചുകാലം കഴിഞ്ഞപ്പോഴേക്കും അദ്ദേഹം നല്ല സമ്പന്നനായിത്തീരുകയും അദ്ദേഹത്തിന്റെ രക്ഷിതാവാ യിരുന്ന വികാരിക്കത്തനാർ ചരമഗതി പ്രാപിക്കുകയും ചെയ്യുകയാൽ അദ്ദേഹം സ്വന്തമായി ഒരു ഗൃഹം പണികഴിപ്പിച്ചു താമസം അങ്ങോട്ടു മാറ്റി. അതിനാൽ അദ്ദേഹം പാചകന്മാരായും പരിചാരകന്മാരായും മറ്റും നാലഞ്ചുപേരെ തന്നോടുകൂടി താമസിപ്പിച്ചുതുടങ്ങുകയും ചെയ്തു.

അപ്പോഴേക്കും 'കടമറ്റത്തു കത്തനാർ' എന്നുള്ള കീർത്തി ലോകത്തിൽ സർവ്വത്ര വ്യാപിച്ചു. കടമറ്റത്തു കത്തനാർ വിചാരിച്ചാൽ സാധിക്കാത്ത കാര്യം ലോകത്തിൽ യാതൊന്നുമില്ലെന്നുള്ള വിശ്വാസം സകല ജനങ്ങളുടെയിടയിലും ദൃഢമായിത്തീർന്നു. അതിനാൽ ഓരോരോ കാര്യങ്ങൾക്കായി അദ്ദേഹത്തെകൊണ്ടു പോകുവാൻ ജനങ്ങൾ സദാ വന്നുകൊണ്ടിരുന്നു. ആരാവശ്യപ്പെട്ടാലും എവിടെയായാലും അദ്ദേഹം പൊയ്ക്കൊണ്ടിരിക്കുകയും ചെയ്തു. അതിനാൽ അദ്ദേഹം സ്വഗൃഹ ത്തിൽ താമസിച്ചിരുന്ന ദിവസം ചുരുക്കമായിരുന്നു. അദ്ദേഹം ഒരു കാര്യത്തിനായി പോയിട്ട്, അതു സാധിക്കാതെ വരിക ഒരിക്കലുമുണ്ടാ യിട്ടില്ല. ആർക്കായാലും ഏതു കാര്യമായാലും സാധിച്ചുകൊടുത്താൽ ഇന്നതു കിട്ടണമെന്നുള്ള നിർബന്ധവും അദ്ദേഹത്തിനുണ്ടായിരുന്നില്ല. അദ്ദേഹം വിചാരിക്കുന്നതിൽ കൂടുതലായിട്ടല്ലാതെ അദ്ദേഹത്തിനാരും കൊടുക്കാറുമില്ല. അതിനാലദ്ദേഹം കാലക്രമേണ വലിയ കുബേരനായി ത്തീർന്നു. കടമറ്റത്തു കത്തനാരുടെ മന്ത്രവാദമെന്നുള്ള പ്രസിദ്ധി ലോകത്തിലെല്ലാം നിറഞ്ഞു കവിയുകയാൽ അനേകം ദിക്കുകളിൽ

നിന്നു പലരും മന്ത്രവാദം പഠിക്കാനായി അദ്ദേഹത്തിന്റെ അടുക്കൽ വന്നുചേരുകയും എല്ലാവരെയും അദ്ദേഹം പഠിപ്പിക്കുകയും ചെയ്തിരുന്നു. അതിനാൽ അദ്ദേഹത്തിനു ശിഷ്യസമ്പത്തും ധാരാളമുണ്ടായി. 'കടമറ്റത്തു സമ്പ്രദായം' എന്നുള്ളത് ഇന്നും പ്രസിദ്ധമാണല്ലോ. ആ സമ്പ്രദായക്കാരായ മന്ത്രവാദികൾ ഇപ്പോഴും പല സ്ഥലങ്ങളിലുണ്ട്. ഇപ്രകാരമെല്ലാമാണ് കടമറ്റത്തു കത്തനാരുടെ ജീവിതകഥാസംക്ഷേപം. മരിക്കുന്നതുവരെ താൻ മന്ത്രവാദം മുതലായവ പഠിച്ചത് ആരോടാണെന്നും മറ്റുമുള്ള വിവരങ്ങളും അദ്ദേഹം ആരോടും പറഞ്ഞില്ല. ഗുരുവിന്റെ അടുക്കൽവച്ചു ചെയ്ത സത്യം അദ്ദേഹം ശരിയായിട്ടുതന്നെ നിർവ്വഹിച്ചു. എങ്കിലും അദ്ദേഹം സ്വന്തം ജീവചരിത്രം ഒരു താളിയോലഗ്രന്ഥത്തിലെഴുതി സൂക്ഷിച്ചിരുന്നു. അദ്ദേഹത്തിന്റെ കാലശേഷം ആ ഗ്രന്ഥം മൂലമാണ് അദ്ദേഹത്തിന്റെ ജീവചരിത്രം പ്രസിദ്ധമായിത്തീർന്നത്.

കടമറ്റത്തു കത്തനാരുടെ കുടുംബം അദ്ദേഹത്തോടുകൂടിത്തന്നെ അവസാനിച്ചു. അദ്ദേഹം താമസിച്ചിരുന്ന ഗൃഹംപോലും ഇപ്പോൾ അവിടെ കാൺമാനില്ല. എങ്കിലും ചില മന്ത്രവാദികളും മറ്റും ഇപ്പോഴും ആ സ്ഥലത്തുചെന്ന് അദ്ദേഹത്തെ ധ്യാനിച്ചു വന്ദിക്കുകയും ചില കാര്യസിദ്ധിക്കായി പ്രാർത്ഥിക്കുകയും ചില വഴിപാടുകൾ കഴിക്കുകയും മറ്റും ചെയ്തുവരുന്നുണ്ട്. അദ്ഭുതകർമ്മങ്ങൾ പ്രവർത്തിക്കുന്ന മഹാന്മാരെക്കുറിച്ചുള്ള ഭക്തി ജനങ്ങളുടെ ഹൃദയത്തിൽനിന്ന് എളുപ്പത്തിൽ വിട്ടുപോവുകയില്ല. പുളിയാമ്പള്ളി നമ്പൂരിക്കും മറ്റും ഇപ്പോഴും ചിലർ വെള്ളംകുടി നടത്തിവരുന്നുണ്ടല്ലോ. ഇനി കത്തനാരുടെ അദ്ഭുതകർമ്മങ്ങളിൽ ചിലതുകൂടിപ്പറയാം.

പണ്ടു തിരുവനന്തപുരത്തുനിന്ന് പത്മനാഭപുരത്തേക്കു പോകുന്ന വഴിക്കു കുറെയിട മനുഷ്യവാസമില്ലാതെ വെറും കാടായിക്കിടന്നിരുന്നു. എങ്കിലും തിരുവനന്തപുരത്തുനിന്നു കിഴക്കോട്ടു പോകാനും കിഴക്കുള്ളവർക്കു തിരുവനന്തപുരത്തും മറ്റും വരാനും വേറെ വഴിയില്ലാതായിരുന്നതിനാൽ ജനങ്ങൾ അക്കാലത്തു സാധാരണമായി സഞ്ചരിച്ചിരുന്നത് ആ കാട്ടുവഴിയേ തന്നെയായിരുന്നു. ആ കാട്ടിൽ ഒരിക്കൽ ഒരു യക്ഷി വന്നുകൂടി. ആ യക്ഷി പകൽസമയത്തും സർവാംഗസുന്ദരിയും യുവതിയുമായ ഒരു വേശ്യാസ്ത്രീയുടെ വേഷം ധരിച്ച് ആ വഴിയിൽച്ചെന്നു നിൽക്കും. ആ വഴിയേ പോകുന്നവരോട് ആദ്യം തന്നെ "ഒരിക്കൽ മുറുക്കാൻ ചുണ്ണാമ്പു തരാമോ?" എന്നു സസ്മിതം ചോദിക്കും. ചുണ്ണാമ്പു കൊടുത്തുകഴിയുമ്പോൾ നർമ്മസല്ലാപം തുടരും. അവളുടെ വാക്കു കേട്ടാൽ മയങ്ങിപ്പോകാത്തവരില്ലായിരുന്നു. അതിനാൽ അവൾ പറഞ്ഞു മയക്കി ഓരോരുത്തരെയും കാട്ടിലേക്കു കൂട്ടിക്കൊണ്ടുപോകും. കാട്ടിൽച്ചെന്നാലുടനെ പിടിച്ചു കടിച്ചുകീറി ചോര

കുടിക്കുകയും നഖവും ശിഖയുമല്ലാത്തതെല്ലാം ഭക്ഷിക്കുകയും ചെയ്യും. ഇതായിരുന്നു അവളുടെ പതിവ്. ഇങ്ങനെ അവൾ അനേക മാളുകളെ ഭക്ഷിച്ചു. ഇതറിഞ്ഞു ജനങ്ങൾ അതിലേ നടക്കാതായി. അപ്പോൾ ആ യക്ഷി രാത്രികാലങ്ങളിൽ കുടിയിടയിൽ കടന്നും മനുഷ്യരെ പിടിച്ചു ഭക്ഷിച്ചുതുടങ്ങി. അതിനാൽ ജനങ്ങൾ ഏതുവിധവും ഈ യക്ഷിയെ ഇവിടെനിന്ന് ഒഴിച്ചുവിടണമെന്നു വിചാരിച്ച് അനേകം മന്ത്രവാദികളെ വരുത്തി പല വിദ്യകൾ ചെയ്യിച്ചു. അതൊന്നുകൊണ്ടും യാതൊരു ഫലവുമുണ്ടായില്ല. ഒടുക്കം ചിലർ കടമറ്റത്തു ചെന്നു കത്തനാരെ കണ്ടു വിവരം പറഞ്ഞ് അദ്ദേഹത്തെ കൂട്ടിക്കൊണ്ടുപോയി.

കത്തനാർ ആ സ്ഥലത്തു ചെന്നപ്പോഴും യക്ഷി മേല്പറഞ്ഞ വേഷത്തിൽ വഴിയിൽത്തന്നെ നിൽക്കുന്നുണ്ടായിരുന്നു. അദ്ദേഹം ചെന്നപ്പോൾ യക്ഷി പതിവുപോലെ പുഞ്ചിരിച്ചുകൊണ്ട്, “ഒന്നു മുറുക്കാൻ ചുണ്ണാമ്പു തരാമോ?” എന്നു ചോദിച്ചു. അതുകേട്ടു കത്തനാർ സന്തോഷത്തോടുകൂടി “തരാമല്ലോ” എന്നു പറഞ്ഞിട്ടു കുറച്ചു ചുണ്ണാമ്പെടുത്ത് ഒരിരുമ്പാണിമേൽ വച്ചു നീട്ടിക്കൊടുത്തു. അതു മേടിക്കാൻ യക്ഷി സ്വല്പം മടിച്ചു. എങ്കിലും മേടിച്ചു. അതോടുകൂടി യക്ഷി കത്തനാരുടെ ബന്ധനത്തിലകപ്പെടുകയും അവൾക്ക് ഒന്നിനും ശക്തിയില്ലാതായിത്തീരുകയും ചെയ്തു. ചുണ്ണാമ്പോടുകൂടി ആ ഇരുമ്പാണി കൈയിൽ കൊടുത്തു എന്നാണ് യക്ഷിക്കു തോന്നിയത്. എന്നാൽ കത്തനാർ ഒരു മന്ത്രം ജപിച്ച് ആ ആണി അവളുടെ ശിരസ്സിൽ തറയ്ക്കുകയാണ് ചെയ്തത്. ആ വാസ്തവം യക്ഷി അറിഞ്ഞില്ല.

ചുണ്ണാമ്പു കൊടുത്തിട്ട് ഉടനെ കത്തനാർ നടന്നു തുടങ്ങി. ഒരു ദാസിയെപ്പോലെ യക്ഷിയും അദ്ദേഹത്തിന്റെ പിന്നാലെ നടന്നു. അങ്ങനെ നടന്നും ഇടയ്ക്ക് ചില സ്ഥലങ്ങളിൽ താമസിച്ചും നാലഞ്ചു ദിവസംകൊണ്ട് അവർ കായംകുളത്തു വന്നുചേർന്നു. അവിടെ കത്തനാർക്കു പരിചയമുള്ള ഒരു വീടുണ്ടായിരുന്നുതിനാൽ അദ്ദേഹം അവിടെ കയറി. യക്ഷിയും കൂടെത്തന്നെ ഉണ്ടായിരുന്നു. ആ വീട് കത്തനാരുടെ മാതുലന്റേതായിരുന്നുവത്രേ. അവിടെ അക്കാലത്തു കത്തനാരുടെ മാതുലിയും വയോവൃദ്ധയും വിധവയുമായ ഒരു സ്ത്രീ മാത്രമേ ഉണ്ടായിരുന്നുള്ളൂ. ആ വിധവ യക്ഷിയെ കണ്ടിട്ട് “ഇവളേതാണ്” എന്നു ചോദിച്ചു.

കത്തനാർ: ഇവളെ ഇപ്പോൾ ഞാനെന്റെ ദാസിയാക്കിയിരിക്കുകയാണ്, എന്താ ചോദിച്ചത്?

വൃദ്ധ: എനിക്കു സഹായത്തിന് ഇവിടെ ഒരു പെണ്ണുണ്ടായാൽ കൊള്ളാമെന്നുണ്ട്. ഇവിടെ ഞാൻ മാത്രമല്ലേയുള്ളൂ? അതാണ് ചോദിച്ചത്.

കത്തനാർ: ഓഹോ, വിരോധമില്ല. വേണമെങ്കിൽ ഇവളെ ഇവിടെ താമസിപ്പിച്ചേക്കാം.

ഇതുകേട്ടു വൃദ്ധയ്ക്കു വളരെ സന്തോഷമായി. അവർ ആ യക്ഷിയെ തന്റെ പുത്രിയെപ്പോലെ വാത്സല്യപൂർവ്വം സ്വീകരിച്ചു. ഉടനെ കത്തനാർ കുളിക്കാൻ പോയി. കക്ഷിയും വൃദ്ധയുംകൂടി ഭക്ഷണത്തിനെല്ലാം കാലമാക്കി. കത്തനാർ കുളിയും ഊണും കഴിഞ്ഞു സ്വല്പമൊന്നു കിടന്നു. വൃദ്ധയും യക്ഷിയും ഊണു കഴിഞ്ഞ് ഓരോ വർത്തമാനങ്ങളും പറഞ്ഞ് അവിടെ വേറൊരു മുറിയിലിരുന്നു. ആ സമയം വാത്സല്യത്തോടുകൂടി അവർ, യക്ഷിയുടെ തലമുടി ഭംഗിയായി കെട്ടിക്കുന്നതിനായി ചീർപ്പെടുത്തുചീകി.അപ്പോൾ എന്തോ തടഞ്ഞതായി തോന്നുകയാൽ അവർ സൂക്ഷിച്ചു നോക്കുകയും യക്ഷിയുടെ തലയിൽ ഒരിരുമ്പാണി തറച്ചിരിക്കുന്നതായി കാണുകയും ചെയ്തു. ഉടനെ വൃദ്ധ, "അയ്യോ മകളെ, ഇതാ നിന്റെ തലയിൽ ഒരിരുമ്പാണി തറച്ചിരിക്കുന്നു. ഇതെങ്ങനെ വന്നു? കഷ്ടംതന്നെ" എന്നു പറഞ്ഞ് ആ ആണി വലിച്ചൂരി. തൽക്ഷണം യക്ഷി പൂർവ്വസ്ഥിതിയെ പ്രാപിക്കുകയും അദൃശ്യയായി ഭവിക്കുകയും ചെയ്തു. വർത്തമാനങ്ങൾ പറഞ്ഞുകൊണ്ട് അടുക്കൽ ഇരുന്നിരുന്നവൾ പെട്ടെന്ന് അദൃശ്യയായിത്തീർന്നപ്പോൾ വൃദ്ധ വല്ലാതെ പരിഭ്രമിച്ചു കത്തനാരുടെ അടുക്കൽച്ചെന്ന് വിവരം പറഞ്ഞു. തലയിൽ തറച്ചിരുന്ന ആണി ഊരിക്കളഞ്ഞു എന്നു കേട്ടപ്പോൾ, എന്നാൽ കാര്യം തെറ്റി എന്നു പറഞ്ഞിട്ടു കത്തനാരും പിന്നാലെ പുറപ്പെട്ടു. ചില ലക്ഷണങ്ങൾകൊണ്ട് യക്ഷി വടക്കോട്ടാണ് പോയതെന്നറിഞ്ഞു കത്തനാരും വടക്കോട്ടുതന്നെ നടന്നു. കുറച്ചു ദൂരം ചെന്നപ്പോൾ യക്ഷി അതിവേഗത്തിൽ നടന്നുപോകുന്നതു കത്തനാർ കണ്ടു. കൂടെ എത്തണമെന്നു വിചാരിച്ചു കത്തനാരും ക്ഷണത്തിൽ നടന്നു. രണ്ടുപേരും മാന്നാറിൽ വന്നുചേർന്നു. കത്തനാർ ആറ്റുകടവിലെത്തിയപ്പോഴേക്കും കടത്തുകാരൻ യക്ഷിയെ ഒരു തോണിയിൽ കയറ്റി 'പനയന്നാർകാവിൽ'ക്കടവിലിറക്കിക്കഴിഞ്ഞു. കത്തനാർക്കു പിന്നാലെ എത്തുന്നതിനു തൽക്കാലമവിടെ വേറെ വള്ളമില്ലായിരുന്നു. വള്ളം കിട്ടീട്ട് അതിൽക്കയറി അക്കരെച്ചെല്ലുമ്പോഴേക്കും യക്ഷി അവിടെനിന്നു പൊയ്ക്കളഞ്ഞങ്കിലോ എന്നു വിചാരിച്ച് കത്തനാർ അവിടെനിന്നുകൊണ്ട് യക്ഷിക്ക് അവിടെനിന്നു പോകാൻ പാടില്ലാത്ത വിധത്തിൽ ഒരു വിദ്യ പ്രയോഗിച്ചു. പിന്നെ അദ്ദേഹം ഒരു വാഴയിൽ നിന്ന് ഒരു തൂശനില മുറിച്ചെടുത്തു വെള്ളത്തിലിട്ട് അതിൽക്കയറി തുഴഞ്ഞ് അക്കരെയിറങ്ങി യക്ഷിയുടെ അടുക്കൽച്ചെന്ന്, "നീ എവിടെപ്പോകുന്നു? നിന്നെ ഞാൻ വിട്ടയയ്ക്കുകയില്ല. ജനങ്ങൾക്കു യാതൊരു ഉപദ്രവവും ചെയ്യാതെ ഇവിടെ ഇരുന്നുകൊള്ളാമെങ്കിൽ ഞാനങ്ങനെ അനുവദിക്കാം. അല്ലാത്തപക്ഷം നിന്നെ ഞാൻ അറുത്തുഹോമിക്കും. ഏതാണ് നിനക്ക് സമ്മതമെന്നു പറയുക' എന്നു പറഞ്ഞു. അതുകേട്ട് യക്ഷി, "ഞാൻ ആരെയും ഉപദ്രവിക്കാതെ ഇനിയെന്നും ഇവിടെ

ഇരുന്നുകൊള്ളാം. എന്നെ സംഹരിക്കരുതെന്നു ഞാനപേക്ഷിക്കുന്നു" എന്നു പറഞ്ഞു. "ഇവിടെ ഇരുന്നുകൊള്ളാമെങ്കിൽ അങ്ങനെ സത്യം ചെയ്യുക" എന്നു കത്തനാർ പറയുകയും യക്ഷി അപ്രകാരം സത്യം ചെയ്യുകയും ചെയ്തു. അന്നു മുതൽ ആ യക്ഷി അവിടെത്തന്നെ താമസമായി. യക്ഷി അദൃശ്യയായിട്ടാണ് അവിടെ താമസിക്കുന്നത്. എങ്കിലും കറുത്തവാവ്, വെള്ളിയാഴ്ച ഇങ്ങനെയുള്ള ദിവസങ്ങളിൽ അർദ്ധരാത്രി സമയത്തും മറ്റും ചിലർ ആ യക്ഷിയെ സുന്ദരിയായ സ്ത്രീയുടെ രൂപത്തിലും കത്തുന്ന തീയായിട്ടും മറ്റും ഇപ്പോഴും ചില കാലങ്ങളിൽ കാണാറുണ്ടെന്നാണ് കേൾവി. അവിടെയുള്ള ഭദ്രകാളീ ക്ഷേത്രത്തെ പ്രധാനമാക്കിപ്പറയുമ്പോൾ ജനങ്ങൾ ആ യക്ഷിയെ 'പനയന്നാർക്കാവിലെ യക്ഷി'യെന്നും ദേശപ്പേരിനെ അടിസ്ഥനാപ്പെടുത്തുമ്പോൾ 'പരുമലയക്ഷി'യെന്നും പറഞ്ഞുവരുന്നു. ആ യക്ഷി അവിടെ വന്നതിൽപ്പിന്നെ ആരെയും ഒരുവിധത്തിലും ഉപദ്രവിച്ചതായി കേട്ടുകേൾവിപോലുമില്ല.

കടമറ്റത്തുകത്തനാരും അക്കാലത്തുണ്ടായിരുന്ന കുഞ്ചമൺ മഠത്തിൽ മൂത്തപോറ്റിയും പരിചയമെന്നല്ല, വലിയ സ്നേഹമായിരുന്നു. കുഞ്ചമൺപോറ്റിമാർ പണ്ടേതന്നെ വലിയ മന്ത്രവാദികളും ചാത്തന്മാരെ സേവിച്ചു വംശവദന്മാരാക്കീട്ടുള്ളവരുമാണെന്നു പ്രസിദ്ധമാണല്ലോ. കത്തനാരും വലിയ മന്ത്രവാദിയായിരുന്നതിനാലാണ് അവർ തമ്മിൽ സ്നേഹമായിത്തീർന്നത്. ഓരോ ദേശങ്ങളിൽ സഞ്ചരിക്കുമ്പോൾ വഴിയിൽവച്ചും മറ്റും കത്തനാരും പോറ്റിയും തമ്മിൽ കാണുകയും അപ്പോഴെല്ലാം പോറ്റി കത്തനാരെ മഠത്തിലേക്കു ചെല്ലാനായി ക്ഷണിക്കുകയും പതിവായിരുന്നു.

ഇങ്ങനെ കുറച്ചുകാലം കഴിഞ്ഞപ്പോൾ ഒരിക്കൽ കുഞ്ചമൺ മഠത്തിലൊന്നു പോകണമെന്നു കത്തനാർ നിശ്ചയിച്ചു. അവർ തമ്മിൽ വലിയ സ്നേഹമായിരുന്നുവെങ്കിലും സ്വൽപം ഉൾത്തിടുക്കമുണ്ടായിരുന്നു. താൻ ചാത്തന്മാരെ തന്റെ ഭൃത്യന്മാരെപ്പോലെ ആക്കീട്ടുണ്ടല്ലോ എന്നും അതു കത്തനാർക്കു സാധിച്ചിട്ടില്ലല്ലോ എന്നുമായിരുന്നു പോറ്റിയുടെ വിചാരം. ഇന്ദ്രജാലം, മഹേന്ദ്രജാലം മുതലായ വിദ്യകളിൽ പോറ്റിക്കു തന്നോളം നൈപുണ്യമില്ലല്ലോ എന്നൊരു വിചാരം കത്തനാർക്കുമുണ്ടായിരുന്നു. അതിനാൽ കത്തനാർ ഒരു കൗശലം പ്രയോഗിച്ചു. കുഞ്ചമൺ പോറ്റി എവിടെയെങ്കിലും വള്ളത്തിലോ ബോട്ടിലോ കയറിപ്പോകുമ്പോൾ ഊന്നാനും തണ്ടുവലിക്കാനും മറ്റും അന്യന്മാർക്ക് അദൃശ്യന്മാരായ ചാത്തന്മാരാണ് പതിവ്. അതുപോലെ തനിക്കും പോകണമെന്നു നിശ്ചയിച്ച് കത്തനാർ ഒരു വള്ളത്തിൽ കയറി ഊന്നുകാരാരുമില്ലാതെ പുറപ്പെട്ടു കുഞ്ചമൺ പോറ്റിയുടെ കടവിൽ ച്ചെന്നടുത്തു. ആരും ഊന്നുകയും തുഴയുകയും മറ്റും ചെയ്യാതെ ഒരു

വള്ളം വന്നടുക്കുന്നതു കണ്ടു പോറ്റി കടവിലേക്കു ചെന്നു. അപ്പോൾ കത്തനാർ വള്ളത്തിൽനിന്നു കരയ്ക്കിറങ്ങി. അപ്പോൾ, "ഹേ, ഇതെന്താണ് വള്ളക്കാരാരുമില്ലാതെ പുറപ്പെട്ടത്?" എന്നു ചോദിച്ചു. അതിനുത്തരമായി കത്തനാർ, "തൽക്കാലം വള്ളക്കാരെ അന്വേഷിച്ചിട്ടുകിട്ടിയില്ല. ഇങ്ങോട്ടു യാത്ര നിശ്ചയിക്കുകയും ചെയ്തു. അതിനാൽ എന്നെ ഇവിടെക്കൊണ്ടിറക്കണമെന്നു തോണിയോടുതന്നെ പറഞ്ഞിട്ടു ഞാൻ തോണിയിൽ കയറി. തോണി അന്യസഹായം കിട്ടാതെ ഇവിടെ വന്നടുക്കുകയും ചെയ്തു" എന്നു പറഞ്ഞു. ഇതു കേട്ടപ്പോൾ തോണി തനിയെ നടന്നതു കത്തനാരുടെ ഇന്ദ്രജാല വിദ്യ കൊണ്ടാണെന്നും ഇതു തന്നെ ആക്ഷേപിക്കാനായി പ്രയോഗിച്ചതാണെന്നും പോറ്റിക്കു മനസ്സിലായി. എങ്കിലും പിന്നെയൊന്നും അദ്ദേഹം പറഞ്ഞില്ല.

ഉടനെ പോറ്റി കത്തനാർക്കു കുളിക്കാനും ഉണ്ണാനും വേണ്ടതെല്ലാം ചട്ടംകെട്ടിക്കൊടുത്തു. ഭക്ഷണാനന്തരം സ്വൈരസല്ലാപം ചെയ്തുകൊണ്ടു രണ്ടുപേരുംകൂടി നേരം നാലഞ്ചുനാഴിക പകലാവുന്നതുവരെ അവിടെയിരുന്നു. അതിന്റെശേഷം കത്തനാർ, "നേരം വൈകിത്തുടങ്ങിയല്ലോ, എനിക്ക് ഇന്നു തന്നെ പോകേണ്ടിയിരിക്കുന്നു. അതിനനുവാദം തരണം" എന്നു പറഞ്ഞു. അപ്പോൾ പോറ്റി, "ഞാൻ പല പ്രാവശ്യമപേക്ഷിച്ചിട്ടാണ് കത്തനാരിവിടെ വന്നത്. ഒരു നാലു ദിവസമെങ്കിലും താമസിക്കാതെ ഇന്നുതന്നെ പോകുന്നതു വലിയ സങ്കടമാണ്. എനിക്കു കത്തനാരോടു ചോദിച്ചു പല സംഗതികൾ അറിയാനുണ്ട്. അതിനാൽ നിവൃത്തിയുണ്ടെങ്കിൽ രണ്ടു ദിവസമെങ്കിലും ഇവിടെ താമസിച്ചിട്ടു പോയാൽക്കൊള്ളാം. അതിനു സൗകര്യമില്ലെങ്കിൽ ഞാനൊന്നും പറയുന്നില്ല. ഇഷ്ടംപോലെ ചെയ്യുക. അല്ലാതെ നിവൃത്തിയില്ലല്ലോ" എന്നു പറഞ്ഞു വളരെ നിർബന്ധിച്ചു. എങ്കിലും "ഇന്നു പോകാതെയിരിക്കാൻ നിവൃത്തിയില്ല. ചങ്ങനാശ്ശേരിയിൽ ഒരു സ്ഥലത്ത് ഇന്ന് എത്തിക്കൊള്ളാമെന്നു ഞാൻ തീർച്ചയായി പറഞ്ഞിട്ടുണ്ട്. അങ്ങോട്ടാണ് ഇപ്പോൾ പോകുന്നത്. താമസിയാതെ ഞാൻ ഇനിയും ഇവിടെ വന്നുകൊള്ളാം" എന്നു പറഞ്ഞ് കത്തനാർ യാത്രയായി. കടവുവരെ അനുയാത്രയായി പോറ്റിയും വന്നു. അപ്പോൾ കത്തനാരുടെ വള്ളം അവിടെ ഇല്ലായിരുന്നു. "ഓ, നമ്മുടെ വള്ളമിവിടെ കാണുന്നില്ലല്ലോ" എന്നു പറഞ്ഞു കത്തനാർ നാലു പുറത്തേക്കും മേൽപോട്ടും നോക്കി. അപ്പോൾ വള്ളം കടവിനടുത്തു നിന്നിരുന്ന ഒരു വലിയ മാവിന്റെ മുകളിലിരിക്കുന്നതു കണ്ടിട്ട് 'ഇത് പോറ്റി തന്നെ അവമാനിക്കാനായി തന്റെ ചാത്തന്മാരെക്കൊണ്ടു ചെയ്യിച്ച വിദ്യയാണ്' എന്നു മനസ്സിൽ വിചാരിച്ചുകൊണ്ട് കത്തനാർ, "ഇതാ എന്റെ തോണി ഈ മാവിന്റെ മുകളിലിരിക്കുന്നു. ഇവിടുത്തെക്കടവിലാണ് ഞാൻ

തോണിയിട്ടിരുന്നത്. അതിനാൽ അതു താഴെ ഇറക്കിച്ചു തരാനുള്ള ചുമതല ഇവിടേക്കാണ്" എന്നു പോറ്റിയോടു പറഞ്ഞു.

പോറ്റി: മാവിന്റെ മുകളിലിരിക്കുന്ന വള്ളം താഴെ ഇറക്കിച്ചുതരാൻ ഞാൻ വിചാരിച്ചാൽ സാധിക്കയില്ല. അതു കത്തനാർതന്നെ എങ്ങനെയെങ്കിലും ഇറക്കിച്ചു കൊണ്ടുപൊയ്ക്കൊള്ളണം.

കത്തനാർ: ഉപായമൊന്നും പറയേണ്ടാ. സംഗതിയൊക്കെ എനിക്കറിയാം. തോണി താഴെ ഇറക്കിച്ചു തരാത്തപക്ഷം അന്തർജ്ജനങ്ങൾ വസ്ത്രമുടുക്കാതെ വെളിയിലിറങ്ങി വന്ന്, മാവിന്മേൽക്കയറി, തോണിയെടുത്തു താഴെ കൊണ്ടുവരാനുള്ള വിദ്യ ഞാൻ പ്രയോഗിക്കും. അതു കൂടാതെ കഴിക്കുകയല്ലേ നല്ലത്?

പോറ്റി: കത്തനാർ വിചാരിച്ചാൽ അതു സാധിക്കുമോ?

കത്തനാർ: പരീക്ഷിച്ചു നോക്കാം.

കത്തനാരും പോറ്റിയും തമ്മിൽ ഇത്രയും സംഭാഷണം കഴിഞ്ഞപ്പോഴേക്കും അവിടെയുണ്ടായിരുന്ന അന്തർജ്ജനങ്ങൾ വിവസ്ത്രകളായി പുറത്തേക്കു വന്നു തുടങ്ങി. അതു കണ്ടു പോറ്റി, "അയ്യോ, എന്റെ കത്തനാരേ, എന്നെ അവമാനിക്കരുതേ, ഞാനിപ്പോൾ വള്ളമിറക്കിച്ചു തരാം" എന്നു പറയുകയും ചാത്തന്മാരെക്കൊണ്ടു വള്ളമിറക്കിച്ച് അതു കിടന്നിരുന്ന സ്ഥലത്താക്കിച്ചു കൊടുക്കുകയും ഉടനെ അന്തർജ്ജനങ്ങളെല്ലാം അകത്തേക്കുതന്നെ പോവുകയും ചെയ്തു. അപ്പോൾത്തന്നെ കത്തനാരും പോറ്റിയും ഇനി ഒരിക്കലും തമ്മിൽ തമ്മിൽ മത്സരിക്കില്ലെന്നും യോജിപ്പോടും സ്നേഹത്തോടുംകൂടിയിരുന്നുകൊള്ളാമെന്നും പരസ്പരം കൈപിടിച്ചു സത്യം ചെയ്തു. രണ്ടു പേരും ആജീവനാന്തം അങ്ങനെതന്നെ ഇരിക്കുകയും ചെയ്തു.

ഒരിക്കൽ യെറുശലേമിൽനിന്നോ മറ്റോ ഒരു ബാവ മലയാളരാജ്യം സന്ദർശിക്കുന്നതിനായി വന്നിരുന്നു. അദ്ദേഹം പല സ്ഥലങ്ങളിൽ സഞ്ചരിച്ച കൂട്ടത്തിൽ ഒരു ദിവസം കടമറ്റത്തു പള്ളിയിൽ ചെന്നു ചേർന്നു. അപ്പോൾ കത്തനാർ ചില സാധനങ്ങൾ കാഴ്ചവച്ച് ബാവയെ വന്ദിച്ചു. കാഴ്ചവെച്ച സാധനങ്ങൾ യൂറോപ്പു രാജ്യങ്ങളിലില്ലാതെ മലയാളത്തിൽ കിട്ടാത്തവയായിരുന്നു. അതിനാൽ അവ കണ്ട് ബാവ ഏറ്റവും സന്തോഷിക്കുകയും വിസ്മയിക്കുകയും "ഈ കൂട്ടത്തിൽ പച്ചമുന്തിരിങ്ങാക്കുലകൂടി ആകാമായിരുന്നു. അത് ഈ ദിക്കിൽ സുലഭമായിരിക്കുമല്ലോ" എന്നു പറയുകയും ചെയ്തു. അപ്പോൾ കത്തനാർ, "ഇവിടെ സുലഭമല്ലാതെ ഒന്നുമില്ല. പച്ചമുന്തിരിങ്ങാക്കുല എത്രവേണമെങ്കിലും ഉണ്ടാകും. ഒരു മുന്തിരിങ്ങാപ്പഴം കുഴിച്ചിട്ടാൽ ഒരുമാത്ര കഴിയുന്നതിനുമുമ്പു പച്ചമുന്തിരിങ്ങാക്കുല പറിക്കാം" എന്നു പറഞ്ഞു. ഇതു കേട്ടു ബാവാ, "എന്നാൽ അതൊന്നു കണ്ടാൽ കൊള്ളാം" എന്നു പറയുകയും ഉടനെ കത്തനാർ ഒരു മുന്തിരിങ്ങാ

പ്പഴം പള്ളിമുറ്റത്തു കുഴിച്ചിടുകയും മാത്രയ്ക്കുമുമ്പ് അതു മുളച്ചു പടർന്ന് അസംഖ്യം മുന്തിരിങ്ങാക്കുലകളുണ്ടാവുകയും ചെയ്തു. ബാവാ അതു കണ്ടു പൂർവ്വാധികം വിസ്മയിച്ച് ഒരു പച്ചമുന്തിരിങ്ങാക്കുല പറിച്ചെടുത്തു പരീക്ഷിച്ചുനോക്കിയതിൽ കാഴ്ചയിലും സ്വാദിലും യാതൊരു വ്യത്യാസവുമുണ്ടായിരുന്നില്ല.

ബാവാ പള്ളിയിൽനിന്നു പുറത്തിറങ്ങിയപ്പോൾ ആരോ ഒരാൾ, കത്തനാർ വലിയ മാന്ത്രികനും ഇന്ദ്രജാലക്കാരനുമാണെന്നും അദ്ദേഹം പച്ചമുന്തിരിങ്ങായുണ്ടാക്കിയത് ഇന്ദ്രജാലംകൊണ്ടാണെന്നും കത്തനാരുടെ വാസസ്ഥലത്ത് അനേകം മന്ത്രവാദഗ്രന്ഥങ്ങളുണ്ടെന്നും മറ്റും ബാവയെ ഗ്രഹിപ്പിച്ചു. ഉടനെ ബാവ കത്തനാരുടെ വാസസ്ഥലത്തു ചെന്ന് അവിടെയുണ്ടായിരുന്ന ഗ്രന്ഥങ്ങളെല്ലാമെടുപ്പിച്ചു തീയിലിട്ടു ചുടുവിച്ചു. അപ്പോൾ ആ ഗ്രന്ഥങ്ങളെല്ലാം പക്ഷികളെപ്പോലെ പറന്ന് ആകാശമാർഗ്ഗത്തിങ്കൽപ്പോയി നിന്നു. ബാവായും കൂട്ടരും വളരെ ശ്രമിച്ചിട്ടും അതിലൊരു ഗ്രന്ഥംപോലും നശിപ്പിക്കാൻ കഴിഞ്ഞില്ല. ഒടുക്കം ബാവാ കത്തനാരെ അടുക്കൽ വിളിച്ച് "എന്റെ മക്കളേ, ഈവക വിദ്യകളൊന്നും ക്രിസ്ത്യാനികൾക്കു ചേർന്നതല്ല, അതിനാൽ നീ ഇനി മേലാൽ മന്ത്രവവാദവും മറ്റും ചെയ്യരുത്" എന്നു പറഞ്ഞു. അപ്പോൾ കത്തനാർ, "ഞാൻ ദൈവത്തെ മറന്നും ജനങ്ങൾക്ക് ഉപദ്രവമായും യാതൊന്നും ചെയ്യാറില്ല. മേലാൽ ചെയ്യുകയുമില്ല. പഠിച്ച വിദ്യ ജനോപകാരാർത്ഥമായി ചെയ്യരുതെന്നു കൽപിക്കുന്നതു സങ്കടമാണ്. ജനങ്ങൾക്ക് ഉപദ്രവകരമല്ലാത്തതെല്ലാം ചെയ്തുകൊള്ളുന്നതിനു കൽപിച്ചനുവദിക്കണം" എന്നാണ് മറുപടി പറഞ്ഞത്. വളരെ വാദപ്രതിവാദങ്ങൾ കഴിഞ്ഞതിന്റെശേഷം യഥേഷ്ടം എന്തും ചെയ്തുകൊള്ളുന്നതിന് അനുവദിച്ചു കത്തനാരെ അനുഗ്രഹിച്ചിട്ട് ബാവാ അവിടെ നിന്നു പോവുകയും ചെയ്തു.

ഒരിക്കൽ ലന്തക്കാരുടെ ഉപദ്രവം ദുസ്സഹമായിത്തീരുകയാൽ അന്നു നാടുവാണിരുന്ന കൊച്ചിത്തമ്പുരാൻ കടമറ്റത്തു കത്തനാർക്ക് ആളയച്ചു കോവിലകത്തു വരുത്തി വിവരം കൽപിച്ചപ്പോൾ കത്തനാർ ഒരമ്പു ജപിച്ചു കൊടുത്തിട്ട് "ഈ അമ്പ് എയ്തു ലന്തക്കാരുടെ പാളയത്തിൽ വീഴിച്ചാൽ ഇവിടേക്കുള്ള ഉപദ്രവമൊഴിയും" എന്നു പറയുകയും തമ്പുരാൻ ആ അമ്പ് ഒരു ഭടനെക്കൊയ്യിച്ചു ലന്തക്കാരുടെ പാളയത്തിൽ വീഴിക്കയും അപ്പോൾ മുതൽ ലന്തപ്പടിയാളികൾക്കു ബുദ്ധിഭ്രമമാരംഭിക്കുകയും അവർ പരസ്പരം വെട്ടിയും കുത്തിയും എല്ലാവരും മരിക്കുകയും അങ്ങനെ കൊച്ചിത്തമ്പുരാനു നേരിട്ടിരുന്ന ഉപദ്രവം ശമിക്കുകയും ചെയ്തു.

ചില ക്ഷേത്രസന്നിധിയിലും മറ്റും വഴിപാടായിട്ടോ വിനോദത്തിനായിട്ടോ 'പടേണി' എന്നൊരു കളി ഇപ്പോഴും നടപ്പുണ്ടല്ലോ. അതിൽ

സംഘക്കളിയിലും മറ്റുമുള്ളതുപോലെ പല വേഷങ്ങൾ കെട്ടിവരുക പതിവാണ്. അക്കൂട്ടത്തിൽ മുൻകാലങ്ങളിൽ ഒരു കത്തനാരുടെ വേഷം കൂടി പതിവുണ്ടായിരുന്നു. ഒരിക്കൽ കടമറ്റത്തു കത്തനാർ എവിടെയോ പോയി വരുന്ന സമയം ഒരു പടേണി കാണുന്നതിനിടയായി. ഒരാൾ ഒരു കത്തനാരുടെ വേഷം ധരിച്ച് അരങ്ങത്തു വന്നു ചില ഗോഷ്ടികൾ കാണിക്കുകയും ചില അസഭ്യങ്ങൾ പറയുകയും മറ്റും ചെയ്യുന്നതാണ് അദ്ദേഹം കണ്ടത്. ഉടനെ അദ്ദേഹം എന്തോ ഒരു വിദ്യ പ്രയോഗിക്കു കയാൽ കത്തനാരുടെ വേഷം ധരിച്ചിരുന്നയാൾ ബോധരഹിതനായി മുഷ്ടി ചുരുട്ടി തന്നത്താൻ മാറത്തടിച്ചുതുടങ്ങി. പടേണിക്കാർ വിചാരിച്ചിട്ടു ഭേദപ്പെടുത്താൻ കഴിഞ്ഞില്ല. കത്തനാരുടെ വേഷം ധരിച്ചയാൾ തന്നത്താനടിച്ചു മരിക്കുമെന്ന ദിക്കായി. അപ്പോൾ കടമറ്റത്തു കത്തനാർ അവിടെ അടുത്തൊരു സ്ഥലത്തു വന്നിരിക്കുന്നുണ്ടെന്നും അദ്ദേഹം എന്തോ ചെയ്തിട്ടാണ് ഈ വേഷക്കാരൻ ഇപ്രകാരം ചെയ്യുന്ന തെന്നും പടേണിക്കാർക്കു മനസ്സിലായി. അവരെല്ലാവരുംകൂടി കത്തനാരുടെ അടുക്കൽ ചെന്നു കാൽക്കൽ വീണു നമസ്കരിച്ചിട്ടു ക്ഷമായാചനം ചെയ്തു. മേലാൽ പടേണികളിൽ കത്തനാരുടെ വേഷം കെട്ടുകയി ല്ലെന്ന് അവരെക്കൊണ്ട് സത്യം ചെയ്യിച്ചിട്ട് കത്തനാർ എന്തോ ചെയ്ത് ആ വേഷക്കാരനെ സ്വസ്ഥനാക്കിത്തീർത്തു. അന്നു മുതൽ പടേണി ക്കാർ കത്തനാരുടെ വേഷം ധരിക്കാതെയുമായി.

ഇങ്ങനെ പറഞ്ഞു തുടങ്ങിയാൽ കടമറ്റത്തു കത്തനാരുടെ അദ്ഭുത കർമ്മങ്ങൾ അസംഖ്യമുണ്ട്. അവയെല്ലാം പറഞ്ഞുതീർക്കാൻ ആരാലും സാധിക്കുന്നതല്ല. ഇത്രയുംപറഞ്ഞതുകൊണ്ടുതന്നെ കത്തനാർ അസാ മാന്യനായ ഒരു മാന്ത്രികനായിരുന്നെന്നു സ്പഷ്ടമാകുന്നുണ്ടല്ലോ.

പുരാതനന്മാരായ മഹർഷിമാർ, മന്ത്രവാദം സംബന്ധിച്ച് മന്ത്ര സാരം, യന്ത്രസാരം, പ്രയോഗസാരം, പ്രപഞ്ചസാരം മുതലായി അനേകം ഗ്രന്ഥങ്ങൾ ഉണ്ടാക്കീട്ടുണ്ടല്ലോ. അതുപോലെ കടമറ്റത്തു കത്തനാരും അസംഖ്യം മന്ത്രവാദഗ്രന്ഥങ്ങൾ നിർമ്മിച്ചിട്ടുണ്ട്. അവ യെല്ലാം ഒരുമാതിരി ദുഷിച്ച ഭാഷയിലാണെന്നേയുള്ളൂ.

13. പുരുഹരിണപുരേശമാഹാത്മ്യം

പുരുഹരിണപുര(*ഏറ്റുമാനൂർ*)മഹാക്ഷേത്രം ധനപുഷ്ടികൊണ്ടും പ്രസിദ്ധികൊണ്ടും തിരുവിതാംകൂറിലുള്ള മഹാക്ഷേത്രങ്ങളിൽ ഒട്ടും അപ്രധാനമല്ലാത്തതാണെന്നുള്ളതിനു സംശയമില്ല. ഇവിടെ ഖര പ്രകാശമഹർഷിയാൽ പ്രതിഷ്ഠിക്കപ്പെട്ട അഘോര(*അത്യുഗ്ര*)മൂർത്തിയായ ശിവന്റെ സാന്നിധ്യം ആദ്യകാലം മുതൽക്കുതന്നെ ഉണ്ടായിരുന്നുവെന്നും പിന്നീടു തപസ്വിയായ ഒരു ബ്രാഹ്മണന്റെ ശാപംനിമിത്തം ഈ സ്ഥലം ആയിരം സംവത്സരക്കാലം വലിയ വനമായി കിടന്നുപോയി എന്നും തദനന്തരം പ്രസിദ്ധനായ വില്വമംഗലത്തു സ്വാമിയാരാണ് ഈ സ്ഥലം കണ്ടുപിടിക്കുകയും മുപ്പത്താറു നാഴിക ചുറ്റുമുള്ള സ്ഥലം മുഴുവനും ദേവന്റെ സങ്കേതമാക്കിത്തീർക്കുകയും ഈ സ്ഥലത്തുനിന്നുള്ള ആദായംകൊണ്ടും അയൽദേശവാസികളായും മറ്റുമുള്ള മഹാജനങ്ങളുടെ സഹായത്തോടുകൂടിയും ഇവിടെ ക്ഷേത്രം പണി കഴിപ്പിക്കുകയും പ്രസിദ്ധ തന്ത്രിയായ താഴമൺ പോറ്റിയെക്കൊണ്ട് ദേവനു നവീകരണത്തോടുകൂടി കലശം മുതലായ ക്രിയകൾ നടത്തിക്കുകയും പടിത്തരം നിശ്ചയിക്കുകയും മറ്റും ചെയ്തതെന്നുമാണ് ഐതിഹ്യം. അതൊക്കെയെങ്ങനെയായാലും ഇവിടെ അസാമാന്യമായി ദേവസാന്നിധ്യമുണ്ടെന്നും ഇവിടത്തെ ദേവന്റെ മാഹാത്മ്യം അദ്ഭുതകരമാണെന്നുമുള്ളതിനു സംശയമില്ല. ഏറ്റുമാനൂർ ദേവന്റെ പ്രസിദ്ധി കേരളത്തിൽ മാത്രമല്ല, പരദേശങ്ങളിലും ധാരാളമായി വ്യാപിച്ചിട്ടുണ്ട്. ഈ ദേവസന്നിധിയിൽ ഭക്തിയോടുകൂടി ഭജനമിരുന്നാൽ ഒഴിയാത്ത ബാധയും ഭേദപ്പെടാത്ത രോഗവുമില്ലെന്നുള്ളതു ലോകപ്രസിദ്ധമാണ്. ആ ദേവസന്നിധിയിൽ പ്രാർത്ഥിച്ചാൽ സാധിക്കാത്ത കാര്യവുമില്ല. അതിനാൽ പലവിധത്തിലുള്ള കാര്യസിദ്ധിയെ ഉദ്ദേശിച്ചു പല സ്ഥലങ്ങളിൽനിന്നും അനേകമാളുകൾ പ്രതിദിനമെന്നപോലെ ഇപ്പോഴും അവിടെ വരികയും ഭജിക്കുകയും പ്രാർത്ഥിക്കുകയും ചെയ്യുന്നുണ്ട്. രക്ഷസ്സ്, അപസ്മാരം എന്നീ ബാധകളെ ഒഴിക്കുന്ന വിഷയത്തിലാണ് ഏറ്റുമാനൂർ മഹാദേവന്റെ ശക്തി സവിശേഷം പ്രത്യക്ഷപ്പെട്ടു കാണുന്നത്. ഇവ ഇതരദേവസന്നിധിയിൽപ്പോയാൽ

എളുപ്പത്തിൽ ഒഴിയുകയില്ലല്ലോ. അതിനാൽ ഇവിടെ ഭജനത്തിനായും മറ്റും വരുന്നവരിൽ അധികംപേരും രക്ഷസ്സോ, അപസ്മാരമോ ബാധിച്ചവരായിരിക്കും. വേറെ കാര്യങ്ങളെ ഉദ്ദേശിച്ചും ഇവിടെ പലരും വരുന്നുണ്ട്. വിശ്വാസവും ഭക്തിയുമുള്ളവരിലാരും ഈ ദേവസന്നിധിയിൽ വന്നിട്ടും കാര്യം സാധിക്കാതെ മടങ്ങിപ്പോയിട്ടില്ല.

പണ്ടൊരിക്കൽ ഒരു ചെമ്പകശ്ശേരി(*അമ്പലപ്പുഴ*)രാജാവിനു സഹിക്കവഹിയാതെയുള്ള ഒരു വയറ്റിൽവേദനയുണ്ടായി. അനേകം വൈദ്യന്മാരെക്കൊണ്ടു ചികിത്സിപ്പിക്കുകയും പല ക്ഷേത്രങ്ങളിൽ ഭജനമിരിക്കുകയും ചെയ്തിട്ടും വയറ്റിൽ വേദനയ്ക്കു യാതൊരു കുറവുമുണ്ടായില്ല. പിന്നെ ഏറ്റുമാനൂർ ദേവസന്നിധിയിൽച്ചെന്നു ഭജിച്ചാൽ ഈ ഉദരവ്യാധി ശമിക്കുമെന്നു കാണുകയാൽ രാജാവ് അവിടെച്ചെന്ന് ഭജനം തുടങ്ങി. നാൽപത്തൊന്നു ദിവസത്തെ ഭജനം കഴിഞ്ഞപ്പോൾത്തന്നെ രാജാവിനു വേദന വളരെക്കുറയുകയും ഒരുവിധം സഹിക്കാമെന്നുള്ള സ്ഥിതിയാവുകയും ചെയ്തു. പിന്നെയും അദ്ദേഹം ഭക്തിയോടും വിശ്വാസത്തോടും നിഷ്ഠയോടുംകൂടി ഒരുസംവത്സരം ഭജിച്ചു. വയറ്റിൽവേദന നിശ്ശേഷം മാറി രാജാവു പൂർണ്ണസുഖത്തെ പ്രാപിച്ചു. ഭജനം ഏതാണ്ടു പതിനൊന്നുമാസമായപ്പോൾത്തന്നെ രാജാവു ഭജനം കാലംകൂടുന്ന ദിവസം ക്ഷേത്രത്തിൽ ഒരു സദ്യയും വിളക്കും കഴിക്കണമെന്നു നിശ്ചയിച്ചു. അതു നിശ്ചയിച്ച ദിവസം രാത്രിയിൽ കിടന്നുറങ്ങിയ സമയം രാജാവിന് ഒരു സ്വപ്നമുണ്ടായി. അദ്ദേഹത്തിന്റെ അടുക്കൽ ഒരാൾ ചെന്ന്, "എനിക്ക് സദ്യയും വിളക്കുമൊന്നുമാവശ്യമില്ല; വിചാരിച്ചിട്ടുള്ള സംഖ്യ പണ്ടമായിട്ടോ പണമായിട്ടോ തന്നാൽ മതി" എന്നു പറഞ്ഞതായിട്ടാണ് സ്വപ്നം കണ്ടത്. ഇത് ഏറ്റുമാനൂർ മഹാദേവൻ തന്നെ അരുളിച്ചെയ്തതാണെന്ന് അദ്ദേഹത്തിനു തോന്നി. പിറ്റേദിവസം പ്രശ്നം വെയ്പിച്ചു നോക്കീട്ട് അങ്ങനെതന്നെ വിധിക്കുകയും ചെയ്തു. അതിനാൽ രാജാവു സദ്യയ്ക്കും വിളക്കിനുമായി നിശ്ചയിച്ചിരുന്ന സംഖ്യയിൽനിന്ന് ഏതാനും ചെലവുചെയ്ത് ഓടുകൊണ്ട് ഒരു വൃഷഭവിഗ്രഹം വാർപ്പിച്ചു ഭജനം കാലംകൂടിയ ദിവസം നടയ്ക്കു വയ്ക്കുകയും ശേഷം പണം ഭണ്ഡാരത്തിലിടുകയും ചെയ്തു. ആ വൃഷഭവിഗ്രഹത്തിന്റെ അകം പൊള്ളയാണ്. അതിന്റെ ഒരു വശത്ത് ഒരു ദ്വാരവും ആ ദ്വാരത്തിനു ശംഖു പിരിയായിട്ട് ഒരടപ്പുമുണ്ട്. ആ വിഗ്രഹത്തിനകത്തു നിറച്ചു ചെന്നെല്ലു വിത്താക്കി അടച്ചാണ് അതു നടയ്ക്കുവച്ചത്. അതു നടയ്ക്കു വെച്ചദിവസം രാത്രിയിൽ രാജാവിനു വീണ്ടും ഒരു ദർശനമുണ്ടായി. അദ്ദേഹം കിടന്നുറങ്ങിയ സമയം, മുമ്പു സ്വപ്നത്തിൽക്കണ്ട ആൾതന്നെ അദ്ദേഹത്തിന്റെ അടുക്കൽ ചെന്ന്, "ഞാൻ വളരെ സന്തോഷിച്ചിരിക്കുന്നു. ഇനി അങ്ങേക്കു വയറ്റിൽ വേദന ഒരിക്കലുമുണ്ടാവുകയില്ല. നാളെത്തന്നെ സ്വദേശത്തേക്കു പൊയ്ക്കൊള്ളൂ. അങ്ങു നടയ്ക്കു വച്ചിരിക്കുന്ന വൃഷഭവിഗ്രഹത്തിന്റെ അടുപ്പുതുറന്ന്

ഒരു നെല്ലെടുത്തു ഭക്ഷിച്ചാൽ ആർക്കും ഏതു വിധത്തിലുള്ള ഉദര വ്യാധിയും ശമിക്കും" എന്നു പറഞ്ഞതായിട്ട് അദ്ദേഹത്തിനു തോന്നി. രാജാവ് ആ വിവരം ദേവസ്വക്കാരെ അറിയിച്ചിട്ടു പിറ്റേ ദിവസംതന്നെ സ്വദേശത്തേക്കുപോയി. ആ വൃഷഭവിഗ്രഹം ഇപ്പോഴും ഏറ്റുമാനൂർ ക്ഷേത്രത്തിൽ മണ്ഡപത്തിലിരിക്കുന്നുണ്ട്. അതിൽനിന്നു നെല്ലെടുത്തു തിന്നിട്ടു പലർക്കും ഉദരവ്യാധി ഭേദമാകുന്നുണ്ട്. ഭക്തിയും വിശ്വാസവു മില്ലാത്തവർക്കു യാതൊരു ഫലവും കാണുകയില്ലെന്നു മാത്രമേയുള്ളൂ.

പണ്ടൊരു കാലത്ത് ഒരു പൂഞ്ഞാറ്റിൽത്തമ്പുരാൻ ആളറിയാതെ ഒരു പരദേശബ്രാഹ്മണനെവെട്ടിക്കൊന്നു. ആ ബ്രഹ്മരക്ഷസ്സ് തമ്പുരാനെ ബാധിക്കുകയും തന്നിമിത്തം തമ്പുരാൻ വലിയ കഷ്ടസ്ഥിതിയിലായി ത്തീരുകയും ചെയ്തു. ആ രക്ഷസ്സിനെ ഒഴിക്കാനായിട്ടു തമ്പുരാൻ പലരെക്കൊണ്ടും മന്ത്രവാദങ്ങൾ ചെയ്യിക്കുകയും അനേകം ദേവാലയ ങ്ങളിൽ ഭജനമിരിക്കുകയും ചെയ്തിട്ടും യാതൊരു ഫലവുമുണ്ടായില്ല. ഒടുക്കം അദ്ദേഹം ഏറ്റുമാനൂർ ദേവസന്നിധിയിലെത്തി. ഏറ്റവും നിഷ്ഠയോടുകൂടി ഭജനം തുടങ്ങി. നാൽപ്പത്തൊന്നാംദിവസം രക്ഷസ്സു തുള്ളി സത്യം ചെയ്ത് ഒഴിഞ്ഞുപോയി. അനന്തരം തമ്പുരാൻ പ്രതി ദിനം മുപ്പത്താറു ബ്രാഹ്മണർക്കു വീതം ക്ഷേത്രത്തിൽ നമസ്കാരം (*ഭക്ഷണം*) കൊടുക്കുന്നതിനു വേണ്ടുന്ന വസ്തുവകകൾ ദേവസ്വത്തി ലേക്കു വെച്ചൊഴിഞ്ഞു കൊടുത്തു. ആ മുപ്പത്താറു നമസ്കാരം ഇപ്പോഴും അവിടെ മുടക്കം കൂടാതെ നടന്നുവരുന്നുണ്ട്.

ഒരിക്കൽ സാമൂതിരിപ്പാടു തമ്പുരാന്റെ ഭാഗിനേയിയും 'മാധവി' എന്നു പേരുമായ ഒരു തമ്പുരാട്ടിയുടെ തലയിൽ ഒരു വലിയ വ്രണമു ണ്ടായി. അനേകം ചികിത്സകൾ ചെയതിട്ടും യാതൊരു ഫലവുമുണ്ടാ യില്ല. ഒടുക്കം വ്രണം വളരെ വർദ്ധിക്കുകയും പഴുക്കുകയും ചെയ്തു. അപ്പോൾ തമ്പുരാട്ടിക്കു വേദനയും മനസ്താപവും സഹിക്കാൻ വയ്യാ തെയായിത്തീർന്നു. ഒരു ദിവസം രാത്രിയിൽ തമ്പുരാട്ടി വേദന കൊണ്ട് ഉറക്കം വരാതെ വ്യസനിച്ചുകൊണ്ട് കിടന്നപ്പോൾ ഏറ്റുമാനൂർ മഹാ ദേവന്റെ മഹാത്മ്യങ്ങൾ പലരും പറഞ്ഞുകേട്ടിട്ടുള്ളതിനെക്കുറിച്ച് ഓർമ്മ വരികയാൽ "എന്റെ ഏറ്റുമാനൂർ മഹാദേവാ, എന്റെ ഈ വ്യാധി മാറ്റി ഒരു ദിവസമെങ്കിലും സുഖമായി ജീവിച്ചിരിക്കാൻ എനിക്കു സംഗതി യാക്കിത്തന്നാൽ അവിടെ എന്റെ പേർക്ക് എന്നും ഒരു പൂജ നടത്തി ച്ചേക്കാം. അനേകം പേരുടെ രോഗങ്ങളും ബാധകളും മാറ്റി അവിടുന്നു രക്ഷിക്കുന്നുണ്ടല്ലോ. എന്നെക്കുറിച്ചുകൂടി അവിടേക്കു സ്വല്പം കൃപയു ണ്ടാകേണമേ" എന്നു പ്രാർത്ഥിച്ചു. സ്വൽപസമയം കഴിഞ്ഞപ്പോൾ വേദന കുറയുകയും തമ്പുരാട്ടി ഉറങ്ങിത്തുടങ്ങുകയും ചെയ്തു. ആ സമയം വലത്തുകൈയിൽ ഒരു വാളും ഇടത്തു കൈയിൽ ഒരു ഭസ്മ സഞ്ചിയും അരയിൽ ഒരു പട്ടും ധരിച്ച്, ഒരാൾ തന്റെ അടുക്കൽ വരി കയും വാൾകൊണ്ടു തലയിലെ പുഴുക്കളെയെല്ലാം വടിച്ചുകളഞ്ഞു

ഭസ്മംതേച്ചിട്ട് “നീ ഒട്ടും വ്യസനിക്കേണ്ട, നിന്റെ സുഖക്കേടു നിശ്ശേഷം ഭേദമായിരിക്കുന്നു” എന്നു പറയുകയും ചെയ്തു എന്നു തമ്പുരാട്ടി സ്വപ്നം കണ്ടു. നേരം വെളുത്തു തമ്പുരാട്ടി ഉണർന്നു തലയിൽ തപ്പി നോക്കിയപ്പോൾ വ്രണം നിശേഷം ഉണങ്ങിയിരിക്കുന്നതായി അറിഞ്ഞു. ലേശംപോലും വേദന ഉണ്ടായിരുന്നുമില്ല. ഉടനെ തമ്പുരാട്ടി ഈ വിവരമെല്ലാം സാമൂതിരിപ്പാടു തമ്പുരാന്റെ അടുക്കൽ അറിയിക്കുകയും തമ്പുരാൻ അത്യധികം സന്തോഷിക്കുകയും വിസ്മയിക്കുകയും അടുത്ത ദിവസംതന്നെ മാധവിത്തമ്പുരാട്ടിയെയും കൊണ്ട് പരിവാരസമേതം പുറപ്പെട്ട് ഏറ്റുമാനൂരെത്തുകയുംചെയ്തു. തമ്പുരാൻ അവിടെ ഏതാനുംദിവസം താമസിച്ചു 336 പറ നിലവും ഏഴര മുറി പുരയിടവുംവാങ്ങി. അതിന്റെ ആധാരവും അസംഖ്യം പണവുംപട്ടും രത്നങ്ങളും മാധവിത്തമ്പുരാട്ടിയെക്കൊണ്ടു നടയ്ക്കു വയ്പിച്ചു വന്ദിപ്പിക്കുകയും ആ വസ്തുക്കളിലെ ആദായമെടുത്ത് പതിവായി ദേവന് അഭിഷേകം കഴിഞ്ഞാലുടനെ ഒരു പൂജ നടത്തുന്നതിന് ഏർപ്പാടു ചെയ്യുകയും ചെയ്തു. ഈ പൂജ പതിവായി നിർവിഘ്നം നടത്തിക്കുന്നതിനായി അദ്ദേഹം തന്റെ ശമ്പളക്കാരിൽ ചിലരെ അവിടെ താമസിപ്പിച്ചു. അവർക്കു താമസിക്കുന്നതിന് ഒരു മഠം പണിയിച്ചുകൊടുക്കുകയും ചെയ്തു. ഇത്രയുമൊക്കെക്കഴിച്ചിട്ടാണ് തമ്പുരാൻ മടങ്ങിപ്പോയത്. അത്രയും കാലം ഏറ്റുമാനൂർ മഹാദേവനെ ഭജിച്ചുകൊണ്ട് മാധവിത്തമ്പുരാട്ടിയും അവിടെത്താമസിച്ചിരുന്നു. തമ്പുരാട്ടിയുടെ വകയായി ഏർപ്പെടുത്തിയ പൂജ ഇപ്പോഴും അവിടെ പതിവായി നിർവിഘ്നം നടന്നുവരുന്നുണ്ട്. ആ പൂജയ്ക്ക് ‘മാധവിപ്പള്ളിപ്പൂജ’ എന്നാണ് പേരു പറഞ്ഞുവരുന്നത്. പൂജ വകയ്ക്കായി ദേവസ്വത്തിലേക്ക് ഏൽപിച്ചു കൊടുത്ത നിലത്തിന് ‘മാധവിപ്പള്ളിനില’മെന്നും പുരയിടങ്ങൾക്കു ‘മാധവിപ്പള്ളിപ്പുരയിട’മെന്നും ഇപ്പോഴും പേരുപറഞ്ഞുവരുന്നു. ഈ പൂജയ്ക്കു നീലക്കരിമ്പിന്റെ ആറുപലം ശർക്കരയും ആറു നാളികേരവും രണ്ടു തുടം നെയ്യും ഇരുനാഴി അരിയുമായിട്ട് ഒരു ഇടിച്ചു പിഴിഞ്ഞ പായസവും ഒരു പറ അരി വെള്ളനിവേദ്യവും വിളക്കു വകയ്ക്ക് നാഴി എണ്ണയുമാണ് പതിവ്.

കൊല്ലം 929-ാം മാണ്ട് വടക്കുംകൂർരാജ്യം പിടിച്ചടക്കുന്നതിനായി തിരുവിതാംകൂർ മഹാരാജാവിന്റെ സൈന്യങ്ങൾ അവിടെ പ്രവേശിച്ചപ്പോൾ മാധവിപ്പിള്ളി നിലത്തിലെ വിളവും മാധവിപ്പള്ളിപ്പുരയിടങ്ങളിലെ ഫലപുഷ്ടിയുള്ള വൃക്ഷങ്ങളും മാധവിപ്പിള്ളി മഠവും നശിപ്പിച്ചുകളയുകയും തന്നിമിത്തം മഹാരാജാവിന് ഏറ്റുമാനൂർ മഹാദേവന്റെ അനിഷ്ടവും പലവിധത്തിലുള്ള അനർഥങ്ങളും സംഭവിക്കുകയാൽ തദ്ദോഷപരിഹാരാർഥം മഹാരാജാവു പ്രായശ്ചിത്തമായി എട്ടുമാറ്റിൽ ഏഴായിരത്തിഒരുനൂറ്റി നാല്പത്തിമൂന്നേ അരയ്ക്കാൽ കഴഞ്ചു സ്വർണ്ണം കൊണ്ട് ഏഴര ആനകളെയും ഏഴുകഴഞ്ചു സ്വർണ്ണംകൊണ്ട്

തോട്ടിയും വളറും തൊണ്ണൂറ്റാറര കഴഞ്ചു സ്വർണ്ണംകൊണ്ട് ഒരു പഴുക്കാക്കുലയും നടയ്ക്കു വെയ്ക്കുകയും മാണിക്കം ദേശത്തുൾപ്പെട്ട 168 പറ നിലവും ഇരുപത്തിമൂന്നര മുറി പുരയിടവും ഒരു മഠവും ഏറ്റുമാനൂർ മഹാദേവനായി ദേവസ്വത്തിലേക്കു വെച്ചൊഴിഞ്ഞുകൊടുക്കുകയും ചെയ്തതായി ഒരു പ്രായശ്ചിത്തച്ചാർത്ത് കൊല്ലം 964-ാമാണ്ട് ഇടവ മാസം 12-ാം തീയതി എഴുതിവെച്ചതായി ദേവസ്വത്തിൽ ഇപ്പോഴും കാണുന്നുണ്ട്. ഈ ഏഴര പൊന്നാനകളെ 973-ാമാണ്ട് നാടുനീങ്ങിയ കാർത്തിക തിരുനാൾ രാമവർമ്മ മഹാരാജാവുണ്ടാക്കിച്ചു വൈക്കത്തപ്പനു വഴിപാടായി കൊടുത്തയച്ചതാണെന്നും ആനകളെക്കൊണ്ടു പോയവർ ഏറ്റുമാനൂരെത്തിയപ്പോൾ ഏറ്റുമാനൂർ മഹാദേവന്റെ വിരോധംകൊണ്ട് ആനകളെ അവിടെനിന്നു കൊണ്ടുപോകാൻ നിവൃത്തിയില്ലാതെ വരികയാൽ അവ ഏറ്റുമാനൂർ ദേവന്റെ വകയായിത്തീർന്നതാണെന്നും മറ്റും ഒരൈതിഹ്യമുണ്ട്. മേല്പറഞ്ഞ പ്രായശ്ചിത്തച്ചാർത്തുകൊണ്ട് ആദ്യം പറഞ്ഞതുതന്നെ വാസ്തവമാണെന്നു വിചാരിക്കാം. ഏതുവിധമായാലും ഈ പൊന്നാനകൾ ഇപ്പോഴും ഏറ്റുമാനൂരുണ്ടെന്നുള്ളതിൽ പക്ഷാന്തരത്തിനവകാശമില്ല. മരംകൊണ്ടുണ്ടാക്കി സ്വർണ്ണത്തകിടുകൊണ്ടു പൊതിഞ്ഞ ഏഴര(*ഏഴു വലിയതും ഒന്നു ചെറിയതുമായ*)പ്പൊന്നാനകളെ ഏറ്റുമാനൂർ ക്ഷേത്രത്തിൽ ആണ്ടുതോറും ഉത്സവകാലത്ത് ഭണ്ഡാരത്തിൽ നിന്നെടുത്ത് വിളക്കിനും മറ്റുമുള്ള എഴുന്നള്ളത്തു സമയത്ത് അകമ്പടിയായി കൊണ്ടുനടക്കുന്നതു പതിവായിക്കാണുന്നുണ്ടല്ലോ. ഈ പൊന്നാനകളും പഴുക്കാക്കുലയും കൂടാതെ ഓരോ കാലത്ത് ഓരോ രാജാക്കന്മാരും പ്രഭുക്കന്മാരും മറ്റും നടയ്ക്കുവച്ചിട്ടുള്ളതായ വലംപിരിശംഖ്, നെല്ലുമാണിക്യം മുതലായി അനേകം ദിവ്യവസ്തുക്കളും പൊന്നുപണവും പണ്ടങ്ങളുമായി അസംഖ്യം മുതലും ഏറ്റുമാനൂർ മഹാദേവന്റെ ഭണ്ഡാരത്തിലിരിക്കുന്നുണ്ട്. "ചൊൽക്കൊള്ളുന്നേറ്റുമാനൂരധിപതി ഭഗവാൻ വിത്തമാർജിച്ചനേകം വെയ്ക്കുന്നു" എന്നുള്ളതും പ്രസിദ്ധമാണല്ലോ.

തിരുവിതാംകൂർ മഹാരാജാവ് അമ്പലപ്പുഴ രാജ്യം പിടിച്ചടക്കാനായി സൈന്യസമേതം ആക്രമിച്ച സമയം അവിടെ തേവാരക്കാരനായിരുന്ന കാക്കൂർ ചെമ്മന്തട്ട മഠത്തിൽ നമ്പൂരി തേവാരവിഗ്രഹങ്ങളും സാളഗ്രാമങ്ങൾ മുതലായവയുമെടുത്തുകൊണ്ടു ഗൂഢമായി പെട്ടെന്നു വള്ളംകയറിപ്പോയി. ഈ വർത്തമാനം ചാരമുഖേന ഗ്രഹിച്ച് മഹാരാജാവും ഒരു ഓടിവള്ളത്തിൽ കയറി പിന്നാലെ ചെന്നു. മധ്യേമാർഗം നമ്പൂരിയെ വെട്ടിക്കൊന്ന് അദ്ദേഹത്തിന്റെ കൈവശമുണ്ടായിരുന്ന സാധനങ്ങളെടുത്തുകൊണ്ട് മടങ്ങിപ്പോന്നു. ആ ബ്രാഹ്മഹത്യദോഷം തീരുന്നതിനായി മഹാരാജാവു കഠിനനിഷ്ഠയോടുകൂടി ഏറ്റുമാനൂർ ദേവനെ നാല്പത്തൊന്നു ദിവസം ഭജിക്കുകയും മഹാദേവപ്രസാദത്താൽ ആ ദോഷം തീരുകയും ചെയ്തു. മഹാരാജാവു ഭജനം കാലം

കൂടിയത് ഒരു തുലാമാസത്തിൽ തിരുവോണദിവസമായിരുന്നു. അതിനാൽ മഹാരാജാവു താൻ വെട്ടിക്കൊന്ന നമ്പൂരിയുടെ ഇല്ലക്കാരുൾപ്പെടെ വേങ്ങാട്ടു ഗ്രാമത്തിലുള്ള 141 ഇല്ലക്കാരെയും തലേദിവസം വൈകുന്നേരംതന്നെ ഏറ്റുമാനൂർ ക്ഷേത്രത്തിൽവരുത്തി, അന്നും പിറ്റേദിവസവുമായി മൂന്നുനേരം ചതുർവിധ വിഭവങ്ങളോടുകൂടി ഭക്ഷണവും തിരുവോണദിവസം 101 പണവും 12 വസ്ത്രവും വീതം ദക്ഷിണയും (*ദാനവും*)അവർക്കെല്ലാവർക്കും കൊടുത്ത് സന്തോഷിപ്പിച്ച് അനുഗ്രഹം വാങ്ങുകയും ഇപ്രകാരം ആണ്ടുതോറും ആ മഹാദേവ സന്നിധിയിൽവച്ചു നടത്തുന്നതിനു നിശ്ചയിക്കുകയും ചെയ്തു. ആണ്ടുതോറും തുലാമാസത്തിൽ തിരുവോണദിവസവും തലേദിവസം വൈകുന്നേരവുമായി വേങ്ങനാട്ടു ഗ്രാമക്കാരായ 141 നമ്പൂരിമാർക്കു മൂന്നുനേരത്തെ സദ്യയും 101 പണവും 12 വസ്ത്രവും വീതം തിരുവോണദിവസം ദാനവും ഏറ്റുമാനൂർ മഹാദേവസന്നിധിയിൽവച്ചു മഹാരാജാവു തിരുമനസ്സിലെ വകയായി ഇപ്പോഴും നടത്തിവരുന്നുണ്ട്. ഈ അടിയന്തിരത്തിനു 'പട്ടത്താനം' എന്നാണ് പേരു പറഞ്ഞുവരുന്നത്. ഇപ്പോൾ ഈദാനം മഹാരാജാവു തിരുമനസ്സിലെ പ്രതിനിധിയായി ഏറ്റുമാനൂരെത്തി നടത്തിവരുന്നത് വഞ്ചിപ്പുഴത്തമ്പുരാനാണ്. ഇതിലേക്കു തമ്പുരാനു ചില അനുഭവങ്ങൾ കൽപിച്ചുവച്ചിട്ടുമുണ്ട്.

ഏറ്റുമാനൂർ ക്ഷേത്രത്തിലെ ബലിക്കൽപ്പുരയിൽ വലിയ ബലിക്കല്ലിന്റെ പടിഞ്ഞാറുവശത്തായി ഒരു വലിയ തൂക്കുവിളക്കുണ്ട്. അതു മേൽത്തട്ടിന്മേൽ ഒരു കുറ്റിയും വളയം തറച്ച് അതിന്മേലാണ് തൂക്കിയിരിക്കുന്നത്. ആ വിളക്കിനു സാധാരണയായി പറഞ്ഞുവരുന്ന പേര് 'വലിയ വിളക്ക്' എന്നാണ്. അതു വാടാവിളക്കായി എന്നും അഹോരാത്രം കത്തിക്കൊണ്ടുതന്നെ നിൽക്കുന്നു. ആ വിളക്കു വകയ്ക്കു ദേവസ്വത്തിൽനിന്നും യാതൊരു ചെലവും പതിവില്ല. ആ വിളക്കു വകയ്ക്കായി വഴിപാടായിട്ടു വരുന്ന എണ്ണകൊണ്ട് ആ ചെലവു നടക്കുന്നുണ്ടെന്നു മാത്രമല്ല, ആണ്ടുതോറും 100–150 ചോതന എണ്ണവീതം മിച്ചം വരുന്നുണ്ട്. ഏറ്റുമാനൂർ വലിയ വിളക്കു കൊളുത്തിക്കുക പ്രധാനമായിട്ടുള്ള ഒരു വഴിപാടാണ്. ബാധോപദ്രവമുള്ളവർ അവിടെ ഭജനമിരിക്കുകയോ ദർശനത്തിനായി നടയിൽ ചെല്ലുകയോ ചെയ്താൽ തുള്ളി സത്യം ചെയ്ത് ഒഴിഞ്ഞുപോകുക സാധാരണമാണ്. അങ്ങനെ സത്യം ചെയ്യുന്നതെല്ലാം ഈ വലിയ വിളക്കു പിടിച്ചാണ്. ഈ വിളക്കിന്റെ അടിത്തട്ടിനു മുകളിലായി ഒരു മൂടിയുണ്ട്. അതിന്മേൽ ദീപജ്വാല തട്ടി എല്ലായ്പ്പോഴും മഷി പിടിച്ചിരിക്കും. ആ മഷിയെടുത്തു കണ്ണെഴുതിയാൽ സകലവിധ നേത്രരോഗങ്ങളും മറ്റുമുള്ള വ്യാധികളും ശമിക്കുമെന്നുള്ളതു പ്രസിദ്ധമാണ്. പലവിധത്തിലുള്ള ചികിത്സകൾ ചെയ്തിട്ടും ഭേദമാകാത്ത നേത്രരോഗങ്ങൾ ഈ മഷിയെടുത്ത് കണ്ണെഴുതിയിട്ട് പലർക്കും ഭേദമായിട്ടുണ്ട്. ഇപ്രകാരമെല്ലാം മാഹാത്മ്യമുള്ള ഈ

വിളക്ക് ഇവിടെ വന്നുചേർന്നതെങ്ങനെയാണെന്നുകൂടി വായനക്കാർ അറിഞ്ഞിരിക്കേണ്ടതാകയാൽ വന്നുചേർന്നതെങ്ങനെയാണെന്നുകൂടി വായനക്കാർ അറിഞ്ഞിരിക്കേണ്ടതാകയാൽ അതു താഴെ പറഞ്ഞു കൊള്ളുന്നു.

ഏറ്റുമാനൂർ മഹാക്ഷേത്രം ജീർണോദ്ധാരണാർത്ഥം കൊല്ലം 717-ാമാണ്ട് അനുജ്ഞ വാങ്ങി പണി ആരംഭിക്കുകയും 721-ാമാണ്ട് പണി കഴിഞ്ഞു ദ്രവ്യകലശം മുതലായവ നടത്തുകയും ചെയ്തു. നാലാം കലശം കഴിഞ്ഞ ദിവസം ഊരാൺമക്കാരും സമുദായവും ക്ഷേത്രസംബന്ധികളും മറ്റും കൃതാർത്ഥതയോടും സന്തോഷത്തോടുംകൂടി പടിഞ്ഞാറേ ഗോപുരത്തിങ്കൽകൂടി അമ്പലം പണിയും കലശവും നിശ്ചിത കാലത്തു തന്നെ നിഷ്പ്രയാസം കഴിഞ്ഞുകൂടിയതിനെക്കുറിച്ചും മഹാദേവന്റെ മാഹാത്മ്യത്തെപ്പറ്റിയും മറ്റും ഓരോന്നു പറഞ്ഞുകൊണ്ടു നിന്ന സമയം ദാരിദ്ര്യദേവതയുടെ മൂർത്തിയോ എന്നു തോന്നുമാറ് പ്രാകൃതവേഷനായ ഒരു മൂശാരി മേൽപറഞ്ഞ പ്രകാരം അടിത്തട്ടിനു മുകളിൽ ഒരു മൂടിയും തറച്ചുതൂക്കാനുള്ള കുറ്റി, വളയം, തുടൽ ഇവയുള്ളതായ ഒരു വലിയ തൂക്കുവിളക്ക് അവിടെ കൊണ്ടുവന്നു വച്ചിട്ട് "ഈ വിളക്ക് ഇവിടെ എടുത്തുകൊണ്ട് എനിക്കു വല്ലതും തരണം. ഇന്നതു കിട്ടണമെന്നില്ല; ഇന്നത്തെ ചെലവിനുള്ള വക കിട്ടിയാലും മതി. ഈ വിളക്കു വളരെ മാഹാത്മ്യമുള്ളതാണ്. ഇവിടെ എടുക്കാതെയിരിക്കരുത്" എന്നു പറഞ്ഞു. അപ്പോൾ അവിടെ കൂടിയിരുന്നവരിൽ ഒരാൾ, "ഈ വിളക്കിന്റെ മാഹാത്മ്യമെന്താണ്? ഇതിൽ എണ്ണ ഒഴിക്കാതെ കത്തുമോ?" എന്നു ചോദിച്ചു. അതിനുത്തരമായി മൂശാരി, "ഏറ്റുമാനൂർ മഹാദേവന്റെ മാഹാത്മ്യംകൊണ്ട് അങ്ങനെയും വന്നേക്കാം" എന്നു പറഞ്ഞു. അവിടെ കൂടിയിരുന്നവർ ഓരോരുത്തരും ആ വിളക്കെടുത്തു മാറ്റിവെയ്ക്കാൻ നോക്കീട്ടു സാധിച്ചില്ല. അപ്പോൾ ഒരാൾ, "രണ്ടുപേരെടുത്താൽ പൊങ്ങാത്ത ഈ വിളക്ക് ഇവിടെ എവിടെയാണ് തൂക്കുന്നത്? ഇതെടുത്തു തൂക്കുന്നതാരാണ്? ഇത് അസാദ്ധ്യമായ കാര്യമാണ്" എന്നു പറഞ്ഞു. ആ സമയം ഊരാൺമക്കാരായ നമ്പൂരിമാരിൽ ഒരാൾ ഉറക്കെ അട്ടഹസിച്ചുകൊണ്ടു തുള്ളിയുറഞ്ഞു ചെന്ന് ഇടതുകൈകൊണ്ട് ആ വിളക്കു നിഷ്പ്രയാസം എടുത്തുകൊണ്ട് ബലിക്കൽപ്പുരയിലേക്ക് ഓടിപ്പോയി. പിന്നാലെ അവിടെ കൂടിയിരുന്ന ജനങ്ങളും ചെന്നു. അവർ അവിടെയെത്തിയപ്പോൾ വലിയ ബലിക്കല്ലിനോടടുത്ത് പടിഞ്ഞാറുഭാഗത്തായി മേൽത്തട്ടിന്മേൽ കുറ്റിയും വളയവും തറച്ചു വിളക്കു തൂക്കിയിരിക്കുന്നതായും തുള്ളിയ നമ്പൂരി സ്വബോധത്തോടുകൂടി സ്വസ്ഥമായി അവിടെ നിൽക്കുന്നതായും കണ്ടു. ഉടനെ ചിലർ, "ഈ വിളക്ക് ഇപ്പോൾതന്നെ കത്തിക്കണം" എന്നു പറഞ്ഞ് എണ്ണയും തിരിയുംകൊണ്ടുവന്നു. തിരി വിളക്കിലിട്ട് എണ്ണയൊഴിക്കുന്നതിനു മുമ്പായി അതിഭയങ്കരമായി ഒരിടിയും മിന്നലുമുണ്ടായി.

അതോടുകൂടി അവിടെക്കൂടിയിരുന്നവർക്കെല്ലാം കുറച്ചു സമയത്തേക്കു കണ്ണുകാണാൻ വയ്യാതെയായിപ്പോയി. എല്ലാവർക്കും കണ്ണു കാണാറായപ്പോൾ വിളക്കിൽ എണ്ണ നിറഞ്ഞിരിക്കുന്നതായും വിളക്കു കത്തുന്നതായും കണ്ടു. കൊണ്ടുചെന്നുവെച്ച എണ്ണ മുഴുവനും അവിടെത്തന്നെ ഇരിക്കുന്നുമുണ്ടായിരുന്നു. ഇപ്രകാരമാണ് ഈ വലിയ വിളക്കിന്റെ ആഗമം.

എല്ലാവരും വിസ്മയകുലരായി കുറച്ചുനേരം നിന്നതിന്റെ ശേഷം അവർക്കു മൂശാരിയുടെ കാര്യം ഓർമ്മവന്നു. “അവനു വല്ലതും കൊടുത്തയയ്ക്കണം. അവനൊരു പാവമാണ്. നേരം വൈകിത്തുടങ്ങി. അവന് അത്താഴത്തിന് ഇവിടെനിന്നു വല്ലതും കിട്ടികൊണ്ടുചെന്നിട്ട് വേണമായിരിക്കും” എന്നു പറഞ്ഞുകൊണ്ട് എല്ലാവരും വീണ്ടും ഗോപുരത്തിങ്കലെത്തി. മൂശാരിയെ അവിടെക്കാണാഞ്ഞിട്ടു നാലു ദിക്കിലേക്കും ആളുകളെ അയച്ച് അന്വേഷിപ്പിച്ചു. അവിടെയെങ്ങും അവനെ കണ്ടില്ല. അവൻ ഏതു ദിക്കുകാരനെന്നോ എവിടെനിന്നു വന്നു എന്നോ എങ്ങോട്ടു പോയി എന്നോ അറിയാൻപോലും കഴിഞ്ഞില്ല. അതുകൊണ്ട് അവൻ കേവലം ഒരു മൂശാരി അല്ലായിരുന്നു എന്നും ഒരു ദിവ്യനായിരുന്നു എന്നും എല്ലാവരും തീർച്ചപ്പെടുത്തി. രണ്ടുപേർ കൂടിപ്പിടിച്ചാൽ നീക്കിവെക്കാൻ കഴിയാത്തതായ ആ വിളക്ക് അവൻ തനിച്ച് എടുത്തുകൊണ്ടുവന്നപ്പോൾത്തന്നെ അവൻ കേവലമൊരു മനുഷ്യനല്ലെന്ന് അറിയേണ്ടതായിരുന്നു. അപ്പോൾ അതിനെക്കുറിച്ച് ആരും ഓർത്തില്ല എന്നേയുള്ളൂ.

ഇങ്ങനെ ഏറ്റുമാനൂർ മഹാദേവന്റെ മാഹാത്മ്യത്താൽ അവിടെയുണ്ടായിട്ടുള്ള അദ്ഭുതങ്ങൾ പറഞ്ഞാൽ ഒരിക്കലും അവസാനിക്കുകയില്ല. അതിനാൽ ഈ അടുത്ത കാലത്തുണ്ടായ ഒരദ്ഭുതസംഗതികൂടി പറഞ്ഞിട്ട് ഈ ഉപന്യാസത്തെ സമാപിക്കാമെന്നു വിചാരിക്കുന്നു.

വയോവൃദ്ധനായ ഒരു പരദേശി ബ്രാഹ്മണൻ ചേർത്തലെയുള്ള ധനവാനായ ഒരു തിരുമുൽപാടിന്റെ അടുക്കൽച്ചെന്ന്, “എന്റെ കൈവശം ആയിരം രൂപയുണ്ട്. ഇത് എന്റെ ചെറുപ്പം മുതൽ ഓരോ സ്ഥലങ്ങളിൽ സദ്യയ്ക്ക് ദേഹണ്ഡം (*പാചകവൃത്തി*)കഴിച്ചും പ്രതിഗ്രഹം വാങ്ങിയും മറ്റും വളരെ കഷ്ടപ്പെട്ടു സമ്പാദിച്ചതാണ്. ഇതല്ലാതെ എനിക്കു വേറെയാതൊരു സമ്പാദ്യവുമില്ല. ഇപ്പോൾ എനിക്ക് അധ്വാനിക്കാൻ ശേഷിയില്ലാതായിരിക്കുന്നു. രണ്ടുമൂന്നു കുട്ടികളുള്ളവർക്ക് ഒന്നും ചെയ്വാൻ പ്രായമായിട്ടില്ല. ഭാര്യയ്ക്ക് ദേഹത്തിനു നല്ല സുഖമില്ല. ഈ പണത്തിന്റെ പലിശകൊണ്ടുവേണം നിത്യവൃത്തി കഴിഞ്ഞുകൂടാൻ. അതിനാൽ ഈ രൂപ ഇവിടെ ആർക്കെങ്കിലും കൊടുത്തു പലിശ ഈടാക്കിത്തന്ന് ഈ പാവപ്പെട്ട ബ്രാഹ്മണകുടുംബത്തെ ഇവിടുന്നു രക്ഷിക്കണം. മറ്റാരുടെ കൈവശവും കൊടുക്കാൻ എനിക്കു വിശ്വാസമില്ല. ഇവിടെ ഏർപ്പാടുള്ളവർ ധാരാളമുള്ളതുകൊണ്ട് ഇവിടേക്ക് ഇതൊരു ബുദ്ധിമുട്ടായി

വരികയില്ലല്ലോ" എന്നു പറഞ്ഞു. അതു കേട്ടു തിരുമുൽപാട്, "ഇതു വാങ്ങി ആർക്കെങ്കിലും കൊടുത്തു ശരിയായ പ്രമാണം വാങ്ങുകയും ആണ്ടുതോറും മുറയ്ക്കു പലിശ വാങ്ങി അങ്ങേക്കു തരികയും അതിനൊക്കെ കണക്കെഴുതുകയും മറ്റും പ്രയാസമുള്ള കാര്യമാണ്. ചിലർക്കു കൊടുത്തിട്ടു കിട്ടാതെ വന്നാൽ അന്യായം കൊടുത്ത് ഈടാക്കേണ്ടതായും വരും. അപ്പോൾ കുറേശ്ശെ പാഴ്ചെലവും ബുദ്ധിമുട്ടും വേണ്ടി വന്നേക്കും. ചിലപ്പോൾ പണം പലിശയ്ക്കു പോകാതെ ഇരിപ്പായിപ്പോയാലും ഞാൻ അങ്ങേക്കു പലിശ തരണമല്ലോ. അതെനിക്കു നഷ്ടകാരണമായിത്തീരുമല്ലോ. ഇങ്ങനെയൊക്കെയാണു പരമാർത്ഥസ്ഥിതി എങ്കിലും അങ്ങ് എന്റെ അടുക്കൽ വന്ന് അപേക്ഷിച്ചിട്ടു ഞാൻ തീരെ ഉപേക്ഷിക്കുന്നതു കഷ്ടമാണല്ലോ. അതിനാൽ ആയിരം രൂപയ്ക്ക് ആണ്ടിൽ അറുപതു രൂപ പലിശയായിട്ടു സമ്മതമുണ്ടെങ്കിൽ രൂപ തന്നേക്കൂ; ഞാൻ എടുത്തുകൊള്ളാം. പണം പലിശയ്ക്കു പോകാതെ ഇവിടെ ഇരുന്നു പോയാലും ഈ പലിശ ഞാൻ തന്നേക്കാം. ഒരു ബ്രാഹ്മണകുടുംബം രക്ഷിക്കാനായിട്ടു സ്വൽപം നഷ്ടവും ബുദ്ധിമുട്ടും വന്നാലും അതൊന്നും ഒരു വലിയ കാര്യമായി ഞാൻ വിചാരിക്കുന്നില്ല. പലിശ ഞാൻ പറഞ്ഞതിൽ കൂടുതൽ വേണമെന്നുണ്ടെങ്കിൽ പണം ഇവിടെ വേണ്ടാ. വേറെ ആർക്കെങ്കിലും കൊടുത്തുകൊള്ളൂ" എന്നുപറഞ്ഞു. പലിശ സ്വൽപം കുറഞ്ഞാലും മുതലിനു ദോഷം വരികയില്ലല്ലോ എന്നു വിചാരിച്ചു ബ്രാഹ്മണൻ തിരുമുൽപാടു പറഞ്ഞതുപോലെ തന്നെ പലിശ സമ്മതിച്ചു രൂപ കൊടുത്തു. തിരുമുൽപാട് രൂപ ആയിരവും എണ്ണിയെടുത്തുകൊണ്ട് അതിന് ബ്രാഹ്മണന് ഒരു പ്രമാണവും എഴുതിക്കൊടുത്തു. പ്രമാണം വാങ്ങിക്കൊണ്ടു ബ്രാഹ്മണൻ അപ്പോൾതന്നെ പോവുകയും ചെയ്തു. പിന്നെ ആണ്ടു തികഞ്ഞപ്പോൾ ബ്രാഹ്മണൻ തിരുമുൽപാടിന്റെ അടുക്കലെത്തി. ഉടനെ തിരുമുൽപാടു പലിശവക ഉറുപ്പിക അറുപതും എണ്ണിക്കൊടുക്കുകയും ബ്രാഹ്മണൻ അതു വാങ്ങിക്കൊണ്ടു രശീതു കൊടുക്കുകയും ചെയ്തു.

അങ്ങനെ അഞ്ചാറു കൊല്ലം കഴിഞ്ഞപ്പോൾ പ്രമാണത്തിനു കാലഹരണം സംഭവിക്കാറായതിനാൽ കാലഹരണം വരുന്നതിന്റെ തലേദിവസം ബ്രാഹ്മണൻ തിരുമുൽപാടിന്റെ അടുക്കൽച്ചെന്ന്, "നമ്മുടെ പ്രമാണത്തിനു കാലഹരണദോഷം സംഭവിക്കാറായിരിക്കുന്നു. അതിനാൽ അതൊന്നു മാറ്റിയെഴുതിത്തന്നാൽ കൊള്ളാം. എനിക്ക് അവിടുത്തെപ്പേരിൽ അവിശ്വാസമുണ്ടായിട്ടു പറയുന്നതല്ല. പ്രമാണത്തിനു കാലഹരണം വന്നാലും ഇവിടെ നേരുകേടു പറയുകയില്ലെന്ന് എനിക്കു നല്ല ധൈര്യമുണ്ട്. എങ്കിലും മനുഷ്യാവസ്ഥയല്ലേ? പ്രമാണം ശരിയായിത്തന്നെ ഇരിക്കട്ടെ എന്നു വിചാരിച്ചു പറയുന്നതാണ്. ഞാൻ അഗതിയാണെന്നും എനിക്കു വേറെ സമ്പാദ്യമൊന്നും ഇല്ലെന്നും അറിയാമല്ലോ" എന്നു പറഞ്ഞു. അപ്പോൾ തിരുമുൽപാട്, "പ്രമാണത്തിനു

നാളെ കാലഹരണമാകും എന്നുള്ള കാര്യം ഞാൻ ഓർത്തുകൊണ്ടു തന്നെയാണിരിക്കുന്നത്. ഇനി പ്രമാണം മാറിയെഴുതാനും അങ്ങയ്ക്കു പലിശതന്നു കൊണ്ടിരിക്കാനും മറ്റും എന്നെക്കൊണ്ടു സാധിക്കയില്ല. ഇവിടെയുള്ള കൊടുക്കവാങ്ങലുകളെല്ലാം തന്നെ ഇനി മതിയാക്കണമെന്നാണ് ഞാൻ വിചാരിക്കുന്നത്. അങ്ങേയ്ക്കു തരുവാനുള്ള ഒരാണ്ടത്തെ പലിശയും മുതലും നാളെ രാവിലെ വന്നാൽ തന്നേക്കാം. പണം ഇവിടെ തയ്യാറുണ്ട്. ഒരു നൂറോ നൂറ്റമ്പതോ ഉറുപ്പിക മാത്രമേ പോരാതെയുള്ളൂ. അതു നാളെ രാവിലെ ഉണ്ടാവും. എനിക്ക് ഒരാൾ ഒരഞ്ഞൂറുറുപ്പിക പലിശ തരാനുണ്ട്. അതു നാളെ കാലത്ത് ഏഴു മണിക്കുമുമ്പ് ഇവിടെ കൊണ്ടുവരാമെന്നാണ് അയാൾ പറഞ്ഞിരിക്കുന്നത്. അയാളെ ഞാൻ ഇന്നലെ വൈകുന്നേരവും കണ്ടു പറഞ്ഞിട്ടുണ്ട്" എന്നു പറഞ്ഞു. അതു കേട്ട് ബ്രാഹ്മണൻ, "മുതൽ കുറച്ചുകാലംകൂടി ഇവിടെത്തന്നെ നിറുത്തിയാൽ കൊള്ളാമെന്നാണ് എന്റെ ആഗ്രഹം" എന്നു പറഞ്ഞു. "ഇനി അതൊക്കെ പ്രയാസമാണ്. അങ്ങു പണം വേറെ ആർക്കെങ്കിലും കൊടുത്തുകൊള്ളണം. മുതലുള്ള ആളായിരിക്കുകയും വസ്തു ഈടു കാണിച്ച് പ്രമാണം തരികയും ചെയ്താൽ പിന്നെ പേടിക്കാനെന്താണുള്ളത്? പണം തന്നില്ലെങ്കിൽ നമുക്കീടാക്കാമല്ലോ" എന്നു തിരുമുൽപാടു പറയുകയാൽ ബ്രാഹ്മണൻ ഒടുക്കം അങ്ങനെ സമ്മതിച്ച് അന്നവിടെത്താമസിച്ചു. പിറ്റേ ദിവസം കാലത്തു മണി ഏകദേശം എട്ടായപ്പോൾ തിരുമുൽപ്പാട് "അയാൾ വന്നില്ലല്ലോ, ഞാനൊന്നിറങ്ങി അയാളെ അന്വേഷിക്കട്ടെ. താമസിക്കയില്ല; ക്ഷണത്തിൽ വന്നേക്കാം. പണം അതു കിട്ടിയില്ലെങ്കിൽ വേറെ ഉണ്ടാകും. എങ്ങനെയായാലും കാര്യത്തിനു കുഴപ്പമില്ല. ഞാൻ മടങ്ങി വരുമ്പോഴേക്കും അങ്ങു കുളിച്ച് ഊണു കഴിക്കണം. പണവുംകൊണ്ടു പോകുമ്പോൾ കുളിക്കാനുമുണ്ണാനുമായി വഴിക്കു വല്ല സ്ഥലത്തും കേറുന്നതു ശരിയല്ല; വല്ലതും അനർഥമുണ്ടായാൽ വിഷമമാണ്. കാലം കലിയുഗമല്ലേ? ഇപ്പോൾ ആരെയും വിശ്വസിക്കാൻ പാടില്ല. പണം ആളെക്കൊല്ലിയാണ്; നല്ലപോലെ സൂക്ഷിക്കണം. 'സൂക്ഷിച്ചാൽ ദുഃഖിക്കേണ്ട എന്നുണ്ടല്ലോ" എന്നു പറഞ്ഞിട്ട് അവിടെനിന്ന് ഇറങ്ങിപ്പോയി. ബ്രാഹ്മണൻ കുളിയും ഊണും കഴിച്ചു തിരുമുൽപാടിന്റെ വരവിനെത്തന്നെ പ്രതീക്ഷിച്ചു കൊണ്ടിരുന്നു. നേരം പത്തുമണിയായി. പന്ത്രണ്ടു മണിയായി, രണ്ടുമണിയായി. തിരുമുൽപാടിനെക്കാണുന്നില്ല. അപ്പോൾ ബ്രാഹ്മണനു കുറേശ്ശെ ദുശ്ശങ്ക തുടങ്ങി. അന്നു പ്രമാണം മാറിയെഴുതുകയോ അന്യായം കോടതിയിൽ കൊടുക്കുകയോ ചെയ്തില്ലെങ്കിൽ കാലഹരണമാവും. സംഖ്യ ആയിരം രൂപായ്ക്ക് മേലുള്ളതിനാൽ അന്യായം കൊടുക്കണമെങ്കിൽ ആലപ്പുഴ ജില്ലാക്കോർട്ടിൽവേണം. രണ്ടുമണിക്കുതന്നെ പോയാലും കച്ചേരി പിരിയുന്നതിനുമുമ്പ് ആലപ്പുഴച്ചെന്ന് അന്യായമെഴുതിച്ചു കോടതിയിൽ കൊടുക്കുന്ന കാര്യം

അസാധ്യമാണല്ലോ. അതിനാൽ ബ്രാഹ്മണൻ മനസ്സിലെ വ്യസനവും പരിഭ്രമവും പുറത്തു കാണിക്കാതെ ധൈര്യത്തോടുകൂടി അവിടെ ത്തന്നെയിരുന്നു.

ഏകദേശം മൂന്നു മണിയായപ്പോൾ തിരുമുൽപാടു മടങ്ങിയെത്തി. അദ്ദേഹം അതുവരെ കുളിക്കുകയും ഉണ്ണുകയും ഉണ്ടായിട്ടില്ലായിരുന്നു. അതിനാൽ ഗൃഹത്തിലെത്തിയ ക്ഷണത്തിൽ ഒന്നും മിണ്ടാതെ കുളി ക്കാനുമുണ്ണാനും പോയി. കുളിയും ഊണും കഴിഞ്ഞപ്പോഴേക്കും നേരമേകദേശം മാണി നാലരയോളമായി. അപ്പോൾ പുറത്തു ബ്രാഹ്മ ണന്റെ അടുക്കൽ വന്നു. "പണത്തിനായി ഓടി നടന്നതുകൊണ്ട് കുളി ക്കാനും ഉണ്ണാനും ഒന്നും ഒത്തില്ല. ഇന്നു ഞാൻ ഇപ്പോഴാണ് ഊണു കഴിച്ചത്. ഇങ്ങനെ കഷ്ടപ്പാട് എനിക്ക് ഇതിനുമുമ്പ് ഒരിക്കലുമുണ്ടായി ട്ടില്ല. അതുകൊണ്ടു തരക്കേടൊന്നുമില്ല. ഇന്ന് ഏതെങ്കിലും നേരം വൈകിയല്ലോ. നാളെ നേരത്തേ ഏർപ്പാടു തീർത്തേക്കാം" എന്നു പറഞ്ഞു. തിരുമുൽപാട് പറഞ്ഞതിനെ വിശ്വസിച്ചു ബ്രാഹ്മണൻ അവിടെത്താമ സിച്ചു.

പിറ്റേദിവസം കാലത്തേ തിരുമുൽപാട് ഉറക്കമുണർന്നു പുറത്തു വന്ന് ബ്രാഹ്മണനോട് "പ്രമാണമെടുക്കൂ, നോക്കട്ടെ" എന്നു പറഞ്ഞു. ഉടനെ അദ്ദേഹം പ്രമാണമെടുത്തു കൊടുത്തു. തിരുമുൽപാട് പ്രമാണം വാങ്ങി നോക്കീട്ട്, "ഹേ! ഈ പ്രമാണത്തിനു കാലഹരണം വന്നുപോ യല്ലോ. കാലഹരണം വന്ന പ്രമാണത്തിനു പണം കൊടുക്കുക ഇവിടെ പതിവില്ല. എനിക്കാരും തരാറുമില്ല. അതിനാൽ പണത്തിനായി ഇനി താമസിക്കണമെന്നില്ല. അങ്ങേക്കു പോകാം" എന്നു പറഞ്ഞു. ഇതു കേട്ടിട്ട് തിരുമുൽപാടു നേരംപോക്കു പറയുകയാണെന്നു വിചാരിച്ച് ബ്രാഹ്മണൻ "ഹേ നേരംപോക്കു പറയാതെ പണം തന്ന് എന്നെ അയയ്ക്കണം. നേരം പുലരുന്നു. ഇനിയും ഇവിടെ താമസിക്കാൻ എനിക്കു നിവൃത്തിയില്ല"എന്നു പറഞ്ഞു. "താമസിക്കണമെന്നില്ലെന്നു ഞാൻ പറഞ്ഞില്ലേ? ഇങ്ങനെയുള്ള കാര്യങ്ങളിൽ നേരംപോക്കു പറയുക എനിക്ക് പതിവില്ല. ഞാൻ കാര്യമാണ് പറഞ്ഞത്. കാലഹരണം വന്ന പ്രമാണപ്രകാരമുള്ള പണം തരാൻ ഞാൻ തയ്യാറല്ല. ഇതു തീർച്ച യാണ്" എന്നു തിരുമുൽപ്പാട് ഗൗരവഭാവത്തോടുകൂടി വീണ്ടും പറഞ്ഞപ്പോൾ ബ്രാഹ്മണനുണ്ടായ മനസ്താപം എത്രമാത്രമെന്നു പറയാൻ പ്രയാസം. അദ്ദേഹം വ്യസനസമേതം വീണ്ടും വളരെയൊക്കെ പറഞ്ഞുനോക്കി. യാതൊരു ഫലവുമുണ്ടായില്ല. തിരുമുൽപാടു പണം കൊടുക്കുകയില്ലെന്നു തീർച്ചയായപ്പോൾ ആ സാധു കരഞ്ഞുകൊണ്ട് അവിടെനിന്ന് ഇറങ്ങിപ്പോയി. ഉടനെ ഒരു തോണിയിൽക്കയറി കായലിനു കിഴക്കേക്കരയിലിറങ്ങി വൈക്കത്തു ചെന്നു കുളിയും നിത്യ കർമാനുഷ്ഠാനവും കഴിച്ചു ക്ഷേത്രത്തിലെത്തി വൈക്കത്തപ്പനെ തൊഴുതിട്ടു മണ്ഡപത്തിൽ കയറി ജപിച്ചുകൊണ്ടിരുന്നു. സദ്യയ്ക്ക്

ഇലവെച്ചു തുടങ്ങീട്ടും അദ്ദേഹം അവിടെനിന്ന് എണീറ്റില്ല. ഊണു കഴിക്കാനായി പലരും ചെന്നു വിളിച്ചിട്ടും അദ്ദേഹം പോയില്ല. ജലപാനം പോലും കഴിക്കാതെ അദ്ദേഹം അവിടെത്തന്നെ ഇരുന്നു. നേരം സന്ധ്യ യായപ്പോൾ പോയി സന്ധ്യാവന്ദനം കഴിച്ചു തിരിച്ചുവന്നു. പിന്നെയും മണ്ഡപത്തിൽക്കയറി ജപിച്ചുകൊണ്ടിരുന്നു. അത്താഴശ്ശീവേലി കഴിഞ്ഞ് അമ്പലമടയ്ക്കാറായപ്പോൾ ചിലർ ചെന്നു പുറത്തിറങ്ങിപ്പോകണമെന്നു പറഞ്ഞതിനാൽ അദ്ദേഹം അവിടെനിന്നിറങ്ങി കൊടിമരച്ചുവട്ടിൽ ചെന്നിരുന്നു. കുറച്ചുകഴിഞ്ഞപ്പോൾ ക്ഷേത്രം കാവൽക്കാർ ചെന്ന് അവിടെനിന്നുമിറങ്ങി മതിൽക്കു പുറത്തുപോകണമെന്നു പറയുകയാൽ അദ്ദേഹം പോയി കിഴക്കേ ഗോപുരത്തിന്റെ പുറത്തേത്തറയിൽ ചെന്നി രുന്നു. നേരം രാത്രി ഏകദേശം പത്തു മണിയായപ്പോൾ ഇരിക്കാൻ വയ്യാതായിട്ട് അദ്ദേഹം അവിടെക്കിടന്നു. വ്യസനംകൊണ്ട് ഉറക്കം വന്നി ല്ലെങ്കിലും വിശപ്പും ക്ഷീണവും കൊണ്ട് അദ്ദേഹം കണ്ണടച്ച് സ്വൽപ മൊന്നു മയങ്ങി. അപ്പോൾ ഒരു വൃദ്ധബ്രാഹ്മണൻ അദ്ദേഹത്തിന്റെ അടുക്കൽച്ചെന്ന് "ഇവിടെ പട്ടിണി കിടക്കാൻ പാടില്ല. അങ്ങ് ഏറ്റുമാ നൂർച്ചെന്ന് സങ്കടം പറയൂ. ഏറ്റുമാനൂർ ദേവൻ നിവൃത്തിയുണ്ടാക്കി ത്തരും" എന്നു പറഞ്ഞതായി അദ്ദേഹത്തിനു തോന്നി. ഉടനെ കണ്ണു തുറന്ന് നോക്കീട്ട് അവിടെയെങ്ങും ആരെയും കണ്ടില്ല. ഇതു വൈക്ക ത്തപ്പന്റെ അരുളപ്പാടു തന്നെയാണ് എന്നു നിശ്ചയിച്ച് അദ്ദേഹം അവിടെ നിന്നെണീറ്റു പതുക്കെ നടന്നു തുടങ്ങി. പിറ്റേദിവസം കാലത്തെ ഏകദേശം എട്ടുമണിയായപ്പോഴേക്കും അദ്ദേഹം ഒരു വിധത്തിൽ ഏറ്റുമാനൂരെത്തി. ഉടനെ പോയിക്കുളിച്ചു നിത്യകർമ്മാദി കൾ കഴിച്ചുകൊണ്ടു ക്ഷേത്രത്തിലെത്തി. മഹാദേവനെ വന്ദിച്ചിട്ടു മണ്ഡപത്തിലിരുന്നു ജപം തുടങ്ങി. നമസ്കാരമൂണു കാലമായപ്പോൾ പലരും ചെന്നു വിളിച്ചിട്ടും അദ്ദേഹം പോകാതെ ജപിച്ചുകൊണ്ടുതന്നെ ഇരുന്നു. അദ്ദേഹം അങ്ങനെ ഇരിക്കട്ടെ! ഇനി നമുക്കു തിരുമുൽപാ ടിന്റെ സ്ഥിതി എങ്ങനെയിരിക്കുന്നു എന്നു നോക്കാം.

ബ്രാഹ്മണൻ ഏറ്റുമാനൂരെത്തിയ ദിവസം കാലത്തു പത്തുമണി യായപ്പോൾ തിരുമുൽപാടിനു മുളകരച്ചു തേച്ചതുപോലെയോ ഉമി ത്തീയിലിട്ടതുപോലെയോ ഇന്നവിധമെന്നു വയ്യാത്തവിധം ദേഹമാ സകലം ഒരു നീറ്റലും പുകച്ചിലും തുടങ്ങി. അതു ക്രമേണ വർദ്ധിച്ച് തിരുമുൽപാടിന് ഇരിക്കാനും കിടക്കാനും കുളിക്കാനും ഉണ്ണാനും ഒന്നും വയ്യാത്തവിധത്തിലായി. ഉടനെ വൈദ്യന്മാരും മന്ത്രവാദികളുമൊ ക്കെയെത്തി ചികിത്സകളും മന്ത്രവാദങ്ങളുമൊക്കെത്തുടങ്ങി. അവരെ ല്ലാവരും പഠിച്ച വിദ്യകളൊക്കെ പ്രയോഗിച്ചിട്ടുംഅദ്ദേഹത്തിനു സുഖക്കേടു കൂടിക്കൂടി വന്നതല്ലാതെ ലേശംപോലും കുറഞ്ഞില്ല. പിന്നെ പ്രസിദ്ധനായ കായിക്കര മേനവനെ വരുത്തി പ്രശ്നം വയ് പിച്ചു നോക്കിച്ചപ്പോൾ ധനസംബന്ധമായ ഒരു കാര്യത്തിനായി ഒരു

ബ്രാഹ്മണൻ ചെന്ന് ഏറ്റുമാനൂർ മഹാദേവനെ ശരണം പ്രാപിച്ചിരിക്കുന്നതിനാൽ ആ മഹാദേവന്റെ കോപം നിമിത്തമാണ് ഈ സുഖക്കേടുണ്ടായിരിക്കുന്നതെന്നും ബ്രാഹ്മണനു കൊടുക്കാനുള്ള സംഖ്യ കൊടുത്തു ക്ഷമായാചനം ചെയ്യുകയും അത്രയും സംഖ്യ ഭണ്ഡാരത്തിലിട്ടു മഹാദേവനെ വന്ദിക്കുകയും ചെയ്യാതെ സുഖക്കേടു ഭേദമാകുകയില്ലെന്നും അങ്ങനെ ചെയ്താൽ ഉടനെ സുഖമാകുമെന്നും വിധിച്ചു. ഉടനെ തിരുമുൽപാട് ആയിരത്തി ഇരുനൂറു രൂപ വീതം രണ്ടു കിഴി കെട്ടിയെടുപ്പിച്ചുകൊണ്ട് ഒരു തോണിയിൽ കയറി പുറപ്പെട്ട് ഏറ്റുമാനൂർക്കു സമീപം അതിരമ്പുഴയെത്തി കരയ്ക്കിറങ്ങി നടന്ന് ഏറ്റുമാനൂർ ചെന്നു ചേർന്നു. അദ്ദേഹം കുളിച്ച് അമ്പലത്തിൽ ചെന്നപ്പോൾ ഉത്തമർണ്ണനായ ബ്രാഹ്മണൻ മണ്ഡപത്തിൽ ജപിച്ചുകൊണ്ടിരിക്കുന്നതു കണ്ട് ഒരു കിഴി അദ്ദേഹത്തിന്റെ മുമ്പിൽവെച്ചു നമസ്കരിച്ചു ക്ഷമായാചനം ചെയ്യുകയും മറ്റേക്കിഴിയിലെ സംഖ്യ ഭണ്ഡാരത്തിലിട്ട് മഹാദേവനെ വന്ദിക്കുകയും ചെയ്തു. ഇത്രയും ചെയ്തു കഴിഞ്ഞപ്പോൾ തിരുമുൽപാടിനു സുഖക്കേടൊക്കെ മാറി പൂർണസുഖമായി. ബ്രാഹ്മണനു മനസ്താപം തീർന്നു സന്തോഷമായി. അദ്ദേഹം കിഴിയഴിച്ച് എണ്ണിനോക്കി. ആയിരം രൂപയെടുക്കുകയും നൂറു രൂപ ഭണ്ഡാരത്തിലിടുകയും ചെയ്തു. പിന്നെ അദ്ദേഹവും തിരുമുൽപാടും പോയി ഊണു കഴിച്ച് വീണ്ടും നടയ്ക്കൽചെന്ന് മഹാദേവനെ വന്ദിച്ചിട്ട് അവരവരുടെ ദേശങ്ങളിലേക്കു മടങ്ങിപ്പോയി. ആയിരത്തി അറുപതു രൂപ കൊടുക്കേണ്ടതു കൊടുക്കാതെയിരുന്ന തിരുമുൽപാടിന് ആയിരത്തി ഒരുനൂറ്റി നാൽപതു രൂപ നഷ്ടവും കൊടുക്കേണ്ടതു കൊടുപ്പിച്ച ഏറ്റുമാനൂർ മഹാദേവനു ആയിരത്തി ഇരുനൂറു രൂപ ലാഭവുമായി. ഇപ്രകാരമൊക്കെയാണ് ഏറ്റുമാനൂർമഹാദേവന്റെ മാഹാത്മ്യം.ആ ദേവസ്വം തിരുവിതാംകൂർ സർക്കാരിൽ ചേർത്തപ്പോൾ അവിടുത്തെ നിത്യനിദാനാദികൾക്കു മുമ്പുണ്ടായിരുന്ന പതിവിൽ വളരെ കുറച്ചിട്ടുണ്ട്. കാലഭേദം കൊണ്ട് അവിടുത്തെ പൂജാകർമാദികൾക്ക് വളരെ വൈകല്യവും വന്നിട്ടുണ്ട്. എങ്കിലും ദേവസാന്നിധ്യത്തിന് ഇപ്പോഴും അവിടെ യാതൊരു കുറവും വന്നിട്ടില്ല.

14. തോലകവി

ഇദ്ദേഹം ഒരു മലയാള ബ്രാഹ്മണകുലത്തിൽ ജനിച്ച ആളായിരുന്നു. എന്നല്ലാതെ ഇദ്ദേഹത്തിന്റെ ഇല്ലം എവിടെയായിരുന്നുവെന്നും സാക്ഷാൽ പേരെന്തായിരുന്നുവെന്നും ജീവിച്ചിരുന്ന കാലമേതെന്നും മറ്റുമറിയുന്നതിനു ശരിയായ ലക്ഷ്യമൊന്നും കാണുന്നില്ല. എങ്കിലും ഇദ്ദേഹം അഭിഷേകം, തപതീസംവരണം, സുഭദ്രാധനഞ്ജയം എന്നീ നാടകങ്ങളുടെയും ആശ്ചര്യമഞ്ജരി എന്ന ഗദ്യപ്രബന്ധത്തിന്റെയും നിർമാതാവും കേരളചക്രവർത്തിയുമായിരുന്ന 'കുലശേഖരവർമാ'വെന്ന ചേരമാൻ പെരുമാളുടെകൂടെ സേവകനായി തിരുവഞ്ചിക്കുളത്തു താമസിച്ചിരുന്നതായി കേൾവിയുണ്ട്. അതിനാൽ തോലകവി ജീവിച്ചിരുന്നത് ആ ചേരമാൻ പെരുമാളുടെ കാലത്തായിരുന്നു എന്നു വിചാരിക്കാം. തോലകവിയുടെ കുടുംബവും വംശ്യന്മാരും ഇപ്പോൾ ഇല്ലെന്നു തീർച്ചയാണ്. അദ്ദേഹത്തിന്റെ ചരിത്രം വിചാരിച്ചാൽ അതൊന്നുമുണ്ടായിരിക്കാൻ മാർഗവുമില്ല.

തോലകവി ഉപനയനം കഴിഞ്ഞു ബ്രഹ്മചാരിയായിരുന്ന കാലത്തുതന്നെ അദ്ദേഹത്തിന്റെ അച്ഛൻ മരിച്ചു. പിന്നെ ആ കുടുംബത്തിൽ അദ്ദേഹവും വിധവയായ അമ്മയും മാത്രമേ ഉണ്ടായിരുന്നുള്ളു. തോലകവി വിവാഹം കഴിച്ചിരുന്നില്ല. പിന്നെ ആ വംശം വർദ്ധിക്കാനിടയില്ലല്ലോ.

തോലകവി ചെറുപ്പത്തിൽത്തന്നെ ബുദ്ധിയും യുക്തിയുമുള്ള ആളും ഫലിതക്കാരനും പരിഹാസശീലനുമായിരുന്നു. ഒരു ദിവസം അദ്ദേഹം ഇല്ലത്ത് ഊണുകഴിച്ചുകൊണ്ടും അമ്മ വിളമ്പിക്കൊടുത്തു കൊണ്ടുമിരുന്ന സമയം അവിടെ ദാസ്യ പ്രവൃത്തികൾ ചെയ്തു താമസിച്ചിരുന്ന 'ചക്കി' എന്നു പേരായ വൃഷലി ഇതൊരു നല്ല അവസരമാണെന്നു കരുതി നെല്ലു മോഷ്ടിച്ചെടുക്കാനായി പത്തായത്തിൽ കയറി. തോലനും അമ്മയും അടുക്കളയിലായിരുന്നതിനാൽ ആരും കാണുകയില്ലെന്നു വിചാരിച്ചാണ് അവൾ ആ തരം നോക്കി പത്തായത്തിൽ കയറിയത്. എങ്കിലും തോലൻ അതു കണ്ടു. ബ്രഹ്മചാരികൾ ഉണ്ടിരിക്കുമ്പോൾ മിണ്ടരുതെന്നും അഥവാ വല്ലതും സംസാരിക്കുകയാണെങ്കിൽ അതു

സംസ്കൃതത്തിലേ ആകാവൂ എന്നും മലയാള ബ്രാഹ്മണരുടെ ഇടയിൽ ഒരു ചട്ടമുണ്ട്. തോലന് സംസ്കൃതഭാഷാജ്ഞാനമില്ലായിരുന്നതിനാൽ ഒരു സമയം അദ്ദേഹം കണ്ടാലും തത്ക്കാലമൊന്നും മിണ്ടുകയി ല്ലെന്നുള്ള വിചാരവും ചക്കിക്ക് ഉണ്ടായിരുന്നു. എന്നാൽ തോലൻ ഇതു കണ്ടിട്ടു മിണ്ടാതെയിരുന്നില്ല. അദ്ദേഹത്തിനു ഗീർവാണ ഭാഷാ ജ്ഞാനമില്ലായിരുന്നുവെങ്കിലും തൽക്കാലാവശ്യത്തിനായി അദ്ദേഹം തന്റെ യുക്തികൊണ്ടും ബുദ്ധികൊണ്ടും ചില വാക്കുകൾ സൃഷ്ടിച്ചാണ് സംസാരിച്ചത്. അത് "പനസി ദശായാം പാശി" എന്നായിരുന്നു. പനസം എന്നു പറഞ്ഞാൽ ചക്ക എന്നും ദശ എന്നു പറഞ്ഞാൽ പത്ത് എന്നും പാശം പറഞ്ഞാൽ കയറ് എന്നും അർത്ഥമുള്ളതിനാൽ പനസി എന്നു പറഞ്ഞാൽ ചക്കി എന്നും ദശായാം എന്നു പറഞ്ഞാൽ പത്തായത്തി ലെന്നും പാശി എന്നു കയറി എന്നും അർഥം സിദ്ധിക്കുമെന്നു യുക്തി കൊണ്ടു നിശ്ചയിച്ചാണ് അദ്ദേഹം ഇങ്ങനെ പറഞ്ഞത്. തോലന്റെ അമ്മയും പുത്രനെപ്പോലെത്തന്നെ ബുദ്ധിയും യുക്തിയുമുള്ള കൂട്ടത്തി ലായിരുന്നു. അതിനാൽ ആ അന്തർജ്ജനം പുത്രൻ പറഞ്ഞതിന്റെ അർഥം മനസ്സിലാക്കുകയും ഉടനെ ഓടിച്ചെന്ന് ചക്കിയുടെ കളവു കണ്ടു പിടിക്കുകയും ചെയ്തു എങ്കിലും "ഇനിമേലാൽ ഇങ്ങനെ ചെയ്യരു തെ"ന്നും പറഞ്ഞു ശാസിച്ചതല്ലാതെ ആ അന്തർജനം ചിരപരിതയും അനന്യശരണയുമായിരുന്ന ആ വൃഷലിയെ ഉപേക്ഷിച്ചില്ല. അതിനാൽ അവൾ പിന്നെയും യഥാപൂർവം അവിടെത്തന്നെ താമസിച്ചു. എങ്കിലും അക്കാലം മുതൽ അന്തർജനവും തോലനും പ്രത്യേകം സൂക്ഷിച്ചു തുടങ്ങിയതുകൊണ്ട് അവൾക്ക് അവിടെനിന്ന് ഒന്നും മോഷ്ടിച്ചെടു ക്കാൻ തരമില്ലാതെയായിത്തീർന്നു. അതിനാലവൾ, "ബ്രഹ്മചാരിയെ ഏതുവിധവും സ്വാധീനപ്പെടുത്തണം. ഇദ്ദേഹത്തിന്റെ സഹായം കൂടാതെ ഇവിടെനിന്നു യാതൊന്നും കൈയ്ക്കലാക്കുവാൻ സാധി ക്കയില്ല" എന്നു വിചാരിച്ച് അദ്ദേഹത്തെ വശപ്പെടുത്താൻ ഉത്സാഹിച്ചു തുടങ്ങി. ഈ ആഗ്രഹം സാധിക്കുന്നതിനായി അവൾ പ്രയോഗിച്ച ഉപായങ്ങൾ ഗൂഢമായി ചില നർമ്മാലാപങ്ങളും ശൃംഗാരചേഷ്ടകളും മറ്റുമായിരുന്നു. ആദ്യകാലത്ത് ഇവകൊണ്ട് വിശേഷിച്ചു ഫലമൊന്നും ഉണ്ടായില്ല. എങ്കിലും ക്രമേണ തോലനു പ്രായം കൂടിവരികയും അതോടുകൂടി അദ്ദേഹത്തിനു ചക്കിയുടെ ചേഷ്ടകളിലും നാട്യങ്ങളിലും രഹസ്സല്ലാപങ്ങളിലും ഒരു കൗതുകം ജനിക്കുകയും ചെയ്തു. പതി നാറു വയസ്സാകാതെ സമാവർത്തനം കഴിച്ചുകൂടാ എന്നാണല്ലോ മലയാള ബ്രാഹ്മണരുടെ നിയമം. ഈ ബ്രഹ്മചാരി പതിനാറു വയസ്സാ കുന്നതിനു മുമ്പു തന്നെ മന്മഥാക്രാന്തഹൃദയനായിത്തീരുകയും ചക്കി യുടെ അപാംഗവലയിലകപ്പെടുകയും അങ്ങനെ ബ്രഹ്മചര്യവ്രതത്തിനു ഭംഗം വരുത്തുകയും അതു പലരും അറിയുന്നതിനു ഇടയാകുകയും ചെയ്തു. ഇതിനു വിധിപ്രകാരം പ്രായശ്ചിത്തവും മറ്റും ചെയ്യിച്ച് അദ്ദേഹത്തെ ശുദ്ധീകരിച്ചെടുക്കുന്നതിന് അദ്ദേഹത്തിന് അച്ഛനും

മറ്റും ജീവിച്ചിരിക്കുന്നുണ്ടായിരുന്നില്ലല്ലോ. എന്നു മാത്രമല്ല, അദ്ദേഹം തരംകിട്ടുമ്പോഴെല്ലാം എല്ലാവരെയും പരിഹസിക്കാറുമുണ്ടായിരുന്നതു കൊണ്ടു സ്വജനങ്ങൾക്കൊക്കെ അദ്ദേഹത്തോടു വിരോധവുമുണ്ടായിരുന്നു. അതിനാൽ എല്ലാവരുംകൂടി അദ്ദേഹത്തെ ഭ്രഷ്ടനാക്കിക്കളഞ്ഞു. സമാവർത്തനത്തിന്റെ കാലമായിട്ടും ആരും അത് നടത്താതെയിരിക്കുകയും നടത്തുകയില്ലെന്നു തീർച്ചയാവുകയും ചെയ്തപ്പോൾ അദ്ദേഹം സ്വയമേവ കഴുത്തിൽക്കിടന്നിരുന്ന തോൽ പറിച്ചുകളഞ്ഞു. അങ്ങനെയായിരുന്നു അദ്ദേഹത്തിന്റെ സമാവർത്തനം. ബ്രാഹ്മണകുമാരന്മാരെ ഉപനയിക്കുമ്പോൾ പൂണൂലോടുകൂടി തോലും (*കൃഷ്ണാജിനവും*) ഇടുക പതിവുണ്ടല്ലോ. അതിനാൽ ബ്രഹ്മചാരികളെ തോലിട്ട ഉണ്ണി എന്നും ചിലർ പരിഹാസമായിട്ടു തോലൻ എന്നും പറയാറുണ്ട്. ആ തോൽ എടുത്തു കളയുന്നതു സമാവർത്തന സമയത്താണ്. ഈ ഉണ്ണിക്കു തോൽ ഇട്ടതല്ലാതെ മുറപ്രകാരം എടുത്തു കളയുകയുണ്ടായില്ലല്ലോ. അതുകൊണ്ടും സ്വയമേവ തോൽപറിച്ചു കളഞ്ഞതു കൊണ്ടും അദ്ദേഹത്തെ എല്ലാവരും തോലൻ എന്നു പറഞ്ഞു തുടങ്ങുകയും ആ പേരുതന്നെ ക്രമേണ സ്ഥിരപ്പെടുകയും അതിനാൽ അദ്ദേഹത്തിന്റെ സാക്ഷാൽ പേര് എന്തായിരുന്നുവെന്നു കാലാന്തരത്തിൽ ആർക്കും നിശ്ചയമില്ലാതെയായിത്തീരുകയും ചെയ്തു. ഭ്രഷ്ടനായിപ്പോയ അദ്ദേഹത്തിനു സ്വജനങ്ങളായിട്ടുള്ളവരാരും പെണ്ണിനെ കൊടുക്കാഞ്ഞിട്ടാണ് അദ്ദേഹം വിവാഹം കഴിക്കാതെയിരിക്കുകയും അദ്ദേഹത്തിന്റെ വംശം നശിച്ചുപോവുകയും ചെയ്തെന്നു വിശേഷിച്ചു പറയണമെന്നില്ലല്ലോ. ആരും പെണ്ണിനെ കൊടുക്കുകയില്ലെന്നു തീർച്ചയായപ്പോൾ ചക്കിയെത്തന്നെ അദ്ദേഹം ഭാര്യയായി സ്വീകരിച്ചു.

അനന്തരം തോലൻ യാഥക്രമം വിദ്യാഭ്യാസം ചെയ്യുകയും അചിരേണ വലിയ വിദ്വാനും മഹാകവിയുമായിത്തീരുകയും ചെയ്തു. എങ്കിലും അദ്ദേഹത്തിന്റെ പ്രകൃതിസിദ്ധമായുള്ള പരിഹാസശീലത്തിനും ഫലിതോക്തിക്കും യാതൊരു ഭേദവും വന്നില്ല. ചക്കിയെക്കുറിച്ചുതന്നെ അദ്ദേഹം വർണിച്ചു പല ശ്ലോകങ്ങളുണ്ടാക്കീട്ടുണ്ട്. അവയിൽ ചിലതു താഴെ ചേർക്കുന്നു:

“അന്നൊത്ത പോക്കീ! കുയിലൊത്ത പാട്ടീ!
തോനൊത്ത വാക്കീ! തിലപുഷ്പമുക്കീ!
ദരിദ്രയില്ലത്തെ യവാഗുപോലെ
നീണ്ടിട്ടിരിക്കും നയനദ്വയത്തീ!”

ഈ ശ്ലോകം ചക്കിക്ക് ഒട്ടും സന്തോഷകരമായില്ല. “എന്നെ പോക്കീ, പാട്ടീ, വാക്കീ, മുക്കീ എന്നും മറ്റും പറയരുത്” എന്നവൾ പറഞ്ഞു. അതിനാൽ തോലൻ നല്ല ഭംഗിയുള്ള പദങ്ങൾ ചേർത്തു പിന്നെയൊരു ശ്ലോകമുണ്ടാക്കി. അത്:

"അർക്കശുഷ്കഫലകോമളസ്തനീ!
ശർക്കരാസദൃശ ചാരുഭാഷിണി!
തിന്ത്രിണീദലസമാനലോചനേ!
സിന്ധുരേന്ദ്രരുചിരാമലദ്യുതേ!"

ഇതു ചക്കിക്കു നല്ലപോലെ ബോധിച്ചു. ചക്കി കേവലം വിഡ്ഢിയായിരുന്നുവെന്നും ശ്ലോകങ്ങളുടെ അർഥം മനസ്സിലാക്കാൻ അവൾക്കു ശക്തിയില്ലായിരുന്നുവെന്നും വിശേഷിച്ചു പറയണമെന്നില്ലല്ലോ. തോലകവി ചക്കിയെ വർണിച്ചുണ്ടാക്കിയ മറ്റൊരു ശ്ലോകവും താഴെ ചേർക്കുന്നു:

"മുളഞ്ഞാസനസസൃഷ്ടീങ്കൽ
വിളങ്ങും ചേർജലോചനേ!
പൊതിപ്പെണ്ണച്ചനോടൊത്ത
മാർജദ്വന്ദം വിരാജതേ!"

ചില ആശാന്മാർ 'വിരിഞ്ചഃ കമലാസനഃ' എന്നുള്ളത് 'വിരിം ചക്കമലാസനഃ' എന്നു ചൊല്ലിക്കൊടുത്തു കുട്ടികളെ പഠിപ്പിക്കുന്നതു കേട്ടിട്ട് ആ ആശാന്മാരെ പരിഹസിക്കാനും തന്റെ യുക്തി കാണിക്കാനും കൂടിയാണ് തോലൻ ഈ ശ്ലോകമുണ്ടാക്കിയത്. ചക്കമലാസനൻ ചക്കയുടെ മലം ആസനമായിട്ടുള്ളവൻ. ചക്കയുടെ മലം മുളഞ്ഞ്. 'വിരിഞ്ചഃ കമലാസനഃ' എന്നുള്ളതു ബ്രഹ്മാവിന്റെ പര്യായങ്ങളാണല്ലോ. ബ്രഹ്മാവിനെ 'ചക്കമലാസനൻ' എന്നു പറയാമെങ്കിൽ 'മുളഞ്ഞാസനൻ' എന്നും പറയാമെന്നാണ് തോലന്റെ യുക്തി. ചേർ= പങ്കം. ചേർജം എന്നു പറഞ്ഞാൽ പങ്കജം എന്നർത്ഥം. കാളപ്പുറത്തു കെട്ടിയിടുന്ന ചുമടിനു പൊതിയെന്നു പറയാറുണ്ടല്ലോ.അപ്പോൾ കാളപ്പുറത്തിരിക്കുന്നതിനു പൊതിയെന്നു പറയാമെന്നു സിദ്ധിക്കുന്നു. ശിവനും കാളപ്പുറത്തിരിക്കുമല്ലോ. അതിനാൽ ശിവനെയും പൊതിയെന്നു പറയാം. ആ പൊതിയുടെ പെണ്ണ് ശ്രീപാർവതി. ശ്രീപാർവതിയുടെ അച്ചൻ (*അച്ഛൻ*)ഹിമവാൻ. അപ്പോൾ 'പൊതിപ്പെണ്ണച്ചനോടൊത്ത്' എന്നു പറഞ്ഞാൽ 'പാർവതതുല്യമായ' എന്നർത്ഥം. മാർജം മാറിൽ ജനിച്ചത്. സ്തനം എന്നു താൽപര്യം. ഉരോജം, വക്ഷോജം ഇത്യാദി എന്നപോലെ.

ഈ ശ്ലോകവും ചക്കിക്ക് ഏറ്റവും സന്തോഷകരമായിരുന്നതിനാൽ ഒരുശ്ലോകം കൂടിയുണ്ടാക്കണമെന്ന് അവൾ പറയുകയും ഉടനെ തോലകവി താഴെക്കാണുന്ന പ്രകാരം ശ്ലോകമുണ്ടാക്കിച്ചൊല്ലുകയും ചെയ്തു.

"വക്ത്രാംഭോജം തു കൈലാസവദിദമളകാ-
ലംകൃതം, കൊങ്കയുഗ്മം
വ്യത്രാരാതേഃ കഠോരം കുലിശമിവ പരി-
ച്ഛിന്നസാരം ഗിരീണാം.

മധ്യം മത്തേഭവത്തേ പിടിയിലമരുവൊ-
ന്നെത്രയും ചിത്രമോർത്താൽ
മുഗ്ദ്ധേ, മൽപ്രാണനാഥേ, വപുരുദധിരിവാ-
ഭാതി ലാവണ്യപൂർണം."

ഇങ്ങനെ ചക്കിയുടെ ആവശ്യപ്രകാരവും അല്ലാതെയും ശൃംഗാര ഹാസ്യരസപ്രധാനങ്ങളും ഫലിതങ്ങളുമായിട്ടുള്ള അനേകം ശ്ലോകങ്ങൾ തോലകവി ഉണ്ടാക്കീട്ടുണ്ട്. എല്ലാത്തിന്റെയും രീതി ഇതുതന്നെ.

തോലകവിയുടെ ഭക്തിപ്രധാനങ്ങളായ ശ്ലോകങ്ങൾ ഫലിതമയങ്ങളും യുക്തികൊണ്ട് അർഥം ഗ്രഹിക്കേണ്ടുന്നവയുമാണ്. രീതി കാണിക്കാനായി ഒരു ശ്ലോകം താഴെ ചേർക്കുന്നു:

"പല്ലിത്തോലാടയാം യസ്യ
യസ്യ പന്ത്രണ്ടര പ്രിയാ
കോണച്ചേട്ടാഭിധാനസ്യ
അർദ്ധാർദ്ധം പ്രണതോസ്മ്യഹം."

പല്ലിനു സംസ്കൃതത്തിൽ ദന്തമെന്നു പറയുമല്ലോ. അപ്പോൾ പല്ലി എന്നു പറഞ്ഞാൽ ദന്തി=ആന എന്നർത്ഥം. പന്ത്രണ്ടര ആറ്. ഗംഗ എന്നു താൽപര്യം. കോണ്=മുക്ക്. ചേട്ടൻ=അണ്ണൻ. കോണച്ചേട്ടൻ=മുക്കണ്ണൻ. മൂന്നു കണ്ണുകളുള്ള ശിവൻ എന്നു താൽപര്യം. അർദ്ധാർദ്ധം= അർദ്ധത്തിന്റെ അർദ്ധം. അർദ്ധം=പകുതി. അര എന്നു താൽപര്യം. അതിന്റെ അർദ്ധം കാൽ=പാദം എന്നർത്ഥം. ആനത്തോൽ വസ്ത്രമായും ഗംഗ ഭാര്യയായും മുക്കണ്ണൻ എന്നു പേരോടുകൂടിയവനുമായിരിക്കുന്ന അവന്റെ പാദത്തെ ഞാൻ നമസ്കരിക്കുന്നു എന്ന് ആകപ്പാടെയുള്ള അർത്ഥം.

തോലകവി ശിവനെക്കുറിച്ചുതന്നെ മറ്റൊരു വന്ദന ശ്ലോകമുണ്ടാക്കിയിട്ടുണ്ട്. അതും താഴെ ചേർക്കുന്നു.

"മാരാരേ, തവ ദാസോഹം
വാരി യസ്യ ജടാന്തരേ
യം പ്രഹുരവ്യയം നിത്യം
തന്ത്രിണേത്രം നമാമ്യഹം."

കേവലം സംസ്കൃത ഭാഷയിലുള്ള ഈ ശ്ലോകത്തിലും അദ്ദേഹം മാരാർ, വാരിയർ, എമ്പ്രാൻ, തന്ത്രി എന്നിവരുടെ പേരുകൾ വരുത്തിയിരിക്കുന്നു. ഇതു ഒരുവക ഫലിതമാണല്ലോ. പരപരിഹാസാർത്ഥമായിട്ടും തോലകവി അനേകം ശ്ലോകങ്ങളുണ്ടാക്കീട്ടുണ്ട്. "ഒന്നായ്ച്ചേർക്കയുമാം പദങ്ങളിടവിട്ടെങ്ങെങ്കിലും ചേർത്തിടാം" എന്നാണല്ലോ സംസ്കൃതനിയമം. ആ നിയമവും പ്രാസം, യമകം മുതലായ ശബ്ദഭംഗിക്കും പാദപൂരണത്തിനും മറ്റുമായി നിരർഥകങ്ങളും അനാവശ്യകങ്ങളുമായ പദങ്ങൾ പ്രയോഗിക്കുന്നതും തോലകവിക്ക് ഇഷ്ടമല്ല. അങ്ങനെ പ്രയോഗിക്കുന്നവരെ ആക്ഷേപിച്ചു തോലകവി ഉണ്ടാക്കീട്ടുള്ള ചില ശ്ലോകങ്ങളും താഴെ ചേർക്കുന്നു:

"ഥപ്രഥനന്ദാനന്ദം
പദദ്വയം നാത്ര ജനിതനന്ദാനന്ദം
തനയം വന്ദേ വക്യാ
നിരന്വയം ദലിതദാനവന്ദേവക്യാഃ"

ഈ ശ്ലോകത്തിൽ ഥപ്രഥനം, ദാനന്ദം, വക്യാഃ ഈ മൂന്നു പദങ്ങൾ നിരർഥങ്ങളും യമകത്തിനായിട്ടു മാത്രം ചേർത്തിട്ടുള്ളവയുമാണ്. ശേഷമുള്ള പദങ്ങൾകൊണ്ടു മാത്രമേ കാര്യമുള്ളൂ. ആവശ്യമില്ലാത്ത പദങ്ങളോടു ചേർത്തുതന്നെ 'പദ്വയം നാത്ര' എന്നും 'നിരന്വയം' എന്നും പ്രയോഗിച്ച് അവ അനാവശ്യങ്ങളാണെന്നു സൂചിപ്പിക്കുകയും ചെയ്തിരിക്കുന്നു. അതും ഒരു സാമർത്ഥ്യമാണല്ലോ. ഇനി ഇതു പോലെതന്നെ വേറൊരു ശ്ലോകം:

"ഉത്തിഷ്ഠോത്തിഷ്ഠ രാജേന്ദ്ര
മുഖം പ്രക്ഷാളയസ്വ ടഃ
ഏഷ ആഹ്വയതേ കുക്കു
ച വൈ തു ഹി ച വൈ തുഹി"

ഇവിടെ 'കുക്കു' എന്നുള്ളതിനോടു 'ടഃ' എന്നു കൂടിച്ചേർത്ത് അന്വയിക്കണം. പദങ്ങളെ അങ്ങുമങ്ങുമായി പ്രയോഗിക്കാമെങ്കിൽ അക്ഷരങ്ങളെയും അങ്ങനെ പ്രയോഗിക്കാം എന്നാണ് തോലകവിയുടെ അഭിപ്രായം. അപ്രകാരംതന്നെ "ച, വൈ, തു, ഹി ഇത്യാദി അനാവശ്യകങ്ങളായിട്ടുള്ള അവ്യയപദങ്ങൾ അങ്ങുമിങ്ങുമായി ഇടയ്ക്കിടയ്ക്കു ചേർത്തു പ്രയോഗിക്കുന്നതെന്തിന്? എല്ലാംകൂടി ഒരുമിച്ചിരിക്കട്ടെ. ആവശ്യംപോലെ ഓരോ പദങ്ങൾ എടുത്തു ചേർത്ത് അന്വയിക്കാമല്ലോ" എന്നു വിചാരിച്ചാണ് തോലകവി ആ വക പദങ്ങൾ കൊണ്ടു തന്നെ നാലാംപാദം തീർത്തത്. അനാവശ്യങ്ങളും അനർത്ഥങ്ങളുമായ പദങ്ങളെ ഔചിത്യംകൂടാതെ പ്രയോഗിക്കുന്ന കവികൾക്ക് ഈ ആക്ഷേപങ്ങൾ മർമഭേദകങ്ങളായിരിക്കുമല്ലോ.

അന്യന്മാരുടെ കൃതികൾക്കു കുറ്റവും പറയുന്നവർ ധാരാളവും നിരാക്ഷേപമായി കവനം നിർമിക്കുവാൻ കഴിയുന്നവർ ലോകത്തിൽ ചുരുക്കവുമാണല്ലോ. എന്നാൽ തോലകവി അന്യന്മാരുടെ കൃതികളെ ആക്ഷേപിക്കുന്നതിനും അന്യന്മാർ ആക്ഷേപിക്കാത്തവിധത്തിൽ കാര്യങ്ങൾ നിർമിക്കുന്നതിനും കഴിയുന്ന ആളായിരുന്നു. അദ്ദേഹം അന്വയക്രമത്തിനു പദങ്ങൾ ചേർത്തും അനാവശ്യപദങ്ങൾ കൂടാതെയും കാവ്യം നിർമിച്ചിട്ടുണ്ട്. അതിലുള്ള ശ്ലോകങ്ങളിൽ ഏറ്റവും പ്രസിദ്ധമായിട്ടുള്ള ഒന്നു താഴെ ചേർക്കുന്നു.

"സ്വർജാലികാനിർജ്ജരനിർഝരിണ്യാം
തദീയസൗധാഗ്രജുഷാം വധൂനാം
ആലോലനേത്രപ്രകരം നിരീക്ഷ്യ
ഝഷഭ്രമാർജാലശതം ക്ഷിപന്തി."

ഈ കാവ്യംകൂടി ഉണ്ടാക്കിക്കഴിഞ്ഞപ്പോഴേക്കും തോലകവി വിശ്വവിശ്രുതനായിത്തീർന്നു. അദ്ദേഹത്തെ 'തോലൻ' എന്നു പറഞ്ഞിരുന്ന അസൂയാലുക്കളായ വിരോധികൾക്കുപോലും 'തോലകവി' എന്നുതന്നെ പറഞ്ഞു തുടങ്ങുകയും ചെയ്തു.

ഇങ്ങനെയിരുന്ന കാലത്താണ് കുലശേഖരവർമാവെന്ന പ്രസിദ്ധനായിരുന്ന ചേരമാൻപെരുമാൾ സംസ്കൃതനാടകങ്ങൾ ചാക്യാന്മാരെക്കൊണ്ട് അരങ്ങേറ്റം കഴിപ്പിക്കുവാൻ ഉത്സാഹിച്ചു തുടങ്ങിയത്. അദ്ദേഹം ആദ്യംതന്നെ ചാക്യാന്മാരെക്കൊണ്ട് അരങ്ങേറ്റം കഴിപ്പിക്കാനുത്സാഹിച്ചതു ശാകുന്തളം നാടകമാണ്. അരങ്ങേറ്റത്തിനു സൂതന്റെ വേഷം ധരിച്ച ചാക്യാർ, "രാജാനം മൃഗഞ്ചാവലോക്യ" (*മൃഗമതിനെയുമാത്തചാപനാകും ജഗദഭിവന്ദ്യ ഭവാനെയും വിലോക്യ*) എന്നുള്ള ഭാഗം യഥാക്രമം അഭിനയിച്ചപ്പോൾ ആ ചാക്യാരുടെ കണ്ണു പൊട്ടിപ്പോവുകയാൽ അരങ്ങേറ്റം നടന്നില്ല. പിന്നെ പെരുമാൾ അഭിഷേകം, തപതീസംവരണം, സുഭദ്രാധനഞ്ജയം ഇങ്ങനെ മൂന്നു നാടങ്ങൾ സ്വയമേ നിർമിക്കുകയും അവ ഉടനെ ചാക്യാന്മാരെക്കൊണ്ട് അരങ്ങേറ്റം കഴിപ്പിക്കണമെന്നു നിശ്ചയിക്കുകയും ചെയ്തു. ആ മൂന്നു നാടകങ്ങളിൽ ഒടുവിലുണ്ടാക്കിയ സുഭദ്രാധനഞ്ജയമാണ് പെരുമാൾക്ക് അധികം ബോധിച്ചത്. അതിനാൽ അതുതന്നെ ആദ്യം അരങ്ങേറ്റം കഴിപ്പിക്കണമെന്ന് അദ്ദേഹം നിശ്ചയിച്ചു. എങ്കിലും അതു വിദ്വാന്മാരെ ഒന്നു കേൾപ്പിച്ചിട്ടുവേണം ചാക്യാന്മാരെ ഏൽപിക്കാനെന്ന് അദ്ദേഹത്തിനു തോന്നി. "ആപരിതോഷാദിദുഷാം ന സാധു മന്യേപ്രയോഗവിജ്ഞാനം" എന്നുണ്ടല്ലോ. അതിനാൽ ചേരമാൻ പെരുമാൾ ഒരു ദിവസം തന്റെ സദസ്യന്മാരും സമീപസ്ഥന്മാരുമായ വിദ്വാന്മാരെയെല്ലാം വിളിച്ചുകൂട്ടി. ആ സദസ്സിൽ തോലകവിയും ചെന്നു ചേർന്നിരുന്നു. ആ സഭാവാസികളെ ചേരമാൻ പെരുമാൾ സുഭദ്രാധനഞ്ജയം സ്വയമേവ വായിച്ചു കേൾപ്പിക്കാനാരംഭിച്ചു. ഒന്നാമങ്കം കഴിഞ്ഞു രണ്ടാമങ്കം വായിച്ചു തുടങ്ങിയപ്പോൾ തന്നെ തോലകവി കുറേശ്ശെ വിറച്ചു തുടങ്ങി. രണ്ടാമങ്കം ഏകദേശം പകുതിയായപ്പോൾ തോലകവി അത്യുച്ചത്തിൽ അട്ടഹസിച്ചുകൊണ്ടും "അയ്യോ, എനിക്കു സഹിക്കാൻ വയ്യേ" എന്നു പറഞ്ഞുകൊണ്ട് ചാടിയെണീറ്റുനിന്നു വെളിച്ചപ്പാടിനെപ്പോലെ തുള്ളിത്തുടങ്ങി. സദസ്യരെല്ലാം പരിഭ്രമിച്ച് എണീക്കുകയും "ആരാണ്? കാര്യമെന്താണ്?" എന്നും മറ്റും ചോദിക്കുകയും ചെയ്തു. അപ്പോൾ തോലകവി "ഞാൻ ശാകുന്തളനാടകമാണ്. എനിക്കുള്ള അർഥകൽപനകളും ഛായയുമെല്ലാമപഹരിച്ച് സുഭദ്രാധനഞ്ജയത്തിനു കൊടുത്തിരിക്കുന്നു. ഇതെനിക്കു സഹിക്കാവുന്നതല്ല" എന്നു പറഞ്ഞു. ഇതു കേട്ടപ്പോൾ ഇതു തോലകവി ചേരമാൻ പെരുമാളെ പരിഹസിക്കാനായിട്ടെടുത്ത വിദ്യയാണെന്നു സദസ്യർക്കു മനസ്സിലാവുകയും ചിലർ മനസ്സറിയാതെ പൊട്ടിച്ചിരിച്ചുപോവുകയും ഏതാനും പേർ തങ്ങൾക്കു വന്ന ചിരി പെരുമാളെ ഭയപ്പെട്ട് ഉള്ളിൽ ഒതുക്കുകയും

ചെയ്തു. പെരുമാൾ ഏറ്റവും വിഷണ്ണനായിത്തീർന്നു എന്നുള്ളതു പറയണമെന്നില്ലല്ലോ. അദ്ദേഹം ശേഷം വായിക്കാൻ ശക്തനാകാതെ ലജ്ജാവനതമുഖനായി അവിടെനിന്ന് എണീറ്റുപോയി. ഉടനെ തോല കവിയുടെ തുള്ളൽ നിൽക്കുകയും സഭാവാസികളെല്ലാവരും പിരിഞ്ഞു പോവുകയും ചെയ്തു.

അന്നു രാത്രിയിൽ കിടന്നിട്ടു ചേരമാൻ പെരുമാൾക്ക് ഉറക്കം വന്നില്ല. തന്റെ നാടകങ്ങൾ വിദ്വജ്ജനങ്ങൾക്കു രുചിക്കയും അവയ്ക്കു പ്രസിദ്ധിയും പ്രചാരവും സിദ്ധിക്കുകയും ചെയ്യുന്നതിന് എന്താണ് വേണ്ടതെന്ന് അദ്ദേഹം വളരെ നേരം വിചാരിച്ചുനോക്കീട്ടും ശരിയായ മാർഗ്ഗമൊന്നും കണ്ടില്ല. ഒടുക്കം തോലകവിയെ തന്നെ വരുത്തി ആലോ ചിക്കാമെന്നു നിശ്ചയിച്ചു. ചേരമാൻ പെരുമാൾ ആ രാത്രിയിൽത്തന്നെ ആളയച്ചു തോലകവിയെ ഗൂഢമായി തന്റെ അടുക്കൽ വരുത്തി അദ്ദേഹത്തിന്റെ അഭിപ്രായപ്രകാരം നാടകാഭിനയത്തിനുവേണ്ടുന്ന മുറകളെല്ലാം വ്യവസ്ഥപ്പെടുത്തി. വിദൂഷകനുള്ള നാടകങ്ങൾ അഭി നയിക്കുന്നതിന് ആദ്യംതന്നെ വിദൂഷക വേഷധാരിയായ ഒരു നടൻ പ്രവേശിച്ച് വിവാദു തീർത്തു എന്നും വിനോദം, വഞ്ചനം,അശനം, രാജസേവ എന്നീ പുരുഷാർത്ഥങ്ങൾ സാധിച്ചു എന്നു പറയണമെന്നും അവയ്ക്കും നാടകങ്ങളിലെ വിദൂഷകന്റെ വാക്യങ്ങൾക്കു പകരമായിട്ടും മണിപ്രവാളമായും മറ്റു ചില ശ്ലോകങ്ങൾ കൂടി വേണമെന്നും മറ്റു മാണ് അവർ വ്യവസ്ഥപ്പെടുത്തിയത്. ആവക ശ്ലോകങ്ങളെല്ലാമുണ്ടാ ക്കുന്നതിന് ചേരമാൻ പെരുമാൾ തോലകവിയെത്തന്നെ ഏൽപിക്കു കയും അദ്ദേഹം ഉണ്ടാക്കിക്കൊടുക്കുകയും ചെയ്തു.

വിവാദു തീർക്കുകയെന്നുവെച്ചാൽ അനധീതമംഗലം ഗ്രാമക്കാരും പെരും തൃക്കോവിലെന്ന ക്ഷേത്രത്തിലെ ഊരാളന്മാരുമായ മേയ്ക്കാ ന്തല, കിഴക്കാന്തല എന്നു രണ്ടുകൂട്ടർ തമ്മിലുള്ള അധികാരത്തർക്കം തീർക്കുകയാണ്. ഇതിൽ ഊരാളന്മാർ, സമുദായം, ശാന്തിക്കാർ, വാരിയർ, മാരാര് മുതലായ ക്ഷേത്രാധികാരികളുടെയും ക്ഷേത്രസം ബന്ധികളുടെയും ചാക്യാർ, നമ്പ്യാർ മുതലായവരുടെയും സ്വഭാവ ങ്ങളെ വർണ്ണിച്ച് അനവധി ശ്ലോകങ്ങൾ തോലകവി ഉണ്ടാക്കി. വിനോദം എന്നത് ഈ ഊരാളന്മാർ മുതലായവരെല്ലാംകൂടി 'ഭ്രമരികുലകോലാ ഹലത്തുണ്ണിമഞ്ജരി' എന്നൊരു വേശ്യാസ്ത്രീയുടെ അടുക്കൽച്ചെന്നു തൃതീയപുരുഷാർത്ഥം സാധിക്കുകയാണ്. ഇതിനു സ്ത്രീകളുടെ സ്വഭാവങ്ങളെ വർണ്ണിച്ചും വളരെ ശ്ലോകങ്ങൾ തോലകവി നിർമ്മിച്ചു. വഞ്ചനം എന്നത് വിനോദം സാധിക്കാൻ പോയവരിൽ ഒരാൾ ഉണ്ണി മഞ്ജരിയുടെ വെള്ളിക്കരണ്ടം മോഷ്ടിച്ച് ആരുമറിയാതെ വായിലാക്കി കൊണ്ടുപോന്നു എന്നുള്ളതാണ്. അതിന് അധികം വിസ്താരവും വർണ്ണനയുമൊന്നുമില്ല. പിന്നെ അശനം എന്നത് ണ്ഠീം ണ്ഠീം നായ് ക്കരുടെ പന്ത്രണ്ടാം മാസസദ്യ ഇവർ പോയി ഉണ്ടു എന്നുള്ളതാണ്. ഇതു വളരെ കേമമാക്കി. സദ്യയുടെ ഓരോ വിഭവങ്ങളെയും പ്രത്യേകം

പ്രത്യേകം വിവരിച്ചും വർണ്ണിച്ചും വളരെ ശ്ലോകങ്ങൾ കവി ഉണ്ടാക്കി. ഇങ്ങനെ മൂന്നു പുരുഷാർത്ഥങ്ങൾ സാധിച്ചുകഴിഞ്ഞാൽ പിന്നെ രാജസേവയായി. അതിന് ഈ ഊരാളന്മാർ മുതലായവരിൽ സമർത്ഥനായ ഒരാളെ തിരഞ്ഞെടുത്ത് അയയ്ക്കുകയാണ്. അയാൾ, പിന്നീടഭിനയിക്കാൻ നിശ്ചയിച്ചിരിക്കുന്ന നാടകമേതോ അതിലെ കഥാനായകനായ രാജാവിനെ സേവിച്ചു താമസിച്ചു എന്നു പറഞ്ഞ് നാടകവുമായി സംബന്ധംവരുത്തണം. നാടകത്തിലെ വിദൂഷകനായിത്തീരുന്നതും അയാൾ തന്നെയാണ്. ഈ നാലാമത്തെ പുരുഷാർത്ഥം പറയുന്നതിനും രാജാക്കന്മാരുടെ സ്വഭാവങ്ങളെ വർണ്ണിച്ച് അനവധി ശ്ലോകങ്ങൾ തോലകവി ഉണ്ടാക്കി. വിവാദു തീർത്തതായും പുരുഷാർത്ഥങ്ങൾ സാധിച്ചതായും പറയുന്നതിലേക്കായി തോലകവി ഉണ്ടാക്കിയ ശ്ലോകങ്ങളെല്ലാം സരസങ്ങളും ഫലിതഭരിതങ്ങളുമാണ്. അവയിൽ മിക്കവയും മണിപ്രവാളങ്ങളും ചിലതു സംസ്കൃതങ്ങളുമാണ്. ഭർത്തൃഹരി മുതലായവയിൽനിന്നും ചില ശ്ലോകങ്ങൾ ഈ ആവശ്യത്തിലേക്കായി അദ്ദേഹം യഥോചിതം എടുത്തുചേർത്തിട്ടുമുണ്ട്. തോലകവി ഉണ്ടാക്കീട്ടുള്ള ശ്ലോകങ്ങൾ കേട്ടാൽ പ്രത്യേകമറിയാം. അവയുടെ രസികത്വം ഒന്നു വേറെ തന്നെയാണ്.

മേൽപറഞ്ഞ ചടങ്ങുകളോടും തോലകവിയുടെ സഹായത്തോടും കൂടി ചേരമാൻ പെരുമാൾ തന്റെ നാടകങ്ങളെല്ലാം അരങ്ങേറ്റം കഴിപ്പിക്കുകയും എല്ലാവരും വളരെ രസിക്കുകയും സന്തോഷിക്കുകയും ചെയ്തു. അപ്പോൾ മാത്രമേ ചേരമാൻ പെരുമാൾക്കു മുമ്പുണ്ടായ കുണ്ഠിതം നിശ്ശേഷം തീർന്നുള്ളൂ. പിന്നെ അദ്ദേഹം തോലകവിക്കു വളരെ സമ്മാനങ്ങളും മറ്റും കൊടുത്തു സന്തോഷിപ്പിച്ച് അദ്ദേഹത്തെ തന്റെ കൂടെത്തന്നെ താമസിപ്പിച്ചു.

അനന്തരം ചേരമാൻ പെരുമാൾ നാഗാനന്ദം മുതലായ ചില നാടകങ്ങൾക്കുകൂടി തോലകവിയെക്കൊണ്ടു വിദൂഷകശ്ലോകങ്ങളുണ്ടാക്കിക്കുകയും അവയും ആശ്ചര്യചൂഡാമണി, കല്യാണസൗഗന്ധികം മുതലായി മറ്റുചില നാടകങ്ങളുംകൂടി അരങ്ങേറ്റം കഴിപ്പിക്കുകയും ചെയ്തു. ചാക്യാന്മാർ നാടകങ്ങളിലഭിനയിക്കുന്നതിനു ചേരമാൻ പെരുമാൾ നിശ്ചയിച്ചിട്ടുള്ള പേര് 'കൂടിയാട്ടം' എന്നാണ്. അങ്ങനെതന്നെ ഇപ്പോഴും പറഞ്ഞുവരുന്നു. അതിന് ആകപ്പാടെയുള്ള പേര് കൂത്ത് എന്നുമാണ്. രസവാസനയും നാട്യസാമർത്ഥ്യവും വേഷഭംഗിയുമുള്ള ചാക്യാന്മാർ നായകന്റെ ഭാഗവും, മനോധർമ്മവും യുക്തിയും വാഗ്മിത്വവും വാങ്മാധുര്യവുമുള്ള ചാക്യാന്മാർ വിദൂഷകന്റെ ഭാഗവും നിർവ്വഹിക്കുന്നതാകയാൽ കൂടിയാട്ടം കാണാനും കേൾക്കാനും വളരെ നല്ലതാണ്. പക്ഷേ അങ്ങനെയുള്ള ചാക്യാന്മാർ ഇപ്പോൾ ചുരുക്കമാണെന്നേയുള്ളൂ. വിദൂഷകനില്ലാത്ത നാടകങ്ങൾ അഭിനയിക്കുന്നതിനു പുരുഷാർത്ഥങ്ങളും മറ്റും പറയുക പതിവില്ലാത്തതിനാൽ നല്ല ആട്ടക്കാരായിട്ടുള്ള ചാക്യാന്മാരുണ്ടായാലും മതി. അതിനും

യോഗ്യന്മാരായിട്ടുള്ളവർ വളരെ ചുരുക്കമാണ്. കൂത്ത് ക്ഷേത്രങ്ങളിൽ മാത്രമേ പാടുള്ളൂ എന്നാണ് ചേരമാൻ പെരുമാൾ നിശ്ചയിച്ചിട്ടുള്ളത്. കൂത്തിനുള്ള വിളക്കിനു വെളിച്ചെണ്ണയും വേഷംകെട്ടുന്നതിനു വെളുത്തേടന്റെ മാറ്റും മാലയ്ക്കു ചെത്തിപ്പൂവും വേണമെന്നാണ് നിശ്ചയം. "കലിയുഗം മൂക്കുമ്പോൾ ഇല്ലത്തു കൂത്തും കൊമ്പത്തെണ്ണ(*പുന്നക്കായെണ്ണ, പൂവെത്തെണ്ണ, മരോട്ടിയെണ്ണ മുതലായവ*)യും മണ്ണാത്തി മാറ്റും അശകിൻ പൂവും വേണമെന്നു ജനങ്ങൾ പറഞ്ഞു തുടങ്ങും. അപ്പോൾ നിങ്ങളുടെ അണയലങ്ങൾ (*വേഷംകെട്ടാനുള്ളകോപ്പുകൾ*) തിരുവഞ്ചിക്കുളത്തു ക്ഷേത്രത്തിൽ കൊണ്ടുചെന്നു മണ്ഡപത്തിൽ കെട്ടിത്തൂക്കീട്ടു നിങ്ങൾ തീർത്ഥാടനം ചെയ്തുകൊള്ളണം" എന്നു ചേരമാൻപെരുമാൾ ചാക്യാരോടു പറഞ്ഞിട്ടുണ്ടെന്ന് ഒരു കേൾവിയുണ്ട്. ഇതുകൊണ്ടും മുമ്പു വിചാരിച്ചിട്ടുള്ള ചില സംഗതികൾകൊണ്ടും കുലശേഖരവർമ്മാവു താമസിച്ചിരുന്നതു തിരുവഞ്ചിക്കുളത്തു തന്നെയായിരുന്നുവെന്നും തോലകവിയുടെ വാസസ്ഥലവും അവിടെ സമീപത്തെവിടെയോ ആയിരുന്നുവെന്നും ഊഹിക്കേണ്ടിയിരിക്കുന്നു.

തോലകവി ഉണ്ടാക്കീട്ടുള്ള പുരുഷാർത്ഥശ്ലോകങ്ങളുടെയും നാടകശ്ലോകങ്ങളുടെയും രസികത്വം വിചാരിക്കുമ്പോൾ അവയിൽ ചിലതുകൂടി ഇവിടെ പകർത്തിയാൽ കൊള്ളാമെന്നു തോന്നുന്നുണ്ട്. ലേഖനദൈർഘ്യം വിചാരിക്കുമ്പോൾ അതിനു മനസ്സുവരുന്നുമില്ല. എങ്കിലും ചിലതു താഴെചേർക്കുന്നു:

"ശാന്തിദ്വിജഃ പ്രകുരുതേ ബഹുദീപശാന്തിം
തത്രത്യബാരവനിതാമദനാഗ്നിശാന്തിം
പക്വാജ്യപായസഗുളൈർജ്ജഠരാഗ്നിശാന്തിം
കാലക്രമേണ പരമേശ്വരശക്തിശാന്തിം."

"കുളിച്ചു കുറ്റിത്തലയും കുടഞ്ഞ-
ങ്ങമന്ത്രകുംഭം ചൊരിയുന്ന നേരം
ഭ്രമിച്ചു ദേവൻ ചുമരോടലച്ചു
നീരോകിലൂടെ ഗമനം കരോതി."

ഈ ശ്ലോകങ്ങൾ വിവാദു തീർക്കുന്നതിലുള്ളവയാണ്. ഇനി വിനോദത്തിലെ ചില ശ്ലോകങ്ങൾ താഴെ കുറിക്കുന്നു:

"പത്തച്ചങ്ങു പടിപ്പുരയ്ക്കു പുറമേ
നിൽപാ, നകം പൂകുവാൻ
പത്താനക്കളഭാ, നകത്തൊരു പദം
വെയ്പാൻ സുവർണ്ണാചലം,
മറ്റേക്കാൽക്കു സുരദ്രുമം, പുണരുവാൻ
വിശ്വം തരേണം നമു-
ക്കിത്ഥം ചൊൽവൊരു നാരിമാരൊടണയു-
ന്നോർക്ക്ഷേഷ ബദ്ധാഞ്ജലിഃ"

ശയനത്തിലെ പ്രധാനവും പ്രഥമവുമായ ശ്ലോകം കൂടി അടിയിൽ ചേർക്കുന്നു:

“വെണ്ണസ്മേരമുഖീം വറത്തു വരളും
    വാർത്താകദന്തച്ഛദാം
ചെറ്റോമന്മധുരക്കറിസ്തനഭരാ-
    മപ്പോപദം ശോദരീം
ചേണാർന്നോരെരുമത്തയിർക്കുടിതടാം
    ചിങ്ങമ്പഴോരുദ്വയീ-
മേനാം ഭുക്തിവധൂം പിരിഞ്ഞയി സഖേ
    ലോകഃ കഥം ജീവിതി?”

രാജാക്കന്മാരുടെ സ്വഭാവങ്ങളെ വർണ്ണിച്ചു രാജസേവയിലും വളരെ ശ്ലോകങ്ങളുണ്ട്. വിസ്തരഭയത്താൽ അവയൊന്നും ഇവിടെ ചേർക്കുന്നില്ല.

കേരളത്തിൽ ബ്രാഹ്മണർക്കു ശാസ്ത്ര(*സംഘ*)ക്കളിയും നായന്മാർ മുതലായവർക്ക് ഏഴാമത്തു കളിയുമുള്ളതുപോലെ അമ്പലവാസി വർഗ്ഗക്കാർക്കു കൂറപ്പാറകൻ എന്നൊരു കളിയുണ്ടല്ലോ. അതിൽ ഉപയോഗിക്കുന്നതിനായിട്ടും തോലകവി അനേകം ശ്ലോകങ്ങളുണ്ടാക്കി ആ വകക്കാർക്കു കൊടുത്തു. ആ കളിയിലും അനേകം വേഷങ്ങളുണ്ട്. അവർ ചൊല്ലുന്ന ശ്ലോകങ്ങൾകൂടി ഇവിടെ ഉദ്ധരിക്കാം. പാത്രം തേയ്ക്കാൻ പോകുന്ന ഭാവത്തിൽ പ്രവേശിക്കുന്ന വാരിയസ്യാരെക്കുറിച്ചുള്ള ശ്ലോകമാണ് താഴെ ചേർക്കുന്നത്:

“വെണ്ണീറ്റുകട്ട വലിയോന്നു വലത്തുകൈയിൽ,
മറ്റേതിൽ വറ്റുരുളി, ചട്ടക, മൊട്ടു വയ്ക്കോൽ
ഓമൽക്കഴുത്തിലൊരു മദ്ദളവും ധരിച്ചു
കൈലാസനാരി വരവുണ്ടതു കാൺമനീ ഞാൻ”

ഒരു വൃദ്ധയും മകളും പ്രവേശിച്ചിട്ടു വൃദ്ധ മകളോടു പറയുന്നതായി ചൊല്ലുന്ന ശ്ലോകം കൂടി താഴെ ചേർക്കുന്നു:

“പത്തു പത്തനമൊത്തോണം
ശുദ്ധശൂന്യം വരുത്തി ഞാൻ
പത്താലൊന്നു മുടിച്ചീടാൻ
മുഗ്ദ്ധേ! നീ മതിയാകുമോ?”

കൂട്ടപ്പാഠകത്തിൽ ഉപയോഗിച്ചുവരുന്ന ശ്ലോകങ്ങളെല്ലാം തോലകവി ഉണ്ടാക്കീട്ടുള്ളവയാണെന്നാണ് പറയുന്നത്. എന്നാൽ അവയിൽ ചില ശ്ലോകങ്ങൾ കേട്ടാൽ രീതി ഭേദംകൊണ്ട് അവ മറ്റാരോ ഉണ്ടാക്കിയതാണെന്ന് തോന്നിപ്പോകും. അങ്ങനെയുള്ള ചില ശ്ലോകങ്ങൾ കൂടിയാട്ടങ്ങളിൽ ചാക്യാന്മാരുപയോഗിക്കുന്ന വിദൂഷകശ്ലോകങ്ങളിലും കാണുന്നുണ്ട്. അവയുടെ വ്യത്യാസം കവിതാമർമ്മജ്ഞന്മാരായ സഹൃദയന്മാർക്കറിയാവുന്നതാണ്. അതൊക്കെ എങ്ങനെയായാലും

കൂട്ടപ്പാറകൻ എന്നൊന്ന് ഉണ്ടാക്കിത്തീർത്തതു തോലകവിതന്നെയാണെന്നു വിശ്വസിക്കേണ്ടിയിരിക്കുന്നു.

"പോരുന്ന ലോകരു പരമ്പരയോ പറഞ്ഞു-
പോരുന്ന വാക്കിലയഥാർത്ഥവിചാരമാകാം"

എന്നുണ്ടല്ലോ.

ഇനി നാടകത്തിൽ വിദൂഷകനു ചൊല്ലാനായി തോലകവി ഉണ്ടാക്കീട്ടുള്ള ചില ശ്ലോകങ്ങൾകൂടി ഇവിടെ ഉദ്ധരിക്കാം.

സുഭദ്രാധനഞ്ജയത്തിൽ സുഭദ്രയെക്കുറിച്ചുള്ള "സൗന്ദര്യം, സുകുമാരതാ" ഇത്യാദി ശ്ലോകത്തിനു പകരം,

"വാനാറ്റം കവർനാറ്റമീറപൊടിയും
ഭാവം കൊടുംക്രൂരമാം
നോക്കും വാക്കുമിതാദിസർഗ്ഗവിഭവാൻ
നിശ്ശേഷചക്കീഗുണാൻ
ഇച്ചക്ക്യാമുപയുജ്യ പത്മജനഹോ!
ശക്യാണ, ചക്യന്തരം
സൃഷ്ടിപ്പാനവ വേണമെങ്കിലിഹ വ-
ന്നെല്ലാമിരന്നീടണം."

"നാഴിഭിരുരിഭിരുഴഗ്ഭിഃ
പാതി മണൽഭിസ്തഥൈവ ചവലരിഭിഃ
യത്ര മനോരഥമുടനേ
സിധ്യയി തസ്യൈ നമോ നമശ്ചക്കൈ."

തനിക്കു വിവേകമില്ലാതെയിരുന്ന ചെറുപ്പകാലത്തു തന്നെ മയക്കി ഭ്രഷ്ടനാക്കിത്തീർത്ത ചക്കിയെക്കുറിച്ചു തോലകവിക്കു പിന്നീടു വൈരസ്യമുണ്ടായതായി മേലെഴുതിയിരിക്കുന്ന ഈ ശ്ലോകങ്ങൾകൊണ്ടു വിചാരിക്കാം. അഥവാ അദ്ദേഹത്തിനു പ്രകൃത്യാ ഉള്ള പരിഹാസശീലം കൊണ്ട് ഇങ്ങനെയുണ്ടാക്കിയതാണെന്നു വരാം. ഏതായാലും അദ്ദേഹം ചക്കിയെ ഒരു കാലത്തും മറന്നിരുന്നില്ലെന്നു സ്പഷ്ടമാകുന്നുണ്ട്.

മലയാളപദങ്ങൾക്ക് (*നാമമായാലും ക്രിയയായാലും*) സംസ്കൃത പ്രത്യയങ്ങൾ ചേർത്തു പ്രയോഗിക്കുകയെന്നുള്ള വിദ്യ ആദ്യം തുടങ്ങിയത് തോലകവി തന്നെയാണെന്നാണു തോന്നുന്നത്. അദ്ദേഹത്തിന്റെ മിക്ക പദ്യങ്ങളിലും അങ്ങനെയുള്ള പ്രയോഗങ്ങൾ കാണാം. അങ്ങനെയുള്ളതും പ്രസിദ്ധവുമായ ഒരു സന്ധ്യാവർണ്ണന ശ്ലോകം ഇവിടെ ചേർക്കുന്നു:

"താഴ്പൂട്ടിയന്തി തകരാഃ കറികൊയ്തശേഷാഃ
കാകഃ കരഞ്ഞു മരമേറിയുറങ്ങിയന്തി
മണ്ടന്തി പാന്ഥനിവഹാഃ പടിബന്ധപേട്യാ
മിന്നാമിനുങ്ങനിവഹാശ്ചഃ മിനുങ്ങയന്തി."

തോലകവി ചേരമാൻ പെരുമാളുടെ സേവകനായിത്താമസിച്ചിരുന്ന

കാലത്തുണ്ടായ ചില നേരമ്പോക്കുകൾകൂടി പറഞ്ഞിട്ട് ഈ ഉപന്യാസം അവസാനിപ്പിക്കാമെന്നു തോന്നുന്നു.

ഒരിക്കൽ ചേരമാൻ പെരുമാൾ എണ്ണതേച്ച സമയം തന്റെ കൈവിരലിൽ കിടന്നിരുന്ന തിരുവാഴി (*മോതിരം*)ഊരി താഴെ വച്ചിട്ട് എണ്ണ തേച്ചു. കുളി കഴിഞ്ഞുപോന്ന സമയം ആ മോതിരമെടുക്കാൻ അദ്ദേഹം മറന്നുപോയി. കൂടെയുണ്ടായിരുന്ന പരിചാരകന്മാരും മോതിരത്തിന്റെ കാര്യം ഓർത്തില്ല. ചേരമാൻ പെരുമാൾ കുളി കഴിഞ്ഞു പോയ ഉടനെ തോലകവി കടവിൽച്ചെന്നപ്പോൾ തിരുവാഴി അവിടെയിരിക്കുന്നതു കണ്ടു. അദ്ദേഹം ആരും കാണാതെയും ആരോടും പറയാതെയും നേരമ്പോക്കിനായി അതെടുത്തുകൊണ്ടുപോയി വാളിന്റെ ഉറയിലിട്ട് ഒളിച്ചുവച്ചു. പിന്നെ അദ്ദേഹം ആ കടവിൽ പോകാതെ മറ്റൊരു സ്ഥലത്തു പോയി കുളിച്ചു പോരികയും ചെയ്തു. ചേരമാൻ പെരുമാൾ ഊണു കഴിഞ്ഞു കൈകഴുകിയപ്പോഴാണ് മോതിരത്തെക്കുറിച്ച് ഓർത്തത്. ഉടനെ ആളയച്ചു കടവിൽ നോക്കിച്ചു. മോതിരം അവിടെ കാണായ്കയാൽ മുറയ്ക്ക് അന്വേഷണം തുടങ്ങി. പലവിധത്തിൽ അന്വേഷിച്ചിട്ടും ഒരു തുമ്പുമുണ്ടായില്ല. തോലകവി സേവകന്മാരിൽ പ്രധാനിയായിത്തീരുകകൊണ്ടും അദ്ദേഹം എല്ലാവരെയും പരിഹസിച്ചിരുന്നതിനാലും പലർക്കും അദ്ദേഹത്തോടു വിരോധവും അസൂയയുമുണ്ടായിരുന്നു. അവരെല്ലാവരുംകൂടി തിരുവാഴി മോഷ്ടിച്ചതു തോലകവിയാണെന്നു പെരുമാളുടെ അടുക്കൽ പറഞ്ഞു വിശ്വസിപ്പിച്ചു. പെരുമാൾ ചോദിച്ചിട്ടും തോലകവി കുറ്റം സമ്മതിച്ചില്ല. ഒടുക്കം തോലകവി കൈമുക്കണമെന്നു പെരുമാൾ വിധിച്ചു. കൈമുക്കുകയെന്നാൽ ഇരുനാഴിയൂരി നെയ്യ് ഒരു പാത്രത്തിലൊഴിച്ച് അടുപ്പത്തുവെച്ച് തിളപ്പിച്ച് ചൂടോടുകൂടി വാങ്ങിവെച്ച് അതിൽ കൈമുക്കുകയാണ്. കൈ പൊള്ളിയെങ്കിൽ മോഷ്ടിച്ചു എന്നും പൊള്ളിയില്ലെങ്കിൽ മോഷ്ടിച്ചില്ലെന്നും തീർച്ചപ്പെടുത്തും. ഒരിക്കൽ എന്തെങ്കിലും കുറ്റംചെയ്തതായി സംശയം ജനിക്കുകയും സംശയിക്കപ്പെടുന്നയാൾ കുറ്റം സമ്മതിക്കാതിരിക്കുകയും ചെയ്താൽ സംശയം തീർക്കുന്നതിന് അക്കാലത്ത് ഇങ്ങനെ ഒരു വിദ്യയാണ് ചെയ്തിരുന്നത്. (*മുൻകാലങ്ങളിൽ സ്മാർത്തവിചാരത്തിൽ സംശയഗ്രസ്തന്മാരായിത്തീരുന്നവർ ശുചീന്ദ്രത്തു നടയിൽ വച്ച് കൈ മുക്കുക പതിവായിരുന്നുവല്ലോ*)അങ്ങനെ ചെയ്യാമെന്നു തോലകവി സമ്മതിക്കുകയും ചെയ്തു. ഉടനെ ചിലർ കൂടി ചേരമാൻ പെരുമാളുടെ മുമ്പിൽത്തന്നെ ഒരടുപ്പുണ്ടാക്കി തീ കത്തിച്ച്, പാത്രത്തിൽ നെയ്യൊഴിച്ച്, അടുപ്പത്തുവെച്ച് തിളപ്പിച്ചു. നെയ്യു നല്ലപോലെ തിളച്ച സമയം ഒരാൾ കൈക്കല കൂട്ടിപ്പിടിച്ച് അത് വാങ്ങിത്താഴെവെച്ചു. ഉടനെ തോലകവി "ഇനി ഞാൻ കൈ മുക്കണമെന്നുണ്ടോ? കളവിവിടെ തെളിഞ്ഞുവല്ലോ. ഈ നെയ്യു വാങ്ങിവച്ച ആളാണ് തിരുവാഴി മോഷ്ടിച്ചത്. അല്ലെങ്കിൽ അയാൾ കൈക്കല കൂട്ടിപ്പിടിച്ചതെന്തിനാണ്? അയാൾ മോഷ്ടിച്ചില്ലെങ്കിൽ അയാളുടെ കൈ പൊള്ളുകയില്ലല്ലോ" എന്നു

പറഞ്ഞു. ഇതിനു ശരിയായ സമാധാനം പറയാൻ ആർക്കും തോന്നിയില്ല. പെരുമാളും മൗനത്തെത്തന്നെ അവലംബിച്ചു. അപ്പോൾ തോലകവി "ഇതൊക്കെ വിഡ്ഢികളെപ്പറ്റിക്കാനുള്ള വിദ്യകളാണ്. ഇതൊന്നും എന്നോടു പറ്റുകയില്ല. ബുദ്ധിയുള്ളവർ ശരിയായി അന്വേഷിച്ചിരുന്നെങ്കിൽ തിരുവാഴി കിട്ടുമായിരുന്നു. തമ്പുരാന്റെ ചോറു തിന്നുന്നവരിൽ അങ്ങനെയുള്ളവരാരും ഇവിടെയില്ല. എല്ലാവരുടെയും ഉത്സാഹമൊക്കെക്കഴിഞ്ഞുവല്ലോ. ഇനി തിരുവാഴി ഞാൻ കണ്ടെടുത്തു തരാം" എന്നു പറഞ്ഞു. തിരുവാഴി വാളുറയിൽനിന്നെടുത്തു തിരുമുമ്പിൽ വെച്ചുകൊടുത്തു.

ഇപ്രകാരംതന്നെ പിന്നെയുമൊരിക്കൽ ചിലർ കൂടി തോലകവിയുടെ മേൽ കുറ്റം സ്ഥാപിച്ചുകൊണ്ട് തിരുമനസ്സറിയിച്ചു. തോലകവി ആ കുറ്റം സമ്മതിച്ചില്ല. അതിനു ചേരമാൻ പെരുമാൾ വിധിച്ചത് തോലകവി ഒരു കയത്തിൽ ചാടണമെന്നായിരുന്നു. മനുഷ്യരോ മറ്റു ജീവജന്തുക്കളോ വീണാൽ ഉടനെ പിടിച്ചുതിന്നുന്നവയായ വലിയ മുതലകൾ ആ കയത്തിൽ വളരെയുണ്ടായിരുന്നു. തോലകവി അതിൽ ച്ചാടീട്ടു മുതല പിടിച്ചില്ലെങ്കിൽ നിർദ്ദോഷനാണെന്നു വിശ്വസിക്കാമെന്നായിരുന്നു കൽപന. തോലകവി അതും സമ്മതിച്ചു. കയത്തിൽ ചാടാനുള്ള ദിവസവും സമയവും നിശ്ചയിച്ചു മുൻകൂട്ടി പ്രസിദ്ധപ്പെടുത്തുകയും ആ സമയത്തു പെരുമാളും അസംഖ്യം ജനങ്ങളും കയത്തിന്റെ കരയിലെത്തുകയും ചെയ്തു. ആ സമയം, ജനിച്ചിട്ടു കണ്ണു തുറക്കുകപോലും ചെയ്യാത്ത രണ്ടു പട്ടിക്കുട്ടികളെ കയത്തിലേക്ക് എറിയുകയും തൽക്ഷണം മുതലകൾ വന്ന് അവയെ പിടിച്ചുകൊണ്ടുപോവുകയും ചെയ്തു. അപ്പോൾ തോലകവി ചേരമാൻ പെരുമാളുടെ അടുക്കച്ചെന്ന് "ആ പട്ടിക്കുട്ടികൾ ജനിച്ചിട്ട് കണ്ണുതുറക്കുകപോലും ചെയ്തിട്ടില്ല. അവയാതൊരപരാധവും ചെയ്തിരിക്കയില്ലല്ലോ. അവയെയും ഈ മുതലകൾ പിടിച്ചു. അതിനാൽ ഈ മുതലകൾ അപരാധികളെയും നിരപരാധന്മാരെയും തിരിച്ചറിയുന്നവയാണെന്നു തോന്നുന്നില്ല. അവ ആരെയും പിടിച്ചുതിന്നും. ഈ സ്ഥിതിക്കു ഞാൻ ചാടിയാൽ എന്നെയും പിടിക്കുകയില്ലയോ എന്നു ഞാൻ സംശയിക്കുന്നു" എന്നു പറഞ്ഞു. ഇതിനും ശരിയായ മറുപടിയൊന്നും പറയാൻ തോന്നായ്കയാൽ ചേരമാൻ പെരുമാൾ ഒന്നും മിണ്ടാതെ തിരിച്ചെഴുന്നള്ളി. പുരുഷാരങ്ങളും പിരിഞ്ഞു. തോലകവിയും മടങ്ങിപ്പോയി. അതിൽപ്പിന്നെ ആരും അദ്ദേഹത്തെക്കുറിച്ചു പെരുമാളുടെ അടുക്കൽ ഏഷണിപറയുകയും പെരുമാൾ കുറ്റംവിധിക്കുകയുമുണ്ടായില്ല.

ഇങ്ങനെ തോലകവിയെക്കുറിച്ച് ഇനിയും പല കഥകൾ പറയാനുണ്ട്. വിസ്തരഭയത്താൽ ഇപ്പോൾ വിരമിക്കുന്നു.

■